ഭൂട്ടാൻ
കാഴ്ചകളും ഉൾക്കാഴ്ചകളും
(യാത്രാവിവരണം)

എസ്.സരോജം

VB
VAYANAPPURA

VAYANAPPURA

Bhutan
Kazhchakalum Ulkazhchakalum
(Malayalam Travelogue)
by **S. Sarojam**

Vayanappura Publications, Ernakulam
Revised Edition : November 2021
Typesetting & layout: Jincy Don
Cover Setting: C.V. Harindran
Published by: Vayanappura Publications
Anathanam Studios, Old Railway Station
Cross Road, Ernakulam
Pin - 682018
Mob: 9074188300
e-mail: vayanappuraeditorial@gmail.com

ISBN: 9789390999682

എസ്. സരോജം

തിരുവനന്തപുരം ജില്ലയിൽ, കാട്ടാക്കട താലൂക്കിൽ, പാപ്പനം ഗ്രാമത്തിൽ ജനനം. പ്രൈമറിസ്കൂൾ കാനക്കോട്, യു.പി.എസ്. പ്ലാവൂർ, ഹൈസ്കൂൾ കാട്ടാക്കട, ക്രിസ്ത്യൻ കോളേജ് കാട്ടാക്കട, ആൾസെയ്ന്റ്സ്കോളേജ് തിരുവനന്തപുരം എന്നിവിടങ്ങളിൽ വിദ്യാഭ്യാസം. ഗവൺമെന്റ് വിമെൻസ് കോളേജ് തിരുവനന്തപുരം, ശാസ്ത്രസാങ്കേതിക പരിസ്ഥിതികൗൺസിൽ, കേരള ഗവ: സെക്രട്ടറിയേറ്റ് എന്നിവിടങ്ങളിൽ ഉദ്യോഗസ്ഥയായിരുന്നു. സെക്രട്ടറിയേറ്റിൽ ഡെപ്യൂട്ടിസെക്രട്ടറിയായിരിക്കെ സർവ്വീസിൽനിന്ന് വിരമിച്ചു. എഴുത്തിലും യാത്രയിലും സാംസ്കാരികപ്രവർത്തനത്തിലും സജീവം.

യു.കെ, ഫ്രാൻസ്, ബൽജിയം, ഹോളണ്ട്, ജർമ്മനി, സ്വിറ്റ്സർലാൻഡ്, ഇറ്റലി, വത്തിക്കാൻ, റഷ്യ, ചൈന, ശ്രീലങ്ക, ഭൂട്ടാൻ, മലേഷ്യ, സിംഗപ്പൂർ എന്നീ വിദേശരാജ്യങ്ങളും ഇന്ത്യയുടെ അതിർത്തി പ്രദേശങ്ങളുൾപ്പെടെ ഒട്ടുമിക്ക സംസ്ഥാനങ്ങളും സന്ദർശിച്ചിട്ടുണ്ട്.

കൃതികൾ:

1. മഴയെ സ്നേഹിക്കുന്ന പെൺകുട്ടി
2. വലക്കണ്ണികളിൽ കാണാത്തത്
3. ആകാശത്തേക്കുപറക്കുന്ന അക്ഷരങ്ങൾ
4. സിംഹമുദ്ര
5. ജൽപായ്ഗുരിയിലെ അർദ്ധയാമം (കഥാസമാഹാരങ്ങൾ)
6. ഒറ്റനിലം
7. ഡിസൈനർ ബേബി (നോവലുകൾ),
8. അച്ചുതണ്ടിലെ യാത്ര
9. സോനമാർഗ്ഗിലെ ചെമ്മരിയാടുകൾ (കവിതാസമാഹാരങ്ങൾ)
10. ക്ഷുഭിതകാലത്തിന്റെ സുവിശേഷകൻ - സാഹിത്യപഠനം
11. ദാവണി - എഡിറ്റുചെയ്ത നോവലറ്റുകൾ
12. സീറോപോയിന്റ് (യാത്രാവിവരണങ്ങൾ)
13. ഭൂട്ടാൻ - കാഴ്ചകളും ഉൾക്കാഴ്ചകളും (യാത്രാവിവരണങ്ങൾ)
14. നേവ മുതൽ വോൾഗ വരെ (യാത്രാവിവരണങ്ങൾ)
15. സഞ്ചാരവഴിയിലെ ചരിത്രവിസ്മയങ്ങൾ (യാത്രാവിവരണങ്ങൾ)

കുടുംബം: പരേതനായ രാജേന്ദ്രബാബു എസ്.ആർ (ഭർത്താവ്) അനീഷ് ബാബു എസ്.ആർ, ബിനീഷ് ബാബു എസ്.ആർ (മക്കൾ), ആൻസി ബി.വി (മരുമകൾ), അൽമ എയ്ഞ്ചൽ, അലൻ റോബിൻ, ആൽബി റോബിൻ (കൊച്ചുമക്കൾ)

വിലാസം: സരോവരം, അലകുന്നം, പേയാട് പി.ഒ, തിരുവനന്തപുരം

മുൻമൊഴി

ആഴ്ചകൾനീണ്ടൊരു സാഹസയാത്ര; പർവ്വതങ്ങൾക്കുള്ളിലെ ഏകാന്തപറുദീസ എന്നറിയപ്പെടുന്ന 'ദി റോയൽ കിംഗ്ഡം ഓഫ് ഭൂട്ടാനി'ലേക്ക്! ഹിമാലയത്തിലെ താപസരാജ്യം, അവസാനത്തെ ഷാംഗ്രില, ഏഷ്യയിലെ സന്തുഷ്ടരാജ്യം എന്നിങ്ങനെ പലവിശേഷണങ്ങളും ചൂടിനിൽക്കുന്ന ഭൂട്ടാൻ ലോകത്തിലെ ഒരേയൊരു ബുദ്ധമത, രാജഭരണ രാഷ്ട്രമാണ്. അടുത്തകാലംവരെ നിഗൂഢതകളുടെ മാന്ത്രികകവചത്തിനുള്ളിൽ ഒളിച്ചിരുന്ന ഭൂട്ടാനെക്കുറിച്ച് അധികമാർക്കും അറിയില്ലായിരുന്നു. ആത്മീയതയുടെ പരിവേഷം ചൂടിനിൽക്കുന്ന ഈ ബുദ്ധിസ്റ്റുരാജ്യത്തിലെ പച്ചയായ ജീവിതം കണ്ടറിയുകയായിരുന്നു എന്റെ യാത്രയുടെ ലക്ഷ്യം. ഭൂട്ടാനികൾ 'ഡ്രുക് യുൽ' (ലാന്റ് ഓഫ് ദ തണ്ടർ ഡ്രാഗൺ) എന്ന് ഭക്ത്യാദരപൂർവ്വം വിളിക്കുന്ന, നമ്മുടെ ഈ അയൽരാജ്യം താരതമ്യങ്ങൾക്കതീതമായ ഒരു നിഗൂഢസുന്ദരദേശം തന്നെ. വ്യാളിയുടെ ചിത്രമുള്ള പടിപ്പുര കടന്നാൽ നൂറ്റാണ്ടുകൾക്കപ്പുറമുള്ള ഒരു പ്രാക്തനസംസ്കൃതിയിലേക്ക് നടന്നുകയറുന്ന പ്രതീതി. വിസ്മയവും അമ്പരപ്പും ആഹ്ലാദവുമൊക്കെ പകർന്നേകിയ ആ വിചിത്രഭൂമികയിലേക്ക് വീണ്ടുമൊരു യാത്ര സ്വപ്നം കണ്ടുകൊണ്ട് ഈ രാജ്യത്തെക്കുറിച്ച് ഞാൻ മനസിലാക്കിയ കാര്യങ്ങൾ യാത്രാസ്നേഹികളായ വായനക്കാരുമായി പങ്കുവയ്ക്കുന്നു. 2017-ലാണ് ആദ്യപതിപ്പ് പുറത്തിറങ്ങിയത്. മാസങ്ങൾക്കുള്ളിൽ അതുമുഴുവൻ വിറ്റുതീർന്നു. ഈ പതിപ്പിൽ കുറച്ചുകാര്യങ്ങൾകൂടി പുതിയതായി കൂട്ടിച്ചേർത്തിട്ടുണ്ട്. ആദ്യപതിപ്പിന് നിങ്ങളിൽനിന്ന് ലഭിച്ച പിന്തുണ ഈ പുതിയ പതിപ്പിനും ഉണ്ടാവുമെന്ന പ്രതീക്ഷയോടെ,

സ്നേഹപൂർവം

എസ്.സരോജം

ഭൂട്ടാന്റെ ഛായാചിത്രം

ഹിമാലയപ്രാന്ത മലനിരകൾക്കിടയിൽ ഒളിഞ്ഞുകിടക്കുന്ന ഭൂട്ടാൻ യാത്രാപ്രേമികളുടെ കാൽപനികഭാവനയെ ത്രസിപ്പിക്കുന്ന നിഗൂഢലോകമാണ്. ശ്രദ്ധേയയായ കഥാകൃത്തും കവയിത്രിയുമായ എസ്.സരോജത്തിന്റെ 'ഭൂട്ടാൻ, കാഴ്ചകളും ഉൾക്കാഴ്ചകളും' എന്ന കൃതി വായനക്കാർക്ക് സമ്മാനിക്കുന്നത് ഇന്നത്തെ ഭൂട്ടാന്റെ ആസ്വാദ്യവും അന്വേഷണാത്മകവുമായ ഒരു ഛായാചിത്രമാണ്. ഭൂട്ടാന്റെ ചരിത്രത്തിലേക്കും സംസ്കാരത്തിലേക്കും രാഷ്ട്രീയവ്യവസ്ഥിതിയിലേക്കും ജനജീവിതത്തിലേക്കുമുള്ള സമഗ്രമായ ഒരെത്തിനോട്ടമാണ് ഈ കൃതി. ഭൂട്ടാനെക്കുറിച്ച് വളരെക്കുറച്ചു ഗ്രന്ഥങ്ങൾമാത്രം ലഭ്യമായ മലയാളത്തിന് സരോജത്തിന്റെ വിഭവസമ്പന്നവും പാരായണസൗഹൃദപൂർണ്ണവുമായ ഈ കൃതി നല്ലൊരു മുതൽക്കൂട്ടാണ്.

സക്കറിയ

29-07-2017

ഭൂട്ടാൻജീവിതത്തിലേക്കുള്ള ഉൾക്കാഴ്ച

ഡോ:ഡി.ബഞ്ചമിൻ

മാനസികോല്ലാസത്തിനും വിജ്ഞാനത്തിനും വേണ്ടി വിദേശസഞ്ചാരം നടത്തുന്ന മലയാളികളുടെ എണ്ണം ഇന്ന് വളരെ കൂടിയിട്ടുണ്ട്. പുണ്യഭൂമികളിലേക്ക് തീർത്ഥാടനലക്ഷ്യത്തോടെ സഞ്ചരിക്കുന്നവരും കുറവല്ല. അങ്ങനെ നമ്മുടെ യാത്രാവിവരണ സാഹിത്യശാഖ അനുദിനം വളരുകയാണ്. പക്ഷേ, യാത്രാവിവരണക്കാരിലെല്ലാം സാഹിത്യാഭിരുചി ഉണ്ടാവണമെന്നില്ലല്ലൊ. ഭൂമിശാസ്ത്രപരവും ചരിത്രപരവുമായ അറിവുകൾ ഒട്ടു പിന്നിൽ നിറുത്തി, ആത്മനിഷ്ഠമായ അറിവുകൾ ആർജ്ജവത്തോടെ പുരക്ഷേപിക്കുമ്പോഴാണ് യാത്രാവിവരണങ്ങൾ ഹൃദ്യമാവുക. ടൂർകമ്പനികൾ നൽകുന്ന പാക്കേജുകൾ ചില പ്രധാന ആകർഷക കേന്ദ്രങ്ങളെ മാത്രം ഇണക്കിയുള്ളവയാവും. യാത്രികന്റെ സ്വാതന്ത്ര്യത്തിനും അഭിരുചിക്കും അതുപലപ്പോഴും വിലങ്ങാവുകയും ചെയ്യും. ഒരു എസ്.കെ പൊറ്റെക്കാട്ടോ രാജൻ കാക്കനാടനോ പിന്നെ മലയാളത്തിൽ ഉണ്ടാവാത്തത് പ്രതിബന്ധങ്ങളെ കൂട്ടാക്കാതെ, ജിജ്ഞാസയോടെ സ്വച്ഛന്ദം യാത്രചെയ്യുന്നവർ ഇല്ലാതെപോയതുകൊണ്ടാണ്.

എസ്.സരോജത്തിന്റെ ഭൂട്ടാൻ, കാഴ്ചകളും ഉൾക്കാഴ്ചകളും എന്ന പുസ്തകമാണ് ഇപ്പോൾ എന്റെ കൈയിലിരിക്കുന്നത്. ഇത് നല്ലൊരു യാത്രാവിവരണമാണ്. വളരെ സത്യസന്ധമായ ഒരു മനസ്സ്, ജാടകളും ഒഴിയാബാധകളുമില്ലാത്ത മനസ്സ്, അപരിചിതമായ അനുഭവങ്ങളെയും അറിവുകളെയും ഹൃദയപൂർവ്വം ഏറ്റുവാങ്ങുന്നു. മിക്കവാറും മഞ്ഞുമൂടിയ, മരവിപ്പിക്കുന്ന അന്തരീക്ഷത്തിൽ ഉണർന്നെണീക്കുന്ന പ്രഭാതങ്ങളും ക്ലേശകരമായ വഴിയാത്രകളും തദ്ദേശീയരുമായി നടത്തുന്ന ആശയവിനിമയങ്ങളും മനസ്സിൽ മായാതെ നിൽക്കുന്നു. വ്യക്തമായ ഒരാധികാരിക ചരിത്രം പറയാനാവാത്ത ഭൂട്ടാന്റെ ചില ചരിത്രസന്ധികളും ജനജീവിതത്തിലെ ചില സമസ്യകളും അഴിച്ചെടുക്കാൻ വേണ്ടത്ര വിവരങ്ങൾ മാത്രം ഭൂട്ടാനിലെ പ്രശസ്ത എഴുത്തുകാരിയായ അഷി ദോർജി വാങ്മോയുടെ പുസ്തകത്തിൽനിന്ന് സ്വീകരിച്ചിട്ടുള്ളതായി കാണാം. ബാക്കി വിവരണങ്ങളെല്ലാം സ്വാനുഭവങ്ങൾ തന്നെ.

രാജഭരണം നിലനിൽക്കുന്ന ബുദ്ധിസ്റ്റ് രാജ്യമാണ് ഭൂട്ടാൻ. ജനങ്ങളുടെ നിഷ്കളങ്കമായ രാജഭക്തി, വിവരണങ്ങളിൽ തെളിഞ്ഞുകാണാം. സംതൃപ്തരായ ജനങ്ങളുടെ ആവാസഭൂമിയാണെന്നു പറയുമ്പോൾ, ആ സംതൃപ്തി പരിമിതികൾക്കുള്ളിൽ അലംഭാവത്തോടിരിക്കുന്ന, അത്യാർത്തികളില്ലാത്ത മനസ്സിന്റെ വരദാനം മാത്രമാണെന്ന് നാം തിരിച്ചറിയുന്നു. കാര്യമായ വ്യവസായങ്ങളില്ലാത്ത, വേണ്ടത്ര യാത്രാസൗകര്യങ്ങൾ പോലുമില്ലാത്ത ഒരുപർവ്വതരാജ്യത്ത് മതാത്മകമായ ഉത്സവങ്ങളിലും അനുഷ്ഠാനങ്ങളിലും ഒതുങ്ങിക്കൂടുന്ന ഒരു ജനത. കാലത്തിന്റെ പരിവർത്തനാത്മകമായ പുരോയാനത്തെ തടുത്തുനിറുത്തുന്ന എന്തോ ഒന്ന് ആ ജനജീവിതത്തിലുണ്ട് പുരാവസ്തുമ്യൂസിയങ്ങളും മൊണാസ്ട്രികളും അമ്പലങ്ങളും വിശുദ്ധന്മാരെക്കുറിച്ചുള്ള അത്ഭുതകഥകളും അന്ധവിശ്വാസങ്ങളും നിറഞ്ഞ, പഴമയുടെ ഗന്ധം പടർന്നുനിൽക്കുന്ന, തടാകം പോലെ നിശ്ചലമെന്ന് തോന്നുന്ന ജീവിതാവസ്ഥകളാണ് ഈ കൃതി വരച്ചിടുന്നത്.

ലൈംഗികമായ അമിതത്വത്തിന്റെ പ്രവാചകനും അവധൂതനും കവിയുമായ ദ്രുക്പ കുൻലെ എന്ന ലാമയുടെ സ്വാധീനം ആ ജനജീവിതത്തിൽ ആഴത്തിൽ പതിഞ്ഞുകിടക്കുന്നു. വീടുകളുടെ ചുവരുകളിൽപ്പോലും പതിഞ്ഞുകിടക്കുന്ന പുരുഷലിംഗത്തിന്റെ അലങ്കൃതമായ ശിൽപങ്ങളും ചിത്രങ്ങളും മായ്ച്ചുകളയണമെന്ന തോന്നൽ പുതിയ തലമുറയ്ക്ക് ഉണ്ടായിത്തുടങ്ങിയിട്ടേയുള്ളൂ. എഴുത്തുകാരി പറയുന്നതുപോലെ, സദാചാരത്തിന്റെ കാപട്യത്തിനും സന്യാസത്തിന്റെ ആത്മവഞ്ചനയ്ക്കും നേരെയുള്ള പൊട്ടിത്തെറിയും പരിഹാസവുമൊക്കെ ഈ അവധൂതന്റെ വരികളിലും പ്രവൃത്തികളിലും ഉണ്ടെന്നത് ശരി തന്നെ. അപ്പോഴും അപസാമാന്യമായ ഒരു വ്യക്തിത്വത്തിന്റെ അസംസ്കൃതമായ പ്രതിഫലനം അതിലുണ്ട്. ഇത്തരം അപസാമാന്യതകളെ കൊണ്ടാടുന്ന ശീലങ്ങൾ പൊളിച്ചുകളയുമ്പോഴാണ് മനുഷ്യൻ സംസ്കാരത്തിന്റെ പടവുകൾ ചവിട്ടിക്കയറുന്നത്. സ്ത്രീപുരുഷ ബന്ധത്തിലെ അമിത സ്വാതന്ത്ര്യത്തെക്കുറിച്ചും ഇതൊക്കെത്തന്നെ പറയാം. മനുഷ്യന്റെ സാംസ്കാരിക പുരോഗതിയുടെ ആദ്യത്തെ ചവിട്ടുപടിയും വിവാഹസമ്പ്രദായമായിരുന്നു. അതിനുമുമ്പുള്ള അവസ്ഥയെയാണ് ഭൂട്ടാനിലെ ലൈംഗികസദാചാരം ഓർമ്മിപ്പിക്കുന്നത്. അതിന്റെ അനിവാര്യമായ തിന്മകളെ പ്രതിരോധിക്കുക എളുപ്പമല്ല. ഭൂട്ടാനിൽ മാത്രമല്ല, വടക്കുകിഴക്കൻ സംസ്ഥാനങ്ങളിലെ പല ഗോത്രവർഗ്ഗക്കാരുടെ ഇടയിലും ഇത്തരം ലൈംഗികസ്വാതന്ത്ര്യം ഇന്നും നിലനിൽക്കുന്നുണ്ട്. നവോദ്ധാനത്തിനുമുമ്പ് കേരളത്തിൽ നിലനിന്നിരുന്ന സംബന്ധവ്യവസ്ഥയോട് വളരെ അടുത്തുനിൽക്കുന്ന ഒന്നാണത്. അവിടെ ഏറെ യാതനയും അനാഥത്വവും അനുഭവിക്കേ

ണ്ടിവരുന്നത് സ്ത്രീകൾക്കാണു താനും. ഈ സത്യം സരോജം ചൂണ്ടിക്കാട്ടുന്നുണ്ട്. നമ്മുടെ ഫെമിനിസ്റ്റ് ഫയർ ബ്രാന്റുകൾ കാണാതെപോകുന്ന ഒരു സത്യമാണിത്. താങ്ങാനാവാത്ത ചുമടും വഹിച്ച്, മകളെയും ചേർത്തുനിറുത്തി, ആത്മനിന്ദ കലർന്ന ചിരിയോടെ നടന്നുപോകുന്ന അവിവാഹിതയായ അമ്മയുടെ ചിത്രം വരച്ചിട്ടിട്ടുള്ളത് ശ്രദ്ധിക്കുക. സമൂഹം ക്രമികമായ പരിഷ്കാരങ്ങളിലൂടെയാണ് സംസ്കാരമാർജ്ജിക്കുന്നത്. ഓരോ ഘട്ടത്തിനുമുണ്ടാവും പരിഹരിക്കപ്പെടേണ്ടതായ നിരവധിപ്രശ്നങ്ങൾ. ബഹുഭാര്യാത്വവും ബഹുഭർതൃത്വവും നിലവിലുള്ള സമൂഹമാണ് ഭൂട്ടാനിലേത്. മുൻരാജാവ് ഒറ്റയടിക്ക് നാലുസഹോദരിമാരെ വിവാഹം ചെയ്തു. ഇപ്പോഴത്തെ രാജാവാകട്ടെ ഏകഭാര്യാ വ്രതക്കാരനും. അദ്ദേഹം ഏഴുവയസ്സുള്ള പെൺകുട്ടിയോട് പ്രണയാഭ്യർത്ഥന നടത്തുകയും അവൾക്ക് പ്രായപൂർത്തിയാവുന്നതുവരെ കാത്തിരിക്കുകയും അവളെത്തന്നെ രാജപത്നിയാക്കുകയും ചെയ്തു! അത് സാംസ്ക്കാരികമായ വളർച്ചയുടെ ചിത്രം തന്നെയല്ലേ?

ഭൂട്ടാനികളുടെ വസ്ത്രധാരണത്തെക്കുറിച്ച് വിശദീകരിക്കുന്ന എഴുത്തുകാരി 'നേപ്പാളിൽ നിന്നു കുടിയേറിയവരുടെ തനിമ ഇല്ലാതാക്കുന്നതിനുവേണ്ടിയാണ് ദേശീയവസ്ത്രം എല്ലാവർക്കും നിർബന്ധമാക്കിയത്' എന്ന ആരോപണത്തെക്കുറിച്ചും പരാമർശിക്കുന്നുണ്ട്. ചോറും മുളകുകറിയും മുഖ്യമായിരുന്ന സാധാരണക്കാരുടെ ഭക്ഷണശീലത്തിന് നേരിയ മാറ്റം സംഭവിക്കുന്നതായും എടുത്തുപറയുന്നുണ്ട്. സ്ത്രീയാണ് കുടുംബസ്വത്തിന്റെ അവകാശിയെന്നും അവളെ വിവാഹം ചെയ്യുന്ന പുരുഷൻ അവളോടൊപ്പം അവളുടെ വീട്ടിൽ വന്നുതാമസിക്കുകയാണ് സാധാരണ പതിവെന്നും വീട്ടുകാർ നിശ്ചയിച്ചുനടത്തുന്ന വിവാഹങ്ങൾക്കാണ് കൂടുതൽ കെട്ടുറപ്പുള്ളതെന്നും സൂചിപ്പിക്കുന്നുണ്ട്. ബുദ്ധമതത്തിന്റെ ആചാരാനുഷ്ഠാനങ്ങളും വിശ്വാസങ്ങളും തെളിമയോടെ ചിത്രീകരിക്കുന്ന എഴുത്തുകാരി അവരെ നയിക്കുന്ന മിത്തുകളുടെ പൊരുൾ വേർപിരിച്ച് കാണിക്കുന്നുമുണ്ട്.

ഒറ്റനോട്ടത്തിൽ ഭദ്രമായ നിയമവാഴ്ച നടക്കുന്നു എന്നു തോന്നുന്ന ഭൂട്ടാനിലും നിഗൂഢമായി നിയമലംഘനങ്ങൾ നടക്കുന്നു. പൗരബോധത്തിലും ശുചിത്വത്തിലും നമ്മെക്കാളൊക്കെ ഏറെ മുന്നിൽ നിൽക്കുന്ന ഭൂട്ടാനികൾ നിരോധിതമായ സിഗരറ്റ് പോലുള്ള പുകയില ഉത്പന്നങ്ങൾ അതീവരഹസ്യമായി ഒളിച്ചു കടത്തി ഉപയോഗിക്കുന്നു. താരതമ്യേന വിലക്കുറവുള്ളതും സുലഭവുമായ മദ്യംകൊണ്ട് അവരുടെ ലഹരിയോടുള്ള തൃഷ്ണ ശമിക്കുന്നില്ല എന്നു സാരം. രാഷ്ട്രീയമായ ഇരുമ്പുമറകൾക്കുള്ളിലെല്ലാം നിയമലംഘനത്തിനുള്ള ത്വരയും ഒളിഞ്ഞിരിക്കുന്നു എന്നതാണ് സത്യം.

ഇരുപത്തൊന്നാം നൂറ്റാണ്ടിലും രാജകീയഭരണം കൊണ്ടാടുന്ന ഭൂട്ടാനും ഇന്ത്യയും തമ്മിലുള്ള ഗാഢമായ സൗഹൃദബന്ധത്തിന്റെ പിന്നിലെ രാഷ്ട്രീയവും ഉൾക്കാഴ്ചയോടെ സരോജം സൂചിപ്പിച്ചുപോകുന്നു. പരിസ്ഥിതിസംരക്ഷണവും ശുചിത്വപരിപാലനവുമാണ് ഈ രാജ്യം ഉയർത്തിപ്പിടിക്കുന്ന രണ്ടുഗുണപാഠങ്ങൾ. ദരിദ്രരാജ്യമായ ഭൂട്ടാനിൽ ജനങ്ങളുടെ സന്തോഷമാണ് രാജ്യപുരോഗതിയുടെ അളവുകോൽ എന്നതും വിചിത്രമായൊരു കാഴ്ചപ്പാടാണെന്ന് എഴുത്തുകാരി വിലയിരുത്തുന്നു. ജനങ്ങളുടെ സന്തോഷത്തിന് ഹാനികരമായ യാതൊരുപദ്ധതിക്കും ഹാപ്പിനെസ്സ് കമ്മീഷൻ അനുമതി നൽകാറില്ലത്രെ. ഇങ്ങനെയൊക്കെയാണെങ്കിലും 2015 -ലെ കണക്കനുസരിച്ച് എട്ടുശതമാനം ജനങ്ങൾ അൽപം പോലും സന്തോഷം ഇല്ലാത്തവരാണ്. തികച്ചും വ്യക്തിപരമായ സന്തോഷം എന്ന മാനസികാവസ്ഥയെ എങ്ങനെയാണ് സൂചകങ്ങൾകൊണ്ട് അളന്നുകുറിക്കുക!

നമ്മുടെ തൊട്ടയലത്ത് സ്ഥിതിചെയ്യുന്ന രാജ്യമാണെങ്കിലും ഭൂട്ടാനെക്കുറിച്ച് നമ്മൾ അധികമൊന്നും അറിയുന്നില്ല. ആ നിലയ്ക്കാണ് ഈ സഞ്ചാരസാഹിത്യകൃതി ശ്രദ്ധേയമാകുന്നത്. ഇതിൽ സഹയാത്രികരെക്കുറിച്ചുള്ള പരാമർശങ്ങൾ നന്നേ വിരളമാണ്. എങ്കിലും ചിലപ്പോഴൊക്കെ ഇതൊരു കൂട്ടുസഞ്ചാരമാണ് എന്ന തോന്നലുളവാക്കുന്നുണ്ട്. എഴുതിത്തഴക്കം വന്ന ഒരു ചെറുകഥാകാരിയുടെ കരടില്ലാത്ത ഭാഷയിലുള്ള ആഖ്യാനം നൽകുന്ന പാരായണസുഖവും എടുത്തുപറയേണ്ടതാണ്.

പ്രസാധകക്കുറിപ്പ്

വായനക്കാർക്ക് വളരെയധികം പ്രിയപ്പെട്ട ഒരു സാഹിത്യ ശാഖയാണ് യാത്രാവിവരണം അഥവാ സഞ്ചാരസാഹിത്യം. ഒരു നാടിനെയും അവിടത്തെ ജനങ്ങളെയും അവരുടെ ജീവിതത്തെയും സാമൂഹികസ്ഥിതികളെയും കുറിച്ച് അറിയാനുള്ള ജിജ്ഞാസ ഏതൊരു വ്യക്തിയുടെയും മനസ്സിൽ അന്തർലീനമാണ്. അതിനാൽ എക്കാലവും വായനക്കാരുടെ ഇഷ്ടവിഷയുവുമാണിത്. മലയാള സാഹിത്യത്തിൽ സഞ്ചാര സാഹിത്യം ആരംഭിക്കുന്നത് പാറേമാക്കൽ തോമാക്കത്തനാരുടെ റോമായാത്രയോടെയാണ്. എസ്. കെ. പൊറ്റക്കാടാണ് മലയാളത്തിലെ സഞ്ചാരസാഹിത്യത്തെ വിപുലപ്പെടുത്തിയത്. നിരവധി രാജ്യങ്ങൾ സന്ദർശിക്കുകയും, അവയൊക്കെ ക്യാൻവാസിലെന്നപോലെ അക്ഷരങ്ങളിലൂടെ നമുക്കു മുൻപിൽ അവതരിപ്പിക്കുകയും ചെയ്ത ശ്രീമതി എസ്. സരോജത്തിന്റെ "ഭൂട്ടാൻ, കാഴ്ചകളും ഉൾക്കാഴ്ചകളും" വായനക്കാരെ 'ഭൂട്ടാൻ' എന്ന വിസ്മയഭൂമികയിൽ എത്തിക്കുമെന്നതിൽ സംശയമില്ല. നിറഞ്ഞ സന്തോഷത്തോടെ ഈ യാത്രാനുഭവം നിങ്ങൾക്കായ് സമർപ്പിക്കുന്നു.

സ്നേഹപൂർവ്വം

പോൾസൺ തേങ്ങാപ്പുരക്കൽ

ഉൾത്താളുകളിൽ

ഒന്ന്

ബംഗാൾ, ചില വഴിയോരക്കാഴ്ചകൾ

പച്ചപ്പാടങ്ങളും പാഴ്നിലങ്ങളും പഴമയിൽ തളച്ചിടപ്പെട്ട കർഷകത്തൊഴിലാളികളും അവരുടെ നിത്യദരിദ്രമായ കുടിലുകളും ഒരുവശത്ത്. വ്യവസായവത്ക്കരണത്തിലൂടെ വളർന്നുവികസിക്കുന്ന നഗരങ്ങൾ മറുവശത്ത്. ആർഭാടജീവിതത്തിൽ അഭിരമിക്കുന്ന നഗരസൗധങ്ങൾക്കപ്പുറം സ്വപ്നങ്ങളില്ലാത്ത ദരിദ്രചേരികൾ... തിരുവനന്തപുരത്തുനിന്ന് ചെന്നൈ എക്സ്പ്രസ്സിൽ ചെന്നൈയിലേക്കും അവിടെനിന്ന് യശ്വന്ത്പൂർ-കമാഖ്യ എക്സ്പ്രസ്സിൽ ആലിപ്പൂർ ദ്വാറിലേക്കുമുള്ള യാത്ര വൈവിദ്ധ്യമാർന്ന ഇന്ത്യൻ ഭൂപ്രകൃതിയും ജനജീവിതവും കണ്ടറിഞ്ഞുള്ള ഒരു ദീർഘസഞ്ചാരമായി. ഗ്രാമങ്ങൾപോലും നഗരവത്കൃതജീവിതം സ്വന്തമാക്കിയ കേരളത്തിന്റേതിൽ നിന്ന് എത്രയോ വ്യത്യസ്തങ്ങളായ ജീവിതാവസ്ഥകൾ! മകരമഞ്ഞിന്റെ തലോടലേറ്റ് പൂത്തമാവുകളും നെല്ല്, ഗോതമ്പ്, ചോളം, കരിമ്പ്, ഉള്ളി, ഉരുളക്കിഴങ്ങ് തുടങ്ങിയവ സമൃദ്ധമായി വിളയുന്ന പാടങ്ങളും പ്രകൃതിയും മനുഷ്യനും തമ്മിലുള്ള ജൈവസൗഹൃദത്തിന്റെ സുന്ദരക്കാഴ്ചകൾ സമ്മാനിക്കുകയായി. ചിലയിടങ്ങളിൽ കൃഷിഭൂമിയുടെ അതിരുകളിൽ നട്ടുവളർത്തിയ കടുകുചെടികൾ മഞ്ഞപ്പൂക്കൾ ചൂടിനിൽക്കുന്നു. സസ്യശാസ്ത്രം പഠിച്ചിട്ടുള്ള ജോണിമാഷ് കടുകുചെടികളെക്കുറിച്ച് വിശദീകരിക്കാൻ തുടങ്ങി. കീടപ്രതിരോധശക്തി ഉള്ളതുകൊണ്ടാണത്രെ ധാന്യവിളകൾക്കുചുറ്റും കടുകുചെടികൾ വച്ചുപിടിപ്പിക്കുന്നത്. സ്കൂൾ ക്ലാസ്സിലെന്നപോലെ മാഷിന്റെ വാക്കുകൾ കേട്ടിരുന്നു. കടുകുചെടികൾക്ക് കീടബാധ തടയാനുള്ള കഴിവുണ്ടെന്നത് എനിക്കൊരു പുതിയ അറിവായിരുന്നു.

മൂന്നുദിവസം നീണ്ട ട്രെയിൻ യാത്രയ്ക്കൊടുവിൽ ഞങ്ങൾ ബംഗാളിലെ ആലിപ്പൂർദാർ സ്റ്റേഷനിലിറങ്ങി. എ.സിയുടെ തണുപ്പിൽനിന്ന് പ്രകൃതിയുടെ ചൂടിലേക്കിറങ്ങിയപ്പോൾ മനസ്സും ശരീരവും ഉണർന്നു. ഇനിയും കുറഞ്ഞത് രണ്ടുമണിക്കൂർ ബംഗാളിലൂടെ റോഡുമാർഗ്ഗം യാത്രചെയ്താലേ ഇന്ഡോ-ഭൂട്ടാൻ അതിർത്തിയിൽ എത്താനാവൂ. തുടർന്നുള്ള യാത്ര ടാക്സിയിലായി. ബംഗാളിന്റെ അതിർത്തിനഗരമായ ജയ്ഗോണിൽ വസിക്കുന്ന ഒരു നേപ്പാളിയായിരുന്നു ഡ്രൈവർ. പാൻ ചവയ്ക്കുന്നതിനിടയിൽ അയാൾ ബംഗാളിനെക്കുറിച്ചും ഭൂട്ടാനെക്കുറിച്ചുമൊക്കെ വാതോരാതെ വിശദീകരിച്ചുകൊണ്ടിരുന്നു. എങ്കിലും റെയിൽവേസ്റ്റേഷനിൽനിന്നു യാത്രതിരിച്ച നേരംമുതൽ നിരന്തരം പാൻ ചവച്ചു തുപ്പിക്കൊണ്ടിരുന്ന ഡ്രൈവറെ ഒരു വൃത്തിയില്ലാത്ത ശല്യക്കാരനായി മാത്രമേ കാണാൻ കഴിഞ്ഞുള്ളൂ.

പുകമഞ്ഞുപുതച്ച പ്രഭാതം വരണ്ടചൂടിലേക്ക് മെല്ലെ വഴുതിവീണുകൊണ്ടിരുന്നു. റോഡിലെ കാഴ്ചകൾ കണ്ണുകളിൽ കൗതുകവും ചിന്തയിൽ അമ്പരപ്പും പകർന്ന് മുന്നേറി. പ്രവൃത്തിദിവസത്തിന്റെ തിരക്കാണ് നിരത്തിലെങ്ങും. ഉള്ളിൽ കയറിക്കൂടാൻ പറ്റാത്ത വിദ്യാർത്ഥികളും മറ്റുയാത്രക്കാരും ബസ്സുകളുടെ മുകളിലും പുറകിലത്തെ ഏണിയിലും സ്ഥാനംപിടിച്ചിരിക്കുന്നു. തിരക്കൊഴിഞ്ഞ ഗ്രാമവീഥിയിലൂടെയുള്ള സഞ്ചാരം വികസനം കൈയൊഴിഞ്ഞ ബംഗാൾഗ്രാമങ്ങളുടെ നേർക്കാഴ്ചകൾ സമ്മാനിച്ചുകൊണ്ടിരുന്നു. പ്രതീക്ഷകളസ്തമിച്ച മുഖങ്ങളും ദാഹിച്ചുതളർന്ന സസ്യജാലങ്ങളും കായ്ഫലം കുറഞ്ഞ തെങ്ങുകളും കവുങ്ങുകളും ആൾത്തിരക്കില്ലാത്ത കവലകളും പീടികകളും മമതയുടെ ചിത്രമുള്ള പോസ്റ്ററുകളും... ബംഗാൾഗ്രാമങ്ങളെക്കുറിച്ച് കേരളത്തിലിരുന്ന് സങ്കൽപ്പിച്ചതേറെയും അബദ്ധങ്ങളായിരുന്നു!

ഭൂപ്രകൃതിയിലും മനുഷ്യപ്രകൃതിയിലും വിഭവസമൃദ്ധിയിലും കേരളവുമായി സമാനതകളേറെയുള്ള സംസ്ഥാനമാണ് ബംഗാൾ. പക്ഷേ, അതിർത്തിജില്ലയായ ജൽപായ്ഗുരിയിലെ വിദൂര ഗ്രാമങ്ങളിലെ ജനജീവിതം പുറംകാഴ്ചയിൽപോലും വിശ്വസിക്കാനാവാത്തവിധം പരിതാപകരമായിരുന്നു. തുരുമ്പിച്ച തകരംമേഞ്ഞ ചെറുവീടുകളും കുടിലുകളും നമ്മുടെ പണ്ടത്തെ മാടൻതറകളെ ഓർമ്മിപ്പിക്കുന്ന, പ്രാകൃതദൈവങ്ങളെ കുടിയിരുത്തിയ വഴിയോരങ്ങളും ഗ്രാമീണരുടെ ജീവിതനിലവാരം വെളിവാക്കുന്നവയായിരുന്നു. സൈക്കിൾ റിക്ഷകളിലും ഉന്തുവണ്ടികളിലും മുതുകിലും തലയിലുമൊക്കെ വിറകുകയറ്റിപ്പോകുന്ന ഗ്രാമീണരെ കണ്ടാൽ ഇവിടത്തെ ആളുകളുടെ പ്രധാന പാചകയിന്ധനം വിറകാണെന്നു ബോദ്ധ്യപ്പെടും. സൈക്കിളുകളും സൈക്കിൾ റിക്ഷകളും മോടിയില്ലാത്ത ആട്ടോറിക്ഷകളുമാണ് റോഡിലധികവും. ബംഗാൾ ഗ്രാമങ്ങൾ നവീ

നമായ പുരോഗതിയിൽ നിന്നും പരിഷ്കൃതിയിൽനിന്നും ഏറെ പിന്നിലാണെന്ന് വിളിച്ചോതുന്നതാണ് വഴിയോരക്കാഴ്ചകളോരോന്നും.

നിറവയറുമായി വഴിയരികിലൂടെ നടന്നുനീങ്ങുന്ന കറുത്തുകുറുകിയ ആടുകൾ ഒരു കാഴ്ച്ചാവിശേഷം തന്നെയായിരുന്നു. ബംഗാളിൽ കണ്ട ഏറ്റവും വലിയ സവിശേഷതകളിലൊന്നായി തോന്നിയത് അവരുടെ ഭാഷാസ്നേഹമാണ്; റോഡരികിൽ കണ്ട പരസ്യങ്ങളും ബോർഡുകളുമെല്ലാം മാതൃഭാഷയായ ബംഗാളിയിലാണ്. ഇംഗ്ലീഷ് അപൂർവ്വമായേ ഉപയോഗിച്ചുകണ്ടുള്ളൂ.

വഴിയരികിൽ കടുവയുടെയും ആനയുടെയും ചിത്രങ്ങൾ വച്ചുള്ള സൂചകങ്ങൾ കണ്ടപ്പോഴാണ് ബുക്സാ ടൈഗർ റിസർവ്വിലൂടെയാണ് കടന്നുപോകുന്നതെന്ന് മനസ്സിലായത്. ഹോൺമുഴക്കരുത്, വന്യജീവികൾക്ക് ഭക്ഷണം നൽകരുത് എന്നൊക്കെയുള്ള നിർദ്ദേശപ്പലകകളല്ലാതെ ആ കാനനപാതയിൽ ഒരു വന്യജീവിയെപ്പോലും കാണാനായില്ല. മുന്നോട്ടുള്ള വഴിയിൽ റോഡിൽനിന്ന് ഉള്ളിലേക്ക് പരന്നുകിടക്കുന്ന സമനിരപ്പിലുള്ള തേയിലത്തോട്ടങ്ങൾ ആദ്യക്കാഴ്ചയുടെ കൗതുകം ജനിപ്പിച്ചു. മലഞ്ചരിവുകളിലെ തട്ടുതട്ടായുള്ള തേയിലക്കാടുകളാണല്ലോ കേരളത്തിൽ നാം കണ്ടു പരിചയിച്ചിട്ടുള്ളത്. ഹസിമാരയിലെത്തുവോളം ചെറുകാടുകളും നെൽപ്പാടങ്ങളും തേയിലത്തോട്ടങ്ങളും തൊഴിലാളിക്കുടിലുകളും ചെറുകവലകളും മാറിമാറി പ്രത്യക്ഷപ്പെട്ടുകൊണ്ടിരുന്നു.

അതിർത്തിജില്ലയായ ജൽപായ്ഗുരിയിലൂടെ സഞ്ചരിക്കവേ പെട്ടെന്നാണ് ഞങ്ങളുടെ മുന്നിലേക്ക് പട്ടണം കടന്നുവന്നത്. ഇതുവരെ കണ്ടതുപോലുള്ള ദരിദ്രജനതയുടെ നഗരീകരണം എന്നു തോന്നിപ്പിക്കുന്ന ജയ്ഗോൺ ഒരു കച്ചവടകേന്ദ്രമാണ്. തികച്ചും പാവപ്പെട്ടവർക്കുവേണ്ടിയുള്ള വിപണനകേന്ദ്രങ്ങൾ, വൃത്തിഹീനമായ തെരുവുകളും പൊതുവിടങ്ങളും. പുതുമയില്ലാത്ത കോൺക്രീറ്റ് നിർമ്മിതികൾ. മനം മടുപ്പിക്കുന്ന തിക്കുംതിരക്കും ശബ്ദകോലാഹലങ്ങളും. ദുർഗ്ഗന്ധം നിറഞ്ഞ അന്തരീക്ഷം. ബംഗാളികളും ഭൂട്ടാനികളും നേപ്പാളികളും കൂടിക്കലർന്നൊഴുകുന്ന ജയ്ഗോൺ ഭൂട്ടാന്റെ പടിഞ്ഞാറേ അതിർത്തിയായ ഫുൺഷോലിംഗിനോടു ചേർന്നുകിടക്കുന്നു. ഗോർഖാലാന്റിനുവേണ്ടി പോരാടുന്ന നേപ്പാളികളുടെ പ്രവർത്തനമേഖല ആയതിനാൽ ഇവിടം ഒരു സംഘർഷഭരിതമേഘലയായി മാറിയിരിക്കുന്നു. അതുകൊണ്ടാവാം മുപ്പതു കൊല്ലത്തിലേറെക്കാലം ഇവിടം ഭരിച്ചിരുന്ന ഇടതുപക്ഷസർക്കാർ ഈ പ്രദേശത്തെ അവഗണിച്ചത് എന്നൊരു വർത്തമാനവും കേൾക്കാനിടയായി. ഇവിടെനിന്നാണ് നമ്മൾ റോഡിനുകുറുകെ സദാ തുറന്നുകിടക്കുന്ന ചിത്രാലങ്കൃതമായ അതിർത്തി കവാടത്തിലൂടെ

തികച്ചും വ്യത്യസ്ഥമായൊരു സ്വപ്നലോകത്തേക്ക് കടന്നുചെല്ലുന്നത്. ഹിമാലയത്തിന്റെ വളർത്തുപുത്രിയായ ഭൂട്ടാനിലെത്തിച്ചേരാൻ പടിഞ്ഞാറുനിന്ന് കിഴക്കോട്ടുള്ള മാർഗ്ഗമാണല്ലോ ഞങ്ങൾ തെരഞ്ഞെടുത്തത്. ഇന്ത്യയിൽനിന്ന് ഭൂട്ടാനിലേക്കു പോകുന്നവർ മിക്കവാറും ഈ മാർഗ്ഗം തന്നെയാണ് തെരഞ്ഞെടുക്കാറുള്ളത്; ആസ്സാം വഴി വരുന്നവർ സാദ്യപ് ജോങ്കാർവഴി ഭൂട്ടാന്റെ കിഴക്കു ഭാഗത്താവും ആദ്യമെത്തുക.

ബംഗാളിലെ കഠിനമായ ചൂട് ഞങ്ങളെ ഏറെക്കുറേ തളർത്തിയിരുന്നുവെങ്കിലും ഭൂട്ടാനീസ് വാസ്തുമാതൃകയിൽ നിർമ്മിതമായ അതിർത്തികവാടം കണ്ടപ്പോൾ എല്ലാവർക്കും വലിയ ഉത്സാഹവും സന്തോഷവുമായി. കവാടത്തിന്റെ ശില്പഭംഗി ആസ്വദിക്കുന്നതിനായി ഡ്രൈവർ കാറിന്റെ വേഗത കുറച്ചു. ഇന്ത്യക്കഭിമുഖമായ കവാടഭിത്തിമേൽ കുറിച്ചിരിക്കുന്ന ആംഗലവാക്യങ്ങൾ തിരക്കേറിയ ഇന്ത്യൻ റോഡുകളിൽ വാഹനങ്ങൾ ഓടിക്കുന്നവരുടെ ഉത്തരവാദിത്വത്തെയും യാത്രക്കാരുടെ സുരക്ഷിതത്വത്തെയും കുറിച്ചുള്ള ഓർമ്മപ്പെടുത്തലായിരുന്നു. കവാടത്തിനപ്പുറത്ത് 'ഇന്ത്യാ-ഭൂട്ടാൻ ഫ്രണ്ട്ഷിപ്പ് അസോസിയേഷൻ 2013' എന്നെഴുതിയ, വർഷങ്ങൾ പഴക്കമുള്ളൊരു ബോർഡും കണ്ടു. ഇനിയങ്ങോട്ട് സഞ്ചാരികളെ കാത്തിരിക്കുന്നത് വിചിത്രമായൊരു ലോകമാണ്; 'ഏഷ്യയിലെ ഏറ്റവും സന്തുഷ്ടരാജ്യം' എന്നറിയപ്പെടുന്ന ഭൂട്ടാൻ.... ദ ലാന്ഡ് ഓഫ് ദ തണ്ടർ ഡ്രാഗൺ.

****

അതിർത്തി കവാടം

രണ്ട്

അതിർത്തിനഗരമായ ഫുൺഷോലിംഗ്

ഭൂട്ടാനീസ് വാസ്തുശൈലിയിൽ നിർമ്മിതമായ കവാടഭിത്തിയുടെ ഒരുഭാഗത്ത് പ്രകൃതിവർണ്ണങ്ങൾ ചാലിച്ചെഴുതിയ വലിയൊരു വ്യാളിയുടെ (ഡ്രുക്ക്) ചിത്രം; മറുഭാഗത്ത് രാജാവിന്റെയും. ഓരങ്ങളിൽ പൂച്ചെടികൾ വച്ചുപിടിപ്പിച്ച മനോഹരമായപാത. ഒരേ ശൈലിയിൽ പണിത വീടുകളുടെയും പീടികകളുടെയും ചുവരുകളിൽ വ്യാളിയുടെയും പൂക്കളുടെയും ചിത്രങ്ങൾ. ചിട്ടയൊപ്പിച്ച്

സംവിധാനം ചെയ്ത തെരുവുകൾ, പരമ്പരാഗതവേഷമണിഞ്ഞ, സൗമ്യപ്രകൃതികളായ മനുഷ്യർ. ഉറുമ്പിനെപ്പോലും നോവിക്കാതെ മെല്ലെമെല്ലെ നടന്നുനീങ്ങുകയാണവർ. തിരക്കിന്റെയും ബഹളത്തിന്റെയും നഗരമാലിന്യങ്ങളുടെയും നടുവിൽനിന്ന് വൃത്തിയും ഭംഗിയുമുള്ള പ്രശാന്തസുന്ദരമായൊരു പ്രദേശത്ത് ചെന്നെത്തിയതിന്റെ ആഹ്ലാദത്തോടെ സ്വപ്നസമാനമായ കാഴ്ചകളിലേക്ക് കണ്ണുകൾ തുറന്നുപിടിച്ചിരുന്നു.

ജനാധിപത്യറിപ്പബ്ളിക്കായ ഇന്ത്യക്കും കമ്മ്യൂണിസ്റ്റു ചൈനക്കുമിടയിലുള്ള ഒരു ചെറിയ രാജ്യമാണ് ഭൂട്ടാൻ. കുറച്ചുകൂടി വ്യക്തമായിപ്പറഞ്ഞാൽ പണ്ടുകാലത്ത് ചൈനയേയും ഇന്ത്യയേയും തമ്മിൽ ബന്ധിപ്പിച്ചിരുന്ന പട്ടുപാത (സിൽക്ക്റൂട്ട്) യിലാണ് ഈ പർവ്വതരാജ്യം. സ്വയംഭരണപ്രദേശമായ ചൈനീസ് ടിബറ്റ് വടക്കും ഇന്ത്യൻ സംസ്ഥാനങ്ങളായ അരുണാചൽപ്രദേശ് കിഴക്കും പശ്ചിമബംഗാളും അസ്സമും തെക്കും സിക്കിം പടിഞ്ഞാറും അതിർത്തി പങ്കിടുന്നു. ഉയർന്നപ്രദേശം എന്നർത്ഥമുള്ള 'ഭൂ-ഉത്താൻ' എന്ന സംസ്കൃതപദത്തിൽനിന്നാണ് ഭൂട്ടാൻ എന്ന വാക്കിന്റെ ഉൽപത്തി. കിഴക്കൻ ഹിമാലയനിരകളിൽ ഒറ്റപ്പെട്ടുകിടക്കുന്ന ഭൂട്ടാന്റെ ആകെ വിസ്തൃതി 47,500 ചതുരശ്ര കിലോമീറ്റർ. യു.എൻ ഡാറ്റ പ്രകാരം 2020 ജൂണിലെ ജനസംഖ്യ 771608 ആത്മീയതയിൽ അധിഷ്ഠിതമായ വിശ്വാസസംഹിതകളിൽനിന്നും ഉരുത്തിരിഞ്ഞ പ്രാക്തനസംസ്കാരത്തിന്റെയും പരമ്പരാഗതമായ ആചാരാനുഷ്ഠാനങ്ങളുടെയും വിചിത്രഭൂമികയാണ് ഹിമാലയത്തിലെ താപസരാജ്യം എന്നറിയപ്പെടുന്ന ഭൂട്ടാൻ. ടിബറ്റൻ ബുദ്ധിസ്റ്റുസംസ്കാരം കലർപ്പില്ലാതെ സംരക്ഷിക്കണമെന്ന ഉദ്ദേശത്തെ മുൻനിർത്തി, ഒട്ടേറെ നിയന്ത്രണങ്ങൾക്ക് വിധേയമാണ് ഇവിടത്തെ വിനോദസഞ്ചാരമേഖല. എല്ലാരാജ്യക്കാർക്കും സഞ്ചാരാനുമതി നൽകുകയില്ല. എന്നാൽ പാസ്പോർട്ടും വിസയുമില്ലാതെ അങ്ങോട്ടും ഇങ്ങോട്ടും സഞ്ചരിക്കാവുന്നത്ര സൗഹൃദം പുലർത്തിപ്പോരുന്ന രണ്ട് രാജ്യങ്ങളാണ് ഇന്ത്യയും ഭൂട്ടാനും. എമിഗ്രേഷൻ ഓഫീസിൽ നേരിട്ടുചെന്ന് തിരിച്ചറിയൽരേഖ ഹാജരാക്കി അനുമതിപത്രം വാങ്ങിയാൽ മതി.

അതിർത്തികവാടത്തിൽനിന്നും അൽപം അകലെയുള്ള പാർക്ക് ഹോട്ടലിലായിരുന്നു താമസസൗകര്യം ഏർപ്പെടുത്തിയിരുന്നത്. കുളിച്ചുഫ്രഷായതിനുശേഷം യാത്രാപെർമിറ്റ് ശരിയാക്കുന്നതിനായി എമിഗ്രേഷൻ ഓഫീസിലേക്കു പോകാനായിരുന്നു പ്ലാൻ. എന്നാൽ, ഭൂട്ടാനിലെ രാജാവായ ജിഗ്മെ ഖേസർ നാംഗ്യേൽ വാങ്ചുക്കിന് അനന്തരാവകാശിയായി ഒരാൺകുഞ്ഞ് ജനിച്ചിരിക്കുന്നുവെന്നും അതിന്റെ സന്തോഷം കൊണ്ടാടുന്നതിനായി രാജ്യത്ത് മൂന്നുദിവസത്തെ പൊതുഅവധി പ്രഖ്യാപിച്ചിരിക്കുകയാണെന്നും അതുകഴിഞ്ഞേ എമിഗ്രേഷൻ ആഫീസ് തുറക്കുകയുള്ളു എന്നുമുള്ള വാർത്തയാണ് ഞങ്ങളെ എതിരേറ്റത്. മനോഹരമായി

സജ്ജീകരിച്ച ഹോട്ടലിന്റെ റിസപ്ഷനിൽ അതിഥികളെ വരവേൽക്കാനെന്നപോലെ പുഞ്ചിരിച്ചുകൊണ്ടുനിൽക്കുന്ന രാജദമ്പതികളുടെ ചിത്രവും.

യാത്രാപരിപാടിയിൽ അപ്രതീക്ഷിതമായുണ്ടായ താമസം തെല്ല് നിരാശപ്പെടുത്തിയെങ്കിലും വിലപ്പെട്ടസമയം ഏറ്റവും പ്രയോജനകരമായി വിനിയോഗിക്കുവാൻ തന്നെ തീരുമാനിച്ചു. ഉച്ചയ്ക്കു ശേഷം അതിർത്തിനഗരമായ ഫുൺഷോലിംഗിൽ പെർമിറ്റുകൂടാതെ പോകാവുന്നത്ര സ്ഥലങ്ങൾ നടന്നുകാണുക, പിറ്റേന്നുവെളുപ്പിന് ഡാർജിലിംഗിലേക്കു പോവുക, രണ്ടുദിവസം അവിടെ ചെലവഴിച്ചിട്ട് പത്താംതീയതി രാത്രിയോടെ ഫ്യൂൺഷോലിംഗിൽ തിരിച്ചെത്തുക. ഡാർജിലിംഗ് യാത്രയ്ക്കുള്ള ഏർപ്പാടുകൾ ചെയ്തശേഷം മുറിയിലേക്കുപോയി. രണ്ടാംനിലയിലുള്ള മുറിയുടെ ജാലകത്തിലൂടെ നോക്കിയാൽ എതിർവശത്തുള്ള പാർക്കിലെ വിശേഷങ്ങൾ കാണാം.

ഭൂട്ടാന്റെ ദേശീയഭക്ഷണമായ ചോറും എമ ദട്ഷിയുമായിരുന്നു ഉച്ചഭക്ഷണത്തിനുള്ള വിഭവങ്ങൾ. മുളക് വെള്ളമൊഴിച്ച് വേവിച്ച് അതിൽ വെണ്ണക്കട്ടി മുറിച്ചിട്ട് തയാറാക്കുന്ന കറിയാണ് എമ ദട്ഷി. വെണ്ണ ഉരുകിച്ചേർന്ന് വെളുത്തനിറത്തിലായ എമ ദട്ഷി കണ്ടാൽ നമ്മൾ തേങ്ങാപ്പാൽ ചേർത്തുണ്ടാക്കുന്ന സ്റ്റൂ പോലിരിക്കും. രുചി വേറെയാണ്. ഭംഗിയായി ചിട്ടപ്പെടുത്തിയ ഡൈനിംഗ് ഹാളിന്റെ ഒരുഭാഗത്ത് മദ്യം വിൽക്കുന്ന ഒരു കൗണ്ടറുണ്ടായിരുന്നു. വേണമെന്നുള്ളവർക്ക് വാങ്ങി അവിടിരുന്നുതന്നെ കഴിക്കാം. ഭക്ഷണം ആവശ്യാനുസരണം വിളമ്പിക്കഴിക്കാം. ദേശീയവസ്ത്രമണിഞ്ഞ ഫുൺഷോയുടെയും ഋഷിയുടെയും പ്രസാദമധുരമായ സാന്നിദ്ധ്യം വിഭവങ്ങളുടെ സ്വാദ് വർദ്ധിപ്പിച്ചു. മയിൽപീലിയുടെ നിറമുള്ള 'കിര'യണിഞ്ഞ ഫുൺഷോ സൗമ്യവതിയായ ഒരു ഭൂട്ടാനീസ് സുന്ദരി തന്നെ. തിംഫുക്കാരനായ ഋഷി ജോലിക്കായി ഫുൺഷോലിംഗിൽ വന്നുതാമസിക്കുന്ന ചുറുചുറുക്കുള്ളൊരു ചെറു

നാഷണൽ ഫുഡ് എമദട്ഷി

ഡൈനിംഗ് ഹാളിലെ മദ്യകൗണ്ടർ

പ്പക്കാരനും. ആൺപെൺഭേദമില്ലാതെ സഞ്ചാരികളോട് അടുത്തിടപഴകുന്നവരാണ് നിഷ്കപടരായ ഭൂട്ടാനികൾ.

ആ നാടിന്റെ വസ്ത്രധാരണരീതികളെപ്പറ്റി അവരോട് ചോദിച്ചറിഞ്ഞു. പുരുഷന്മാർക്ക് 'ഘോ'യും സ്ത്രീകൾക്ക് 'കിര'യും ആണ് ഭൂട്ടാനിലെ അംഗീകൃതവേഷം. അയഞ്ഞ വെള്ള കഫ് വച്ചു പിടിപ്പിച്ച ഒറ്റത്തുണി വസ്ത്രമാണ് ഘോ. കോണോടുകോൺ വലിച്ച് മുട്ടോളം ഇറക്കി, അരയിൽ ബൽറ്റുകൊണ്ട് ബന്ധിച്ചിരിക്കയാൽ ആഴമുള്ളൊരു കീശയുമുണ്ടാവും. അത്യാവശ്യത്തിനുള്ള പണമോ കടലാസ്സുകളോ, സ്നാക്സോ, ഡോമപ്പെട്ടിയോ അങ്ങനെയെന്തും കീശയിൽ കൊണ്ടുനടക്കാം. വെറ്റിലയും പാക്കും ചുണ്ണാമ്പുതേച്ചു പൊതിഞ്ഞുസൂക്ഷിക്കുന്ന ചെറിയപെട്ടിയാണ് ഡോമപ്പെട്ടി. മുറുക്കാൻ (ഡോമ) ചവയ്ക്കുന്നത് ഭൂട്ടാനികളുടെ ശീലമാണ്. ഒരുസിങ്കിൾ ബെഡ്ഷീറ്റിനോളം നീളവും വീതിയുമുള്ള തുണി പുറമേ അയച്ചുചുറ്റി, തോളിൽ കോമ (വെള്ളിക്കുടുക്കുകൾ) കൊണ്ടും അരയിൽ കെയ്റ (ഇറുക്കമുള്ള ബൽറ്റു) കൊണ്ടും ബന്ധിക്കുന്നതാണ് സ്ത്രീകളുടെ വസ്ത്രമായ 'കിര'. ഇതിനടിയിൽ ധരിക്കുന്ന നീളൻ കൈകളുള്ള ബ്ലൗസിന് വോഞ്ജു എന്നും പുറമേധരിക്കുന്ന ജാക്കറ്റിന് ട്യോകോ എന്നും പറയും. ആകർഷകമായ നിറങ്ങളിലുള്ള വസ്ത്രങ്ങളോടാണ് എല്ലാവർക്കും പ്രിയം. അടുത്തകാലംവരെ സ്ത്രീകൾ മാത്രം അനുവർത്തിച്ചിരുന്ന ഒരു കലയാണ് തുണിനെയ്ത്ത്. മറ്റുജോലികളിൽ ഏർപ്പെട്ടിരിക്കുന്ന സ്ത്രീകൾ വിശ്രമവേളകൾ തുണിനെയ്ത്തിനായി വിനിയോഗിക്കു

ന്നു. അവർക്ക് നല്ലൊരു കിര നെയ്യുന്നതിന് ഏകദേശം ഒരുകൊല്ല ത്തോളം വേണ്ടിവരുമത്രെ. അപൂർവ്വമായെങ്കിലും പുരുഷന്മാരും ഇപ്പോൾ തുണിനെയ്ത്ത് ശീലമാക്കിവരുന്നു. സ്ത്രീകൾ പൊതുവേ മുടി ക്രോപ്പുചെയ്യുന്നതാണു പതിവ്. ഭൂട്ടാനിൽ മുടിനീട്ടി വളർത്തു ന്നതിന് വിലക്കുണ്ടത്രേ! എന്നാൽ, നഗരങ്ങളിലിപ്പോൾ മുടി നീട്ടി വളർത്തുന്ന പരിഷ്കാരികളായ ചെറുപ്പക്കാരികളെയും കാണാം.

ജാലകത്തിലൂടെയുള്ള കൗതുകകരമായ പുറംകാഴ്ചകളിൽ മുഴുകി വളരെനേരം ഡൈനിംഗ്ഹാളിൽത്തന്നെ ഇരുന്നു. ഹോട്ടലി നോടുചേർന്നുള്ള റോഡിലൂടെ നടന്നുപോകുന്ന സഞ്ചാരികളുടെ രൂപഭാവങ്ങളും വേഷവൈവിധ്യങ്ങളും കണ്ടിരിക്കുക എത്ര രസ കരം! റോഡിനപ്പുറത്തായി ബുദ്ധന്മാരുടെ ഒരാരാധനാലയമുണ്ട്. വലിയ തിരക്കാണവിടെ. ക്ഷേത്രത്തിനുചുറ്റും കാറ്റിൽപാറുന്ന ദർ ശിങ്ങുകൾ. ഉള്ളിൽ പ്രഭചൊരിയുന്ന നെയ്‌വിളക്കുകൾ, മുഖപ്പിലും മുറ്റത്തും സ്വച്ഛമായി വിഹരിക്കുന്ന പ്രാവുകൾ. മുറ്റത്ത് ചുരുണ്ടു കിടന്നുറങ്ങുന്ന തടിച്ചുകൊഴുത്തൊരു ശ്വാനൻ. പരിസരത്ത് പടർ ന്നുപന്തലിച്ചുനിൽക്കുന്ന പടുകൂറ്റൻ അരയാലിന്റെ ചുവ ട്ടിൽ വിഷാ ദമൂകനായി തലകുമ്പിട്ടിരിക്കുന്ന മദ്ധ്യവയസ്കൻ! 'സന്തുഷ്ടരുടെ നാട്ടി'ലെത്തിയ ആദ്യദിവസംതന്നെ ഒരു ദുഃഖിതനെയും കാണാ നായി എന്നത് കൗതുകകരമായ വസ്തുതയായിരുന്നു. ആത്മീ യതയുടെയും അന്ധവിശ്വാസങ്ങളുടെയും മാന്ത്രിക കവചത്തിനു ള്ളിൽ മയങ്ങിക്കിടക്കുന്ന നിഗൂഢസുന്ദരദേശത്തെ യാഥാർത്ഥ്യ ബോധത്തോടെ നോക്കിക്കാണാൻ നിമിത്തമായത് അപ്രതീക്ഷി തമായ ആ കാഴ്ചയാണ്.

വെയിലാറിയപ്പോൾ തണുപ്പിന് കരുത്തേറിത്തുടങ്ങി. സ്വറ്ററും കമ്പിളിത്തൊപ്പിയുമണിഞ്ഞ് പുറത്തേക്കിറങ്ങി, ഹോട്ടൽജാലകത്തി ലൂടെ കണ്ട ആരാധനാലയത്തിലേക്ക് നടന്നു. പരമ്പരാഗതമായ ഭൂട്ടാനീസ് വാസ്തുകലയുടെ വശ്യസൗന്ദര്യമൊന്നും അവകാശപ്പെ ടാനില്ലാത്തതും അധികം പഴക്കമില്ലാത്തതുമായ ഒരു കോൺക്രീറ്റു

പാർക്ക് ഹോട്ടലിൽ ഋഷിയോടൊപ്പം

തുണിനെയ്ത്ത്

നിർമ്മിതിയാണത്. രാജശിശുവിന്റെ ആയുരാരോഗ്യത്തിനായി പ്രത്യേക പ്രാർത്ഥനകളർപ്പിക്കാനെത്തിയ പ്രജകളുടെയൊപ്പം ഞങ്ങളും കൂടി.

നെയ്‌വിളക്കുകൾക്കു മുന്നിൽ കൈകൂപ്പി, മന്ത്രങ്ങളും പ്രാർത്ഥനകളും മുദ്രണംചെയ്ത പ്രാർത്ഥനാചക്രത്തെ കൈകൊണ്ടു കറക്കി മൂന്നുപ്രാവശ്യം വലംവച്ചു. ഈ പ്രാർത്ഥനാചക്രത്തിന് ഭൂട്ടാനീസ് ഭാഷയിൽ മാനിദുങ്ഗർ എന്നുപറയും. ബുദ്ധന്മാരുടെ ആരാധനാമന്ദിരങ്ങൾക്ക് കിയ്ച്ചുലഖാങ് എന്നും അവരുടെ സന്യാസമഠങ്ങൾക്ക് തക്ത്സങ് എന്നും പറയും.

ലോകമെങ്ങും ശാന്തിയും സമാധാനവും പുലരണമെന്നാണ് ബുദ്ധന്മാർ ആഗ്രഹിക്കുന്നത്. അതിനായി അവർക്ക് പ്രത്യേക മതകർമ്മങ്ങളും ആരാധനാരീതികളുമുണ്ട്. പുറംചുവരുകളിൽ ഘടിപ്പിച്ചിരിക്കുന്ന മാനിദുങ്ഗറുകളെ കൈകൊണ്ടു കറക്കിക്കറക്കിയാണ് ഭക്തജനങ്ങൾ ക്ഷേത്രത്തെ വലംവയ്ക്കുന്നത്. മനിദുങ്ഗറുകൾ കറങ്ങുന്നതിനനുസരിച്ച് ലോകത്ത് സമാധാനം പുലർന്നുകൊണ്ടേയിരിക്കുമെന്നാണ് വിശ്വാസം.

ലോകസമാധാനത്തിനും ക്ഷേമത്തിനുമായി ബുദ്ധന്മാരുടെ മറ്റൊരു സമർപ്പണമാണ് ദർശിങ്ങുകൾ അഥവാ പ്രാർത്ഥനക്കൊടികൾ. പ്രാർത്ഥനകളും മന്ത്രങ്ങളും പുണ്യവചനങ്ങളുമൊക്കെ എഴുതിയ പലനിറത്തിലും വലിപ്പത്തിലുമുള്ള കൊടികൾ മുളകളിലും കനംകുറഞ്ഞ മരക്കമ്പുകളിലും ബന്ധിച്ചു നാട്ടുക. ചെറുകൊടികളും തോരണങ്ങളും നൂലിൽ കൊരുത്ത് നീളേ കെട്ടുക. ആരാധനായലയങ്ങളിൽ മാത്രമല്ല, വഴിയോരങ്ങളിലും മലകളുടെ മുകളിലുമൊക്കെ ദർശിങ്ങുകൾ നാട്ടുക പതിവാണ്. ഏറ്റവും ദുർഘടമായ മലകളുടെ ഉച്ചിയിൽപോലും നൂറുകണക്കിന് ദർശിങ്ങുകൾ കാണാം.

എത്രത്തോളം കഷ്ടപ്പാടുകളും ത്യാഗങ്ങളും സഹിച്ച് ദർശിങ്ങുകൾ സമർപ്പിക്കപ്പെടുന്നുവോ അത്രത്തോളം പ്രതിഫലവും ലഭിക്കുമെന്നാണ് വിശ്വാസം. എഴുത്തുകളൊന്നുമില്ലാതെ മന്ത്രിച്ച് ഊതിയും ദർശിങ്ങുകൾ സമർപ്പിക്കാറുണ്ട്. പാരോ വിമാനത്താവളത്തിലേക്കുള്ള വഴിയിൽ ഇത്തരം മന്ത്രിച്ചൂതിയ ദർശിങ്ങുകളും കാണാനിടയായി. വെളുത്തനിറത്തിലുള്ള മന്ത്രക്കൊടികളാണ് പരേതർക്കുവേണ്ടി സമർപ്പിക്കുന്നത്. എല്ലാത്തരം ദർശിങ്ങുകളും മാർക്കറ്റുകളിലും കിയ്ച്ചുലഖാങ്ങുകളിലും തക്സങ്ങുകളിലും യഥേഷ്ടം വാങ്ങാൻ കിട്ടും. ജനങ്ങളുടെ സമാധാനം, സന്താനലബ്ധി, കച്ചവടലാഭം, തൊഴിൽപുരോഗതി, രോഗമുക്തി, ലോകനന്മ എന്നിവയാണ് ദർശിങ് സമർപ്പണംകൊണ്ട് ഉദ്ദേശിക്കുന്നത്. കൊടികൾ പാറിപ്പറന്നുകൊണ്ടിരിക്കുന്ന കാലത്തോളം അവയിലെഴുതിയിരിക്കുന്ന പ്രാർത്ഥനകളുടെ ഫലങ്ങൾ കാറ്റിലൂടെ ലോകമെങ്ങും എത്തിക്കൊണ്ടേ

യിരിക്കുമത്രേ.

'ആരാധനാലയങ്ങൾക്കുള്ളിൽ ഫോട്ടോഗ്രഫിയും വീഡിയോഗ്രഫിയും കർശനമായി നിരോധിച്ചിരിക്കുന്നു' എന്ന ബോർഡ് ശ്രദ്ധിക്കാതെ സഹയാത്രികയായ സീതമ്മാൾ ടീച്ചർ മനിദുങ്ഗറിന്റെയും മറ്റും ഫോട്ടോകളെടുത്തു. ഒരു സന്യാസി ബോർഡിനു നേരെ വിരൽ ചൂണ്ടിക്കൊണ്ട് അവരുടെ കൈയിൽനിന്ന് ഐപാഡ് വാങ്ങി ഫോട്ടോകളെല്ലാം ഡിലീറ്റുചെയ്തു. പുറത്തിറങ്ങിയശേഷം റോഡരികിൽ നിന്നുകൊണ്ട് ഉള്ളിലെ നെയ്‌വിളക്കുകളുടെയും മനിദുംഗറിന്റെയുമെല്ലാം ചിത്രങ്ങൾ സന്യാസിമാർ കാണാതെ ഞങ്ങൾ ക്യാമറയിൽ പകർത്തി.

തണുപ്പേറുവോളം ഫുൺഷോലിംഗിന്റെ തെരുവുകളിൽ ചുറ്റി നടന്നു. ഈ അതിർത്തിനഗരത്തിന് ഒരു വാണിജ്യനഗരത്തി ന്റെ മുഖമാണെങ്കിലും ബംഗാൾനഗരമായ ജയ്‌ഗോണിലെപ്പോലെ ജനബാഹുല്യമോ വാഹനത്തിരക്കോ ഇല്ല. ഫുൺഷോലിംഗ് ഉൾപ്പെടുന്ന ചുക്കജില്ല മൊത്തമെടുത്താൽപോലും ജയ്‌ഗോണിന്റെ അത്രയും ജനസംഖ്യ ഉണ്ടാവില്ല. നേപ്പാളിവംശജരാണ് ഇവിടത്തെ താമസക്കാരധികവും; നൂറ്റാണ്ടുകൾക്കുമുമ്പ് നേപ്പാളിൽനിന്ന് കുടിയേറിയവരാണിവർ. ഭൂട്ടാൻ വംശജർ ഒരു ചെറിയശതമാനമേയുള്ളൂ. വൃത്തിയിലും അടുക്കും ചിട്ടയിലുമൊക്കെ ഭൂട്ടാന്റെ അതിർത്തിനഗരം ഇന്ത്യൻനഗരമായ ജയ്‌ഗോണുമായി താരതമ്യം ചെയ്യാനാവാത്തവിധം മുന്നിലാണ്. ചിത്രാലങ്കൃതമായ അതിർത്തികവാടവും വീടുകളും പീടികകളും തുടങ്ങി സകലനിർമ്മിതികളും നമുക്ക് തീർത്തും അപരിചിതമായൊരു പാരമ്പര്യസംസ്കൃതിയുടെ രൂപസൗകുമാര്യത്തികവോടെ നിലകൊള്ളുന്നു.

റോഡരികത്തുള്ള ചില പീടികകൾക്കു മുന്നിൽ വെറ്റിലക്കെട്ടുകളും ചാക്കുകളിൽ നിറച്ച അടയ്ക്കയും വില്പനക്കുവച്ചിരിക്കുന്നതുകണ്ടു. ഭൂട്ടാനിൽ വെറ്റിലമുറുക്ക് മാന്യമായശീലവും ഉപചാരവും ആണ്. എന്നാൽ പുകയിലയും പുകയിലയുൽപന്നങ്ങളും വിൽക്കുന്നതും വാങ്ങുന്നതും നിയമം മുഖേന നിരോധിച്ചിട്ടുണ്ട്. ആകയാൽ പുകവലിയും പുകയില കൂട്ടിയുള്ള മുറുക്കും പാടില്ല. ടൂറിസ്റ്റുകൾക്കും ഈ നിരോധനം ബാധകമാണ്. പിടിക്കപ്പെട്ടാൽ എത്ര ഉന്നതരായാലും ശിക്ഷ അനുഭവിക്കുകയേ നിവൃത്തിയുള്ളൂ. ഏഴുവർഷംവരെ തടവുശിക്ഷ ലഭിക്കാവുന്ന കുറ്റമാണ്. എന്നാലും സിഗരറ്റും പുകയിലയും ഒളിച്ചുകടത്തി അതീവരഹസ്യമായി ഉപയോഗിക്കുന്നവർ ധാരാളമുണ്ടെന്നത് പരസ്യമായ രഹസ്യമാണ്. ഒളിച്ചുകടത്തുകാർ അധികവും സ്ത്രീകളാണ്. ഇന്ത്യയിൽനിന്ന് ഭൂട്ടാനിലെ രഹസ്യവില്പനക്കാരിലെത്തുമ്പോഴേക്കും വില മൂന്നിരട്ടിയാവും. തണുപ്പുരാജ്യമായതിനാൽ തുണിക്കടകളിൽ അധികവും കമ്പിളിവസ്ത്രങ്ങളാണ്. ഭൂട്ടാനിൽ വഴിയോരക്കച്ചവടമില്ല;

സാധനങ്ങൾക്ക് വിലപേശലുമില്ല. എന്നാൽ മദ്യമൊഴികെ മറ്റെല്ലാറ്റിനും പൊതുവേ വില വളരെക്കൂടുതലാണ്. തൊട്ടിപ്പുറത്തെ ഇന്ത്യൻ നഗരമായ ജയ്ഗോണിൽ വില താരതമ്യേന കുറവായതിനാൽ ഭൂട്ടാനിലെ വിദൂരസ്ഥലങ്ങളിൽ നിന്ന് തങ്ങളുടെ കാർഷികോല്പന്നങ്ങൾ വിൽക്കുവാൻ ഫുൺഷോലിംഗിലെത്തുന്ന ഭൂട്ടാനികളും നേപ്പാളികളുമൊക്കെ സാധനങ്ങൾ വാങ്ങുന്നത് ജയ്ഗോണിൽനിന്നാണ്. ആയതിനാൽ ചുങ്കം കൊടുത്ത് ഇന്ത്യയിൽ നിന്ന് സാധനങ്ങൾ ഇറക്കുമതിചെയ്യുന്ന ഫുൺഷോലിംഗിലെ കച്ചവടക്കാർ നേരിടുന്ന വെല്ലുവിളി ചെറുതല്ല.

ഹോട്ടലിന് എതിർവശത്തുള്ള പാർക്കിൽ വിശ്രമിക്കുമ്പോൾ ചെറുപ്പക്കാരികളായ രണ്ടുസ്ത്രീകൾ ആരെയോ പ്രതീക്ഷിച്ചെന്നപോലെ അവിടെ നിൽക്കുന്നുണ്ടായിരുന്നു. കുറേക്കഴിഞ്ഞപ്പോൾ അവർ ബംഗാളികളായ രണ്ടുചറുപ്പക്കാർക്കൊപ്പം പോകുന്നതും കണ്ടു. പാർക്കിൽവച്ച് ഇത്തിരിമുമ്പ് പരിചയപ്പെട്ട ജോസഫ് എന്ന മലയാളിയുടെ പരിചയക്കാരായിരുന്നു ലൈംഗികത്തൊഴിലാളികളായ ആ സ്ത്രീകൾ. ഫുൺഷോലിംഗിലെ ബാറുകളിലും ഹോട്ടലുകളിലും ഇതേപോലുള്ള സ്ത്രീകളുടെ സേവനം ലഭ്യമാണെന്നും ബംഗ്ലാദേശിൽനിന്നും ഇന്ത്യയിൽനിന്നുമുള്ള പുരുഷന്മാരാണ് ഇവരുടെ സേവനങ്ങൾ പ്രയോജനപ്പെടുത്തുന്നതെന്നും ജോസഫ് പറഞ്ഞു. ഈ തൊഴിലിൽ ഏർപ്പെട്ടിരിക്കുന്നതിൽ അധികവും നേപ്പാളി വംശജരായ സ്ത്രീകളാണത്രെ! നൂറ്റാണ്ടുകൾക്കുമുമ്പ് ഭൂട്ടാനിലേക്ക് കുടിയേറിയ നേപ്പാളികൾ 'ലൊട്ഷാമ്പകൾ' എന്നപേരിലാണ് അറിയപ്പെടുന്നത്. അവരുടെ ജീവിതം ദുരിതങ്ങളും സങ്കടങ്ങളും നിറഞ്ഞതാണെന്നും രണ്ടാംതരം പൗരന്മാരെപ്പോലെയാണ് ഭൂട്ടാനികൾ അവരോട് പെരുമാറുന്നതെന്നുമൊക്കെ കേട്ടപ്പോൾ ആദ്യം അവിശ്വസനീയതയുടെ അമ്പരപ്പാണുണ്ടായത്. അവിടത്തെ സർക്കാർസ്കൂളിലെ ഗണിതാദ്ധ്യാപകനായ ജോസഫ് ഒരു ഭൂട്ടാനി സ്ത്രീയെ വിവാഹംകഴിച്ച് ഫുൺഷോലിംഗിൽ സ്ഥിരതാമസമാക്കിയ ആളാണ്. ഭൂട്ടാനെക്കുറിച്ച് അദ്ദേഹത്തിൽനിന്ന് ലഭിച്ച പലവിവരങ്ങളും മുൻധാരണകൾക്ക് വിരുദ്ധമായിരുന്നു.

വാണിജ്യനഗരമായ ജെയ്ഗോണിനോടു ചേർന്നുകിടക്കുന്നതിനാലും ഇന്ത്യയുമായുള്ള വാണിജ്യം ഇതുവഴിയായതിനാലും സാമ്പത്തികമായി ഈ അതിർത്തിനഗരം ഭൂട്ടാനിലെ മറ്റുനഗരങ്ങളെ അപേക്ഷിച്ച് കൂടുതൽ മെച്ചപ്പെട്ട സ്ഥിതിയിലാണെന്നു പറയാം. ഭൂട്ടാൻ ബാങ്കിന്റെ ആസ്ഥാനവും ഇവിടെയാണ്. ഇക്കാരണങ്ങളാൽ ഫ്യുൺഷോലിംഗിനെ ഭൂട്ടാന്റെ സാമ്പത്തികതലസ്ഥാനം എന്നു പറയുന്നു. ഇന്ത്യൻ സമതലത്തോടു ചേർന്നുകിടക്കുന്നതിനാലാവാം ഇവിടെ വരണ്ട പകലായിരുന്നു. വെയിലിന് ചൂട് കുറവായിരുന്നു എന്നതൊഴിച്ചാൽ കാലാവസ്ഥയിൽ കാര്യമായ വ്യത്യാസമൊന്നും അനുഭവപ്പെട്ടില്ല. എന്നാൽ ഭൂപ്രകൃതിയിലുള്ള അന്തരം തീർച്ചയായും നമ്മെ അത്ഭുതപ്പെടുത്തും; ഉള്ളിലേക്കുപോകു

പ്രാർത്ഥനക്കൊടികൾ

ന്തോറും പടിപടിയായി, തട്ടുതട്ടായി, ഉയർന്നുകിടക്കുന്ന ഭൂപ്രദേശം. ചിത്രാലങ്കൃതമായ വീടുകളും ഏകതാനത പുലർത്തുന്ന വാസ്തുശില്പശൈലിയിലുള്ള ആരാധനാലയങ്ങളും അതിർത്തികവാടത്തിന്റെ ചെറുമാതൃകകൾ പോലെയുള്ള കവചിതകവാടങ്ങളും വർണ്ണപുഷ്പങ്ങൾ ചൂടിനിൽക്കുന്ന വൃക്ഷങ്ങളും പ്രത്യേകയിനം ചെടികളും സസ്യങ്ങളും... ഹിമാലയത്തിന്റെ മടിത്തട്ടിൽ പ്രകൃതിയും മനുഷ്യരും ചേർന്നൊരുക്കിയ വിചിത്രമായൊരു ജൈവസുന്ദരലോകം!

രാത്രിയിൽ നല്ല തണുപ്പായിരുന്നതിനാൽ മുറിയിലെ എ.സി പ്രവർത്തിപ്പിക്കേണ്ടിവന്നില്ല. ഹോട്ടൽമുറികളിൽ ടൂറിസ്റ്റുകളുടെ സൗകര്യാർത്ഥം ഇന്റർനെറ്റ് കണക്ഷനും കേബിൾ ടി.വി. നെറ്റുവർക്കും നൽകിത്തുടങ്ങിയത് അടുത്തകാലത്താണ്. രാജശിശുവിന്റെ ജനനവാർത്തയും ആശംസാപ്രവാഹങ്ങളും ബി.ബി.എസ്സിലൂടെ (ഭൂട്ടാൻ ബ്രോഡ്കാസ്റ്റിംഗ് സർവ്വീസ് ടെലിവിഷൻ) ആവർത്തിച്ചാവർത്തിച്ച് സംപ്രേഷണം ചെയ്യുന്നുണ്ടായിരുന്നു. ഏഷ്യാനെറ്റ് ഉൾപ്പെടെയുള്ള ചില മലയാളം ചാനലുകളും വൈഫൈ കണക്ഷനും ഫോൺബന്ധവും ലഭ്യമായിരുന്നതിനാൽ നാട്ടിൽനിന്നും അത്ര അകലെയല്ല എന്ന തോന്നലോടെയാണ് ഉറങ്ങാൻ കിടന്നത്.

****

മൂന്ന്

ഡ്രുക് യുൽ എന്ന വ്യാളിനാട്

ഇംഗ്ലീഷ് എഴുത്തുകാരനായ ജെയിംസ് ഹിൽട്ടന്റെ, 1933-ൽ പ്രസിദ്ധീകരിച്ച 'ലോസ്റ്റ് ഹൊറൈസൺ' എന്ന നോവലിലാണല്ലോ ഹിമാലയത്തിലെവിടെയോ ഉള്ള അറിയപ്പെടാത്ത സ്വർഗ്ഗത്തെ ഷാങ്ഗ്രില എന്ന പേരിൽ നമ്മൾ പരിചയപ്പെടുന്നത്. ഈ സങ്കൽപദേശത്തിന്റെ സൃഷ്ടിക്ക് ഹിൽട്ടന് പ്രചോദനമായത് ഭൂട്ടാനാണെന്ന് കരുതപ്പെടുന്നു. ടൂറിസ്റ്റ് ബ്രോഷറുകളിൽ 'ദി ലാസ്റ്റ് ഷാങ്ഗ്രില' എന്ന വിശേഷണം ധാരാളമായി പ്രയോഗിച്ചു കാണാറുണ്ടെങ്കിലും അതിന്റെ അർത്ഥമെന്താണെന്ന് ഭൂട്ടാനിലെ നല്ലൊരു വിഭാഗം ആളുകൾക്കും അറിഞ്ഞുകൂട. ഇത്തരം അറിയപ്പെടാത്ത സ്വർഗ്ഗങ്ങൾ ഹിമാലയത്തിലെ ഏറ്റവും ദുർഘടമായ പ്രദേശങ്ങളിലുണ്ടെന്നും അവ കണ്ടെത്തിയത് ഇന്ത്യാക്കാരനായ ഗുരുപത്മസംഭവയാണെന്നും നിതാന്തമായ ശാന്തിയും സമാധാനവും നിറഞ്ഞ ആ സ്ഥലങ്ങൾ മിക്കവയും ഭൂട്ടാനിലാണെന്നും മുൻരാജാവിന്റെ പത്നിയായ അഷി ദോർജി വാങ്മോയുടെ 'എ പോർട്രെയ്റ്റ് ഓഫ് ഭൂട്ടാൻ' എന്നപുസ്തകത്തിൽ പറയുന്നുണ്ട്. 'ബെയുൾസ്' എന്നാണ് ആ സ്ഥലങ്ങൾക്ക് ഭൂട്ടാനികൾ നൽകിയിരിക്കുന്ന പേര്.

എന്നാൽ ജെയിംസ്ഹിൽട്ടന്റെ ഷാങ്ഗ്രിലയെ അപേക്ഷിച്ച് ബെയുൾസിൽ അധിവസിക്കുന്നവർ ജരാനരകളുൾപ്പെടെ മനുഷ്യജന്മത്തിലെ എല്ലാ ഘട്ടങ്ങളിലൂടെയും കടന്നുപോകുന്നവരാണെന്നൊരു വ്യത്യാസമുണ്ട്. പ്രകൃതിക്കിണങ്ങിമാത്രം ജീവിക്കുന്നവരും സാംസ്കാരികത്തനിമ കാത്തുസൂക്ഷിക്കുന്നവരും ഭൂട്ടാന്റെ തന്നെ മറ്റുഭാഗങ്ങളുൾപ്പെടെയുള്ള പുറംലോകത്തിന്റെ മാറ്റങ്ങൾ ഉൾക്കൊള്ളാൻ കൂട്ടാക്കാത്തവരും കാലിവളർത്തലും കൃഷിയും മാത്രം

അർഷി ദോർജി വാങ്മൊ

ഉപജീവനമാർഗ്ഗമാക്കിയവരുമാണ്... ബെയൂൾസിലെ നിവാസികൾ. ഈയിടെ ഇന്ത്യൻ സംസ്ഥാനമായ സിക്കിമിലൂടെയുള്ള യാത്ര യ്ക്കിടയിൽ രസകരമായൊരു കാര്യം കേട്ടു: ഹിമാലയത്തി ന്റെ ഉൾമടക്കിൽ അവർക്കുമുണ്ടൊരു ബെയുൾസ്! ഭൂപ്രകൃതിയിൽ മാത്രമല്ല മതവിശ്വാസങ്ങളിലും ജീവിതരീതിയിലുമൊക്കെ ഏറെ ക്കുറേ സമാനതപുലർത്തുന്ന സിക്കിമിനെ ഭൂട്ടാന്റെ ഇരട്ടസഹോ ദരി എന്നാണല്ലോ പറയപ്പെടുന്നത്. ചൈനയിലെ ഒരു വിനോദ സഞ്ചാരകേന്ദ്രത്തിന്റെ പേര് ഷാങ്ഗ്രില എന്നാണത്രെ.

ഇരുപതാംനൂറ്റാണ്ടിന്റെ പകുതിവരെ നമ്മൾ ഭൂട്ടാനെക്കു റിച്ച് അധികമൊന്നും കേൾക്കുകയോ അറിയുകയോ ചെയ്തിരു ന്നില്ല. ഭൂമിശാസ്ത്രപരമായ കാരണങ്ങളാൽ ലോകത്തിന്റെ മറ്റുഭാഗ ങ്ങളിൽനിന്നും ഒറ്റപ്പെട്ടുകിടക്കുന്ന ഭൂട്ടാന്റെ പഴയകാല ചരിത്രം അവ്യക്തമാണ്. ബി.സി. രണ്ടായിരം മുതൽക്കേ ഈപ്രദേശത്ത് ജനവാസമുണ്ടായിരുന്നതായി പുരാവസ്തുശാസ്ത്രപ്രകാരം തെളി വുകളുണ്ടെന്ന് പറയപ്പെടുന്നു. ബുദ്ധിസ്റ്റ്ദ്സോങ്ങുകളിലും മൊണാ സ്ട്രികളിലും സൂക്ഷിച്ചിരുന്ന ചരിത്രരേഖകൾ മിക്കവയും പലപ്പോ ഴായുണ്ടായ തീപിടുത്തങ്ങളിലും ഭൂമികുലുക്കങ്ങളിലുംപെട്ട് നഷ്ട

പ്പെട്ടുപോയതു കാരണം ഭൂട്ടാന്റെ മദ്ധ്യകാലചരിത്രവും കൃത്യമായി പറയാനാവില്ല.

'ഡ്രുക്ക് യൂൽ' എന്നാണ് ഭൂട്ടാനികൾ തങ്ങളുടെ രാജ്യത്തിനു നൽകിയിരിക്കുന്ന പേര്. ദേശീയഭാഷയായ 'ദ്സോങ്ക'യിൽ ഡ്രുക്ക് യൂൽ എന്നുപറഞ്ഞാൽ വ്യാളിയുടെ നാട് (ലാന്റ് ഓഫ് ദ തണ്ടർ ഡ്രാഗൺ) എന്നർത്ഥം. രാജാവിനെ ഡ്രുക് ഗ്യാൽപോ (ഡ്രാഗൺ കിംഗ്) എന്നാണ് പറയുക. ഈ നാമകരണത്തിനുപിന്നിൽ ഭൂട്ടാൻ ജനതയുടെ പാരമ്പര്യവിശ്വാസങ്ങളിൽ നിന്ന് അടർത്തിമാറ്റാനാവാത്ത ഒരു ഐതിഹ്യമുണ്ട്. ടിബറ്റൻ ആത്മീയ ഗുരുവായിരുന്ന സാങ്പ ഗ്യേർ യേഷെ ദോർജി (എ.ഡി.1161-1211) റാലുങ്ങ് മൊണാസ്ട്രിയുടെ പവിത്രീകരണകർമ്മം നിർവ്വഹിക്കുന്ന വേളയിൽ ഇടിമുഴക്കം പോലൊരു ശബ്ദം കേട്ടുവെന്നും ബുദ്ധന്റെ തത്വസംഹിതകൾ ഡ്രുക്ക് (ഡ്രാഗൺ) ഉച്ചത്തിൽ പ്രഘോഷിച്ച ശബ്ദമായിരുന്നു അതെന്ന് വിശ്വസിച്ച ഗുരു ആ മൊണാസ്ട്രിക്ക് ഡ്രുക്ക് റാലുംഗ് എന്നും അദ്ദേഹം സ്ഥാപിച്ച മതവിഭാഗത്തിന് ഡ്രുക്പ കർഗ്യു എന്നും പേരിട്ടുവെന്നാണ് കഥ. ഇതാണല്ലോ (മഹായാന ബുദ്ധിസം) പതിനേഴാംനറ്റാണ്ടിൽ ഭൂട്ടാന്റെ ദേശീയമതമായി അംഗീകരിക്കപ്പെട്ടത്. ഭൂട്ടാനിലെ ഒട്ടുമിക്ക ആചാരാനുഷ്ടാനങ്ങളും ടിബറ്റൻ പാരമ്പര്യത്തിന്റെ തുടർച്ചയാണെന്നത് മുൻകാ

ലങ്ങളിൽ ഇരുരാജ്യങ്ങളും തമ്മിലുണ്ടായിരുന്ന ചരിത്രബന്ധത്തെ സൂചിപ്പിക്കുന്നു. ചൈനീസ് അതിർത്തിയിൽ ടിബറ്റിനോടുചേർന്നു കിടക്കുന്ന ഭൂട്ടാനെ ടിബറ്റിന്റെ തുടർച്ചയായാണ് മുൻകാലങ്ങളിൽ ലോകം കണ്ടിരുന്നത്. ലഭ്യമായ രേഖകൾ പ്രകാരം, 1616-ൽ ടിബറ്റിൽനിന്ന് രാഷ്ട്രീയകാരണങ്ങളാൽ പലായനം ചെയ്യേണ്ടിവന്ന സബ്രാങ്ങ് ങാവങ് നാംഗ്യേൽ എന്ന ലാമയാണ് ആദ്യമായി ഭൂട്ടാനിലെ വിവിധ പ്രദേശങ്ങളെ ഏകോപിപ്പിച്ച് ഒരു ഭരണത്തിൻകീഴിൽ കൊണ്ടുവന്നത്. താന്ത്രിക മഹായാന ബുദ്ധിസം ഭൂട്ടാന്റെ ദേശീയമതമാക്കിയതും മതാധിഷ്ഠിതമായ വിദ്യാഭ്യാസസമ്പ്രദായവും ദേശീയവസ്ത്രവും ഏർപ്പെടുത്തിയതും അദ്ദേഹമാണ്. അകയാൽ ഭൂട്ടാനികൾ സബ്രാങ് ങാവങ് നാംഗ്യേൽ ലാമയെ ഏകീകൃതഭൂട്ടാന്റെ സ്ഥാപകനായി അംഗീകരിച്ച് ആദരിക്കുന്നു.

പ്രബുദ്ധനായ ഒരു ഭരണാധിപനായിരുന്നു സബ്രാങ്ങ്. ടിബറ്റിൽനിന്നുള്ള ആക്രമണം ഭയന്ന് ഭൂട്ടാനിലെ ഓരോ പ്രവിശ്യയിലും അദ്ദേഹം കോട്ടകൾ പണിതു. ദ്സോങ് എന്നറിയപ്പെടുന്ന കോട്ടകൾ ഇപ്പോൾ ഭൂട്ടാനിലെ പ്രാദേശികഭരണ കാര്യാലയങ്ങളും പൗരോഹിത്യആസ്ഥാനങ്ങളും സന്യാസിമഠങ്ങളുമായി പ്രവർത്തിച്ചുപോരുന്നു. അദ്ദേഹത്തിന്റെ കാലശേഷം പല പല രാഷ്ട്രീയ പ്രതിസന്ധികളിലൂടെ കടന്നുപോകേണ്ടിവന്ന ഭൂട്ടാൻ വീണ്ടുമൊരു സുസ്ഥിര ഭരണത്തിൻ കീഴിലാവുന്നത് ഇരുപതാം നൂറ്റാണ്ടിലാണ്. പരസ്പരം പോരടിച്ചുകഴിഞ്ഞിരുന്ന വിവിധ ഗോത്രവർഗ്ഗങ്ങളെ 1885-ൽ ഇന്ത്യയിലെ ബ്രിട്ടീഷ് ഗവണ്മെന്റിന്റെ സഹായത്തോടെ ത്രോങ്സ ഗോത്രത്തിന്റെ ആധിപനായിരുന്ന ഗോങ്സർ ഉഗ്യേങ്ങ് വാങ്ചുക്ക് തന്റെ നിയന്ത്രണത്തിലാക്കി. രണ്ടു പതിറ്റാണ്ടുകൾക്കുശേഷം ജനപ്രതിനിധികളും ഉന്നതോദ്യോഗസ്ഥരും ലാമമാരും ചേർന്ന് അദ്ദേഹത്തെ ഭൂട്ടാനിലെ ആദ്യത്തെ 'ഡ്രുക്ക് ഗ്യാൽപൊ' (പരമ്പരാഗത രാജാവ്) ആയി അവരോധിച്ചു. മഹാസന്തോഷത്തിന്റെ കൊട്ടാരം എന്നറിയപ്പെടുന്ന പുനാഖദ്സോങ്ങിൽ 1907 ഡിസംബർ പതിനേഴിനായിരുന്നു. മതാചാരപ്രകാരമുള്ള സ്ഥാനാരോഹണം. അതിനെത്തുടർന്ന് എല്ലാകൊല്ലവും ഡിസംബർ പതിനേഴ് ഭൂട്ടാന്റെ ദേശീയദിനമായി ആചരിച്ചുപോരുന്നു.

ഹിമാലയത്തിലെ താപസരാജ്യം എന്ന പേരിനാൽ അറിയപ്പെട്ടിരുന്ന ഭൂട്ടാൻ ഇന്നും ഏറെക്കുറേ അങ്ങനെതന്നെയാണ്. എവിടെയും കാവിച്ചുവപ്പണിഞ്ഞ ബുദ്ധസന്യാസിമാരെ കാണാം. മതാനുഷ്ഠാനങ്ങളിൽ മാത്രമല്ല, രാജ്യത്തിന്റെ ഭരണകാര്യങ്ങളിലും നീതിനിർവ്വഹണത്തിലും പുരോഹിതസഭ സുപ്രധാനപങ്കുവഹിക്കുന്നു. 'ദ്സോങ്ക' ആണ് രാഷ്ട്രഭാഷ. കൂടാതെ നിരവധി പ്രാദേശികഭാ

ഷകളും നിലവിലുണ്ട്. ഹിന്ദിയും ഇംഗ്ലീഷും അറിയാവുന്നവരും വിരളമല്ല. ഗാലോങ്സ്, ഷാഖോപ്സ്, ലോട്ട്ഷാംപാസ് എന്നിങ്ങനെ പലജനവിഭാഗങ്ങൾ ഇവിടെ അധിവസിക്കുന്നു.

ബുദ്ധിസ്റ്റുരാജ്യമെന്നാണ് പറയപ്പെടുന്നതെങ്കിലും ഇവിടത്തെ ജനങ്ങളിൽ ഇരുപത്തിരണ്ടുശതമാനത്തോളം ഹിന്ദുക്കളാണ്. ഹിന്ദുരാജ്യമായ നേപ്പാളിൽനിന്ന് കുടിയേറിയവരുടെ തനിമ ഇല്ലാതാക്കുക എന്ന മനപ്പൂർവ്വമായ ഉദ്ദേശത്തോടെയാണ് ദേശീയ വസ്ത്രം എല്ലാവർക്കും നിർബന്ധമാക്കിയത് എന്ന ആരോപണവും ഭരണകൂടത്തിനെതിരെ നിലനിൽക്കുന്നു. അതിർത്തിജില്ലയായ ഫുൺഷോലിംഗിലെ ജനങ്ങളിൽ ഭൂരിഭാഗവും നേപ്പാളിവംശജരായ ഹിന്ദുക്കളാണ്. എണ്ണത്തിൽ കുറവാണെങ്കിലും ക്രിസ്ത്യാനികളും മിഷണറിപ്രവർത്തനങ്ങളുമായി ചുവടുറപ്പിക്കാൻ തുടങ്ങിയിരിക്കുന്നു. പള്ളികളും പരസ്യാരാധനയും വിലക്കിയിരിക്കുന്നതിനാൽ വീടുകളിൽ രഹസ്യമായിട്ടാണ് ആരാധനയ്ക്കായി ഒത്തുകൂടുന്നത്. അതുകൊണ്ടുതന്നെ മതാചാരപ്രകാരമുള്ള ശവമടക്ക് ക്രിസ്ത്യാനികളെ സംബന്ധിച്ചിടത്തോളം വലിയൊരു പ്രശ്നമായി അവശേഷിക്കുന്നു. ഇത്തരം വിലക്കുകളോടും കടുംപിടിത്തങ്ങളോടുമുള്ള എതിർപ്പും പ്രതിഷേധവും രഹസ്യമായെങ്കിലും പ്രകടിപ്പിക്കുന്ന ബുദ്ധിജീവികളും ചെറുപ്പക്കാരും, എണ്ണത്തിൽ വളരെ കുറവാണെങ്കിലും, ഉണ്ടെന്നതും ശ്രദ്ധേയമായ കാര്യമാണ്. രണ്ടായിരാമാണ്ടോടുകൂടി, ഇന്റർനെറ്റും ടെലിവിഷനും പോലുള്ള ആധുനികജീവിത സൗകര്യങ്ങൾ ലഭ്യമായിത്തുടങ്ങിയതോടെ ബോളിവുഡ്ഡും ഹോളിവുഡ്ഡുമൊക്കെ ചെറുപ്പക്കാരെ സ്വാധീനിച്ചുതുടങ്ങിയിരിക്കുന്നു. സന്യാസത്തിലുള്ള താത്പര്യം കുറഞ്ഞുവരുന്നു. ബുദ്ധിസ്റ്റു പാരമ്പര്യവും സംസ്കാരവും എത്രകാലം കലർപ്പില്ലാതെ നിലനിർത്താനാവുമെന്ന കാര്യത്തിൽ പരമ്പരാഗതവാദികളായ മുതിർന്ന തലമുറയും പൗരോഹിത്യവും കടുത്ത ആശങ്കയിലാണിപ്പോൾ.

****

നാല്

മേഘങ്ങളുമ്മവയ്ക്കുന്ന ഹിമതാഴ്‌വര

പതിനൊന്നിന് രാവിലെ എട്ടുമണിക്കേ അതിർത്തികവാടത്തിനുസമീപത്തുള്ള എമിഗ്രേഷൻ ആഫീസിലെത്തി ക്യൂനിന്നു. മൂന്നുദിവസം അവധിയായിരുന്നതിനാൽ പ്രതീക്ഷിച്ചതുപോലെ തന്നെ നല്ല തിരക്കായിരുന്നു. ഒമ്പതുമണിക്ക് ആഫീസ് തുറന്നു. ജീവനക്കാർ പരമ്പരാഗതവേഷമണിഞ്ഞ് ജോലിക്കെത്തണം എന്നൊരു നിർദ്ദേശപ്പലക ഓഫീസ്ചുവരിൽ എല്ലാവരുടെയും കണ്ണെത്തുന്നിടത്തായി സ്ഥാപിച്ചിട്ടുണ്ട്. നിർദ്ദേശം പാലിക്കാത്ത ആരേയും അവിടെ കാണാൻ കഴിഞ്ഞില്ല. രണ്ടുകൈകളിലെയും ചൂണ്ടുവിരലടയാളം പകർത്തലും ഫോട്ടോയെടുക്കലും കഴിഞ്ഞ് അപേക്ഷയുമായി ഒത്തുനോക്കി യാത്രാനുമതി കിട്ടിയപ്പോഴേക്കും പന്ത്രണ്ടുമണി കഴിഞ്ഞു. ഹോട്ടലിൽ തിരിച്ചെത്തി. ഉച്ചഭക്ഷണം കഴിഞ്ഞ് ഏകദേശം രണ്ടുമണിയോടെ തലസ്ഥാനമായ തിംഫുവിലേക്ക് ഒരു ടൂറിസ്റ്റ് ടാക്സിയിൽ യാത്രയായി.

ഭൂട്ടാനിലെ ഒരേയൊരു ദേശീയപാതയായ ഫുൺഷോലിംഗ്-തിംഫു ഹൈവേയിലൂടെയാണ് യാത്ര. നിരത്തിൽ വാഹനങ്ങൾ വളരെ കുറവ്. ഇരുവശവും കണ്ണുകളെ മോഹിപ്പിക്കുന്ന പച്ചപ്പിന്റെ സാന്ദ്രത. മുന്നോട്ടുപോകുന്തോറും കയറ്റം കൂടിക്കൂടി വന്നു. ആറു കിലോമീറ്റർ ദൂരം പിന്നിട്ടപ്പോഴേക്കും ഗേഡു എന്ന സ്ഥലത്തെത്തി. അവിടെയാണ് ആദ്യത്തെ ചെക്പോസ്റ്റ്. ഡ്രൈവർ യാത്രാരേഖകൾ പരിശോധനയ്ക്കായി കൊണ്ടുപോയനേരം പുറത്തിറങ്ങി പരിസരമാകെ കണ്ണോടിച്ചു.റോഡിലെ കമ്പിവേലിയോടുചേർന്ന് ഒരു നിർദ്ദേശപ്പലക; ചെക്പോസ്റ്റ് പരിസരത്ത് മൂത്രമൊഴിക്കുന്നത് കർശനമായി നിരോധിച്ചിരിക്കുന്നു! എവിടെയും കാര്യം സാധിക്കാൻ മടിയില്ലാത്ത ഇന്ത്യൻയാത്രികർക്കുള്ള മുന്നറിയിപ്പാവാം. പരിശോധനകഴിഞ്ഞ് യാത്ര തുടർന്നു.

വാഹനം മലയിൽനിന്നു മലയിലേക്ക് ഇഴഞ്ഞുകയറുന്നതുപോലെ. മേഘങ്ങൾ എത്തിപ്പിടിക്കാവുന്ന അകലത്തിൽ. സൈപ്രസ് മരങ്ങൾക്കിടയിലൂടെയും മണ്ണിടിഞ്ഞ മലഞ്ചരിവുകളുടെ അരികിലൂടെയും കിഴുക്കാംതൂക്കായ പാറക്കെട്ടുകളുടെ കീഴിലൂ

ടെയും വളഞ്ഞുതിരിഞ്ഞു മുന്നേറുന്ന വീതികുറഞ്ഞ നിരത്തും അവിടവിടെ പ്രത്യക്ഷപ്പെടുന്ന കൊടുംവളവുകളും വണ്ടിയുടെ വേഗതയ്ക്ക് വിഘാതം സൃഷ്ടിച്ചുകൊണ്ടിരുന്നു. ചിലയിടങ്ങളിൽ പാറ തുരന്നാണ് പാത നിർമ്മിച്ചിരിക്കുന്നത്. ചെറുതുരങ്കങ്ങളിലൂടെ വാഹനം കടന്നുപോകുമ്പോൾ അടുക്കടുക്കായുള്ള കൽപാളികൾ വ്യക്തമായി കാണാം. പാറകൾക്കുള്ളിലെ തട്ടുപോലുള്ള ഇടങ്ങളിൽ ചിമിഴുകൾപോലുള്ള കളിമൺരൂപങ്ങൾ ശ്രദ്ധയോടെ അടുക്കിവച്ചിരിക്കുന്നു. മൺമറഞ്ഞ പ്രിയപ്പെട്ടവരുടെ ആത്മാക്കളെ ചിമിഴിനുള്ളിൽ അടക്കംചെയ്തുവയ്ക്കുന്നത് ഇവരുടെ ആചാരമാണ്. പ്രകൃതിയെ നോവിച്ചതിൽ ക്ഷമചോദിച്ചുകൊണ്ടുള്ള പ്രാർത്ഥനകളും ചിമിഴുകൾക്കുള്ളിൽ അടക്കംചെയ്തു വയ്ക്കാറുണ്ടത്രെ!

യാത്രാമദ്ധ്യേ അൽപവിശ്രമത്തിനായി വണ്ടിനിറുത്തിയപ്പോൾ അടുത്തുകണ്ട പലചരക്കുകടയിലേക്കു ചെന്നു. ചെറുപ്പക്കാരിയായ കടയുടമ ഹൃദ്യമായ പുഞ്ചിരിയോടെ സ്വാഗതംചെയ്തു. സോനം എന്നായിരുന്നു അവളുടെ പേര്. ഭൂട്ടാന്റെ തനതുൽപന്നങ്ങളായ ചുവന്നരിയും കാബേജും ആപ്പിളും കൂടാതെ മറ്റു പ്രൊവിഷൻ സാധനങ്ങളും ആ കൊച്ചുകടയിൽ ലഭ്യമാണ്. അറിയാവുന്ന ഇംഗ്ലീഷ് വാക്കുകൾകൊണ്ട് അവൾ ഞങ്ങളുടെ ജിജ്ഞാസ കലർന്ന ചോദ്യങ്ങൾക്ക് മറുപടിനൽകി. ഒരുകിലോ വറുത്തരിക്ക് എൺപതുരൂപയാണ് വില. ബൂട്ടാൻകറൻസിയായ ന്ഗുൽട്രത്തിന്റെ അതേ മൂല്യമാണ് ഇന്ത്യൻ രൂപയ്ക്കും. ആപ്പിളും അരിവറുത്തതും വാങ്ങി, അവളുടെ ചിരിക്കുന്ന ചിത്രവും ക്യാമറയിൽ പകർത്തി ഞങ്ങൾ സന്തോഷത്തോടെ അവളോടു വിടപറഞ്ഞു. അപ്പോഴാണ് കടയുടെ പിന്നിലെ തിണ്ണയിൽ ചരക്കുചാക്കുകൾ മുതുകിലേറ്റാൻ പ്രയാസപ്പെടുന്ന ഒരു സ്ത്രീയെ കണ്ടത്. കൂടെ മൂന്നോനാലോവയസ്സുള്ള ഒരു പെൺകുട്ടിയുമുണ്ട്. ഞങ്ങൾ ആ ഭാരമുയർത്തി അവ

പെമ

രുടെ മുതുകിൽ വച്ചുകൊടുത്തു. പെമ എന്നു പേരായ ആ സ്ത്രീ അവിവാഹിതയായ അമ്മയാണെന്നും ഭൂട്ടാനിൽ ഇത്തരം അമ്മമാർ ധാരാളമുണ്ടെന്നും ഗർഭച്ഛിദ്രം കുറ്റകരമാണെന്നുമൊക്കെ ഡ്രൈവറും ഗൈഡുമായ സുമൻ പിംഗ്ചോ പറഞ്ഞു.

ആൺപെൺബന്ധങ്ങളിൽ വിലക്കില്ലാത്തതിനാൽ വിവാഹം കഴിക്കാതെതന്നെ സ്വന്തം ഇഷ്ടപ്രകാരം ഒരുമിച്ചുജീവിക്കുന്ന ധാരാളം ദമ്പതികളുണ്ടിവിടെ. പുരുഷൻ പെണ്ണിന്റെ വീട്ടിൽ വന്നു താമസിക്കുന്നതാണ് പതിവ്. ചില പുരുഷന്മാർ പാതിവഴിക്കുവച്ച് ബന്ധം ഉപേക്ഷിച്ചുപോകുന്നതും സാധാരണമാണ്. അങ്ങനെ ഗർഭിണിയായിരിക്കെത്തന്നെ ജീവിതവഴികളിൽ ഒറ്റയ്ക്കുസഞ്ചരിക്കേണ്ടിവന്ന ആ പാവപ്പെട്ട സ്ത്രീ ഉപജീവനത്തിന്റെ ചുമടുമായി മുന്നോട്ടുനടന്നു; കരഞ്ഞും മൂക്കൊലിപ്പിച്ചും കുട്ടി അവരുടെയൊപ്പം നടന്നു. മനസ്സിനെനോവിച്ച ആ ചിത്രം ക്യാമറയിൽ പകർത്തവെ സുന്ദരിയും നിഷ്കളങ്കയുമായ പെമയുടെ ചുവന്നുതുടുത്ത മുഖം രക്തവർണ്ണമായി. ലജ്ജാഭാരത്താൽ തലകുടഞ്ഞുകൊണ്ട് അവർ മുഖംതിരിച്ചു.

താഴ്വരകളിൽ അവിടവിടെയായി പ്രത്യക്ഷപ്പെടുന്ന കൃഷിയിടങ്ങൾ കാഴ്ചയിൽ ഫലഭൂയിഷ്ടമാണെന്ന് തോന്നി. ജൈവകൃഷി പൂർണ്ണമായും പ്രാവർത്തികമാക്കിയിട്ടുള്ള രാജ്യമാണ് ഭൂട്ടാൻ. നിലമൊരുക്കുന്നതുമുതൽ കൊയ്ത്തുവരെയുള്ള കൃഷിപ്പണികളധികവും ചെയ്യുന്നത് സ്ത്രീകളാണ്. ഉഴവുകഴിഞ്ഞ് കലപ്പയും തോളിലേറ്റി കുന്നിൽചരിവിലുള്ള വീട്ടിലേക്ക് കയറിപ്പോകുന്ന ഒരു പെൺകുട്ടിയെ കണ്ടപ്പോൾ ആ ചിത്രം ക്യാമറയിൽ പകർത്തണമെന്നു തോന്നി. പക്ഷേ വണ്ടിനിറുത്തിയപ്പോഴേക്കും അവൾ കലപ്പയുമായി വീടിനുപിന്നിൽ മറഞ്ഞുക്കഴിഞ്ഞിരുന്നു.

വൈകുന്നേരമായപ്പോഴേക്കും വാങ്ഖ എന്ന സ്ഥലത്തെത്തി. വഴിയരികിൽ ഹോട്ടൽ ഷെൽഗോൺ റെസ്റ്റോറന്റ് ആന്റ് ബാർ എന്ന ബോർഡുകണ്ട് വണ്ടിനിർത്തി. ഭൂട്ടാനികൾക്ക് ചായ ഒരു

ഹോട്ടൽ ഷെൽഗോൺ

ശീലമല്ലാത്തതിനാൽ ആവശ്യപ്പെട്ടുചെല്ലുന്നവർ കുറച്ചുനേരം കാത്തിരിക്കേണ്ടിവരും. വീടിനോടുചേർന്നു പ്രവർത്തിക്കുന്ന ഹോട്ടലിൽ മദ്യവും മധുരപാനീയങ്ങളും ബേക്കറിസാധനങ്ങളുമൊക്കെയുണ്ട്. തണുപ്പ് ശരീരത്തെ പിടിച്ചുകുലുക്കാൻ തുടങ്ങിയതിനാൽ മദ്യത്തിനാണ് ആവശ്യക്കാരേറെ. ഹോട്ടൽ നടത്തുന്ന സ്ത്രീകളുടെ ആതിഥ്യമര്യാദ ശ്ലാഘനീയമായിത്തോന്നി. ഉന്മേഷമരുളുന്ന പ്രത്യേക രുചിയാണ് അവിടത്തെ ചായയ്ക്ക്. തേയിലയുടെ ജൈവഗുണമാവാം.

ആറുമണിയാവുംമുമ്പുതന്നെ ഇരുട്ടും മഞ്ഞും കാഴ്ചകളെ പരിമിതപ്പെടുത്തി. കാടും മലയും താണ്ടി, ഏതാണ്ട് നൂറ്റിയമ്പത്തിനാല് കിലോമീറ്റർദൂരം പിന്നിട്ട്, തിംഫുവിലെ പീസ്ഫുൾ റിസോർട്ടിൽ എത്തിയപ്പോൾ രാത്രി ഒമ്പതുമണി കഴിഞ്ഞിരുന്നു. ഇന്ത്യൻ സ്റ്റാന്റേർഡ് സമയത്തെക്കാൾ അരമണിക്കൂർ മുമ്പോട്ടാണ് ഭൂട്ടാൻ സമയം. ഭാരമുള്ള ബാഗുകൾ നിഷ്പ്രയാസം തൂക്കിയെടുത്ത് മുറിയിലെത്തിച്ചത് സൗമ്യസൗന്ദര്യത്തിന്റെ ഉടമകളായ വെളുത്തുമെലിഞ്ഞ രണ്ടുപെൺകുട്ടികൾ. ഭൂട്ടാനിലെ ഒട്ടുമിക്ക ഹോട്ടലുകളിലും ഇതേപോലുള്ള റൂംഗേൾസിനെ കാണാം. യാത്രാക്ഷീണവും തണുപ്പും കാരണം പുറത്തേക്കിറങ്ങാനേ തോന്നിയില്ല. ചൂടുവെള്ളത്തിൽ കുളിച്ചശേഷം വേഗം അത്താഴം കഴിഞ്ഞ് മൂടിപ്പുതച്ചുകിടന്നു. ഊഷ്മാവ് പൂജ്യത്തിനും താഴെയായി. മുറിക്കുള്ളിലെ ഇലക്ട്രിക് ഹീറ്ററിന് ഇത്രയേറെ തണുപ്പകറ്റാനുള്ള ശേഷിയുണ്ടായിരുന്നില്ല. ഇന്നറും സ്വറ്ററും കൈകാലുറകളും കമ്പിളിയുമൊക്കെ ഉണ്ടായിരുന്നിട്ടും തണുപ്പിന്റെ കാഠിന്യം നന്നായി അനുഭവിച്ചറിഞ്ഞു.

കുത്തനെയുള്ള ഭീമാകാരമായൊരു ഗോവണിപോലെയാണ് ഭൂട്ടാന്റെ കിടപ്പെന്നുപറയാം. സമുദ്രനിരപ്പിൽനിന്ന് നൂറ്റിയമ്പതുമീറ്റർ നിരപ്പിലുള്ള അടിവാരംമുതൽ ഏഴായിരംമീറ്റർ ഉയരത്തിലുള്ള മഞ്ഞുറഞ്ഞ മലകൾവരെ ഉൾപ്പെടുന്നതാണ് സ്ഥലപ്രകൃതി. തെക്കുഭാഗത്ത് ഉഷ്ണവും മദ്ധ്യഭാഗത്ത് സമശീതോഷ്ണവും വട

ക്കുഭാഗത്ത് ശൈത്യവുമാണെന്നു പൊതുവേ പറയാമെങ്കിലും വളരെവേഗം മാറിക്കൊണ്ടിരിക്കുന്ന കാലാവസ്ഥയാണിവിടെ. 240 കിലോമീറ്റർ ദൂരത്തിനുള്ളിൽത്തന്നെ മാറിമാറി പ്രത്യക്ഷപ്പെടുന്ന സ്ഥലപ്രകൃതിയും ശീതോഷ്ണവ്യതിയാനങ്ങളും അനുഭവിച്ചറിയാം.

തണുപ്പിനെ അവഗണിച്ചുകൊണ്ട് വെളുപ്പിനുണർന്നു. ജാലകവിരിമാറ്റി പുറത്തേക്കുനോക്കി. സാന്ദ്രമായ പുകമഞ്ഞിന്റെ വെണ്മയിൽ മുങ്ങിനിൽക്കുന്ന പ്രകൃതി. പ്രഭാതനടത്തം വേണ്ടെന്നുവച്ചു. ചായയുണ്ടാക്കാനുള്ള സംവിധാനങ്ങളെല്ലാം മുറിക്കുള്ളിൽതന്നെയുണ്ടായിരുന്നു. ചായകുടിച്ച ചൂടോടെ മൊബൈൽഫോണുമായി റിസപ്ഷനിലേക്കു ചെന്നു. ചുവരിന്മേൽ രാജാക്കന്മാരുടെ ചിത്രങ്ങൾ അലങ്കരിച്ചുവച്ചിരിക്കുന്നു. പൂപ്പാത്രങ്ങളിൽ പലവർണ്ണങ്ങളിലുള്ള പുതിയപൂക്കൾ. വലിയൊരു നെരിപ്പോടിനുചുറ്റും ദേശീയരും വിദേശീയരുമായി നാലഞ്ചുപേർ കൂടിനിന്നു തീകായുന്നു. നെരിപ്പോടിന്റെ മുകൾത്തട്ടിൽ നിരത്തിവച്ചിരിക്കുന്ന ഭംഗിയുള്ള ഉരുളൻ കല്ലുകൾക്കുമീതേ കൈപ്പത്തികൾ ചേർത്തുവച്ച് കുറേനേരം നിന്നു. വൈഫൈ ലഭ്യമായിരുന്നതിനാൽ തീകായുന്ന ചിത്രങ്ങളെടുത്ത് ഫേസ്ബുക്കിൽ പോസ്റ്റുചെയ്തു. വാട്സാപ്പുതുറന്ന് ബന്ധുക്കളുടെയും സുഹൃത്തുക്കളുടെയും സന്ദേശങ്ങളും ക്ഷേമാന്വേഷണങ്ങളും വായിച്ചു. വെതർ റിപ്പോർട്ട് പ്രകാരം തിംഫുവിലെ രാത്രി ഊഷ്മാവ് മൈനസ് ആറുഡിഗ്രി ആയിരുന്നുവത്രെ! ഇത്രയും തണുപ്പ് താങ്ങാനാവുമോ എന്നതായിരുന്നു അവരുടെ ഉത്കണ്ഠ. നാട്ടിൽ കാത്തിരിക്കുന്ന സ്നേഹങ്ങളുടെ ആഴമറിയുന്നത് അകലെയായിരിക്കുമ്പോഴാണല്ലൊ! എല്ലാവർക്കും മറുപടി അയച്ചശേഷം മുറിയിലേക്കുചെന്നു.

രാവിലെ എട്ടുമണിക്കാണ് ഇന്നത്തെ യാത്ര തുടങ്ങുന്നത് പെട്ടെന്ന് ചൂടുവെള്ളത്തിലൊരു കുളിയും കഴിച്ച്, പുറത്തേക്കിറങ്ങാനുള്ള ഒരുക്കങ്ങളുമായി താഴേക്കുചെല്ലുമ്പോൾ സഹയാത്രികർ ഡൈനിംഗ്ഹാളിൽ സ്ഥാനംപിടിച്ചിരിക്കുന്നു. ഭൂട്ടാനിലെ തീർത്ഥാ

ദവ

ടനകേന്ദ്രങ്ങളുടെ ദൃശ്യങ്ങൾ മുന്നിലുള്ള ടി.വി.സ്ക്രീനിൽ മാറി മാറിത്തെളിയുന്നു. ഒപ്പം ഭക്തിസാന്ദ്രമായൊരു ദ്സോങ്ഖ ഗാനം കാതുകളിലേക്ക് ഒഴുകിയെത്തി.

ഒരേ നിറത്തിലുള്ള 'കിര'യണിഞ്ഞ ഭൂട്ടാനിപെൺകുട്ടികൾ ഞങ്ങൾക്ക് ബട്ടർബ്രഡ്ഡും ആംലറ്റും വിളമ്പിത്തന്നു. കുടിക്കാൻ തണുത്തവെള്ളവും! ചൂടുവെള്ളം ചോദിച്ചപ്പോൾ അവരിലൊരാൾ അടുക്കളയിലേക്കോടി. അവൾ എനിക്കുവേണ്ടി വെള്ളം ചൂടാക്കി ത്തന്നു.

'നിന്റെ പേരെന്താ മോളേ?' ഞാൻ അവളോട് ചോദിച്ചു.
*'ദവ' അവൾ കിലുങ്ങിച്ചിരിച്ചുകൊണ്ടു പറഞ്ഞു.

'ഓഹ്! നിലാവുപൊഴിക്കുന്ന ചന്ദ്രനെപ്പോലെ സുന്ദരിതന്നെ നീ. ഞങ്ങളുടെ ദേശീയഭാഷയിൽ ദവ എന്നുപറഞ്ഞാൽ എന്താ ണെന്നറിയാമോ? മരുന്ന്.' ഞാനവളെ ഇംഗ്ലീഷിൽ കളിയാക്കി. അവൾ കൂട്ടുകാരികളെ നോക്കി വാ പൊത്തിച്ചിരിച്ചു. അതൊരു കൂട്ടച്ചിരിയായി മാറി. നിഷ്കളങ്കരായ ആ പെൺകുട്ടികളുടെ ചിരി യും സന്തോഷവും എന്നെയും സന്തുഷ്ടയാക്കി.

****

*(ലിംഗഭേദമില്ലാത്തൊരു ടിബറ്റൻ പേരാണ് ദവ. ചന്ദ്രൻ എന്നർ ത്ഥം. മംഗോളിയ, ചൈന, ടിബറ്റ്, ഭൂട്ടാൻ എന്നിവിടങ്ങളിൽ ആണിനും പെണ്ണിനും ഈ പേരുണ്ട്.)

അഞ്ച്

ആളോഹരി ആനന്ദം

'സന്തോഷം ഒരു ദേശമാണ്' - ഭൂട്ടാൻ ടൂറിസം വകുപ്പിന്റെ പരസ്യവാചകമാണിത്. ഇത് വെറുമൊരു പരസ്യവാചകമല്ല. ജനങ്ങളുടെ സന്തോഷമാണ് രാജ്യപുരോഗതിയുടെ അളവുകോൽ! ലോകത്തിലെ ഒരേയൊരു ബുദ്ധിസ്റ്റുരാജ്യമായ 'ദി റോയൽ കിങ്ഡം ഓഫ് ഭൂട്ടാനി' ലെ ഭരണതത്വമിതാണ്. നമ്മുടെ അയലത്തുസ്ഥിതി ചെയ്യുന്ന ഈ കൊച്ചുരാജ്യത്തിലെ ബഹുഭൂരിപക്ഷം ആളുകളും സന്തുഷ്ടരും സംതൃപ്തരുമാണെന്ന കാര്യം ഒരതിശയോക്തിയല്ല. എന്താണ് നിങ്ങളുടെ സന്തോഷത്തിന്റെ രഹസ്യം എന്ന് ഞാൻ ഹോട്ടൽജീവനക്കാരിയായ ദവയോട് ചോദിച്ചു. അവൾ പറഞ്ഞു: 'നല്ല പ്രകൃതി, നല്ല ഭരണം, നല്ല രാജ്യം. ഇവിടെ യുദ്ധമില്ല, അശാന്തിയില്ല. ഉള്ളതുകൊണ്ട് തൃപ്തരാണു ഞങ്ങൾ.' ആരോടുചോദിച്ചാലും ഇതേ മറുപടിയാവും കിട്ടുക. ഇവിടെ എല്ലാവരും ഉള്ളതുകൊണ്ട് തൃപ്തിപ്പെടുന്നു. അതിമോഹമെന്ന വ്യാധി ആർക്കുമില്ലെന്നുതന്നെ പറയാം. നിരന്തരമായ പ്രാർത്ഥനയും ധ്യാനവുമാണ് ജനങ്ങളുടെ സന്തോഷത്തിന്റെ കാതൽ. ബുദ്ധമതതത്വങ്ങളിൽ അധിഷ്ഠിതമായ ശാന്തിയും സമാധാനവും സംതൃപ്തിയുമാണ് ഭൂട്ടാന്റെ മുഖമുദ്ര. ഉന്നതമായ പൗരബോധവും അച്ചടക്കവുമുള്ള ജനതയാണ് ഭൂട്ടാന്റെ ഏറ്റവും വലിയ സമ്പത്ത്. നമ്മുടെ നാട്ടിൽ ഇല്ലാത്തതും ഈ പൗരബോധവും അച്ചടക്കവും തന്നെ.

1972 - ൽ രാജാവായി സ്ഥാനമേറ്റ ജിഗ്മെ സിംഗ്യേ വാങ്ചുക്ക് അസാധാരണമായ കാഴ്ചപ്പാടുകളുള്ള ഒരു ചെറുപ്പക്കാരനായിരുന്നു. അദ്ദേഹം ഇന്ത്യയിലും ഇംഗ്ലണ്ടിലുംപോയി ഉന്നതവിദ്യാഭ്യാസം നേടുകയും ഭൗതികവളർച്ചയിൽ മാത്രം ഊന്നിയ വികസനത്തിന്റെ ലോകമാതൃകകളെയെല്ലാം അവഗണിച്ചുകൊണ്ട്, തന്റെ രാജ്യത്തിന്റെ ക്ഷേമത്തിനായി മറ്റൊരിടത്തുമില്ലാത്ത പുതിയൊരു ഭരണക്രമത്തിനു തുടക്കംകുറിക്കുകയും ചെയ്തു.

ലോകരാജ്യങ്ങളെല്ലാം ഗ്രോസ് നാഷണൽ പ്രോഡക്റ്റ് (ആളോഹരി വരുമാനം) അടിസ്ഥാനമാക്കി രാജ്യപുരോഗതി അളക്കുമ്പോൾ ഇവിടെ ഗ്രോസ് നാഷണൽ ഹാപ്പിനസ്സ് അഥവാ ആളോഹരി ആനന്ദം അടിസ്ഥാനമാക്കിയാണ് രാജ്യപുരോഗതി അളക്കു

ന്നത്. 1972-ൽ മൊത്തം ദേശീയ ആനന്ദം (ജി.എൻ.എച്ച്) എന്ന ആശയം അവതരിപ്പിച്ചുകൊണ്ട് ജിഗ്മെ സിംഗ്യെ വാങ്ചുക് പറഞ്ഞതിതാണ്: 'ഓരോ പഞ്ചവത്സരപദ്ധതിക്കും ശേഷം നമ്മുടെ ജനങ്ങൾ അതിനുമുമ്പുണ്ടായിരുന്നതിനെക്കാൾ സന്തുഷ്ടരായില്ലെങ്കിൽ നമ്മുടെ പദ്ധതികൾ പരാജയപ്പെട്ടു എന്നാണർത്ഥം'.

ജി.എൻ.എച്ച് എന്നത് വളരെ മഹത്തായ ഒരാശയമാണെങ്കിലും തീർത്തും വൈയക്തികമായ ആനന്ദം എന്ന അനുഭവത്തെ അളന്നുകുറിക്കുകയെന്നത് ഒരു വെല്ലുവിളി തന്നെയാണ്. സത്ഭരണം, പ്രകൃതി സംരക്ഷണം, സംസ്കാരികത്തനിമ നിലനിറുത്തൽ, സുസ്ഥിരവും സമത്വാധിഷ്ഠിതവുമായ സാമൂഹിക സാമ്പത്തിക വികസനം എന്നിവയാണ് ജി.എൻ.എച്ചിന്റെ നാല് അടിസ്ഥാന ഘടകങ്ങൾ. ഒമ്പത് മണ്ഡലങ്ങൾ, മുപ്പത്തിമൂന്ന് സൂചകങ്ങൾ, നൂറ്റിയിരുപത്തിനാല് ഉപസൂചകങ്ങൾ എന്നിവയിലൂടെ വ്യക്തിയുടെയും സമൂഹത്തിന്റെയും ആനന്ദവും സംതൃപ്തിയും അളന്ന് തിട്ടപ്പെടുത്തുകയാണ് ലക്ഷ്യം. സെന്റർ ഫോർ ഭൂട്ടാൻ സ്റ്റഡീസാണ് ജി.എൻ.എച്ച് മേഖലകളും സൂചകങ്ങളും ഉപസൂചകങ്ങളും വികസിപ്പിച്ചെടുക്കുന്നത്. രണ്ടായിരത്തിയെട്ടിൽ വികസിപ്പിച്ചെടുത്ത ആനന്ദം അളക്കുന്നതിനുള്ള ഗണിതമാതൃക പ്രകാരം 2010-ൽ ആദ്യ ജി.എൻ.എച്ച് സർവ്വേ നടത്തി. സന്തോഷത്തിന്റെ അളവിൽ നാലു ശതമാനത്തിലധികം വർദ്ധനവുണ്ടായതായി 2015-ൽ നടത്തിയ രണ്ടാമത്തെ സർവ്വെയിൽ കണ്ടെത്തി. ഒടുവിലത്തെ കണക്കുകൾപ്രകാരം 8.4% ആളുകൾ അതീവസന്തുഷ്ടരും 35% പേർ മെച്ചപ്പെട്ടനിലയിൽ സന്തോഷമുള്ളവരും 47.9% പേർ അല്പസന്തുഷ്ടരും 8.8% പേർ അല്പംപോലും സന്തോഷമില്ലാത്തവരുമാണ്.

സർക്കാരിന്റെ നയങ്ങളും പദ്ധതികളും മേൽപറഞ്ഞ ഘടകങ്ങളുടെയും കണക്കുകളുടെയും മറ്റും അടിസ്ഥാനത്തിൽ വിലയിരുത്തുന്നത് ഹാപ്പിനെസ് കമ്മിഷന്റെ ചുമതലയാണ്. ദേശീയ ആനന്ദത്തിന്റെ അളവ് ഉയർത്താൻ ഉതകാത്ത ഒരു പദ്ധതിക്കും ഹാപ്പിനെസ് കമ്മിഷൻ അനുമതി നൽകുകയില്ല. ആനന്ദസോഷ്യലിസം അഥവാ എല്ലാവർക്കും ഒരുപോലെ ആനന്ദം ലഭ്യമാക്കുക എന്നതാണ് സർക്കാരിന്റെ നയരൂപീകരണത്തിന്റെ കാതൽ. ഒരു രാജ്യം, ഒരേ ജനത എന്നതാണ് നാടിന്റെ ആപ്തവാക്യം. സർക്കാർ അധീനതയിലുള്ള പൊതുവിദ്യാഭ്യാസവും വൈദ്യസഹായവും പ്രജകൾക്കെല്ലാം സൗജന്യമായി നൽകുന്നു. ഉന്നതവിജയം നേടുന്നവരെ പ്രൊഫഷണൽ കോഴ്സുകൾക്കായി വിദേശത്തേക്കയക്കുന്നതും സർക്കാർതന്നെ. രാജ്യത്ത് ലഭ്യമല്ലാത്ത വിദഗ്ദ്ധചികിത്സകൾക്കായി അയൽരാജ്യമായ ഇന്ത്യയിലേക്ക് പോകേണ്ടിവന്നാൽ ആ ചെലവും സർക്കാർ വഹിക്കും. സന്തുഷ്ടജീവിതത്തിന് അറിവും ആരോ

ഗ്യവും വഹിക്കുന്ന പങ്ക് ചെറുതല്ലല്ലോ. ബുദ്ധമതത്തിന്റെ നന്മകൾ ജനങ്ങളുടെ ഒരോ പ്രവൃത്തിയിലും അനുഭവിച്ചറിയാം. വീടുപൂട്ടാതെ പോയാലും യാതൊന്നും മോഷണം പോവില്ല. അന്യന്റെ മുതൽ സ്വന്തമാക്കണമെന്ന മോഹം ആർക്കുമില്ല. സഹജീവികളെ ഉപദ്രവിക്കില്ല. സ്ത്രീകൾക്ക് രാജ്യത്തെവിടെയും ഒറ്റയ്ക്ക് താമസിക്കാം, ഏതുനേരത്തും ഒറ്റയ്ക്ക് സഞ്ചരിക്കാം. ലൈംഗിക കുറ്റകൃത്യങ്ങൾ കേട്ടുകേൾവിപോലുമില്ല. അടിപിടിപോലുള്ള ചെറിയ കുറ്റങ്ങളാണ് അപൂർവ്വമായെങ്കിലും പോലീസുകാർക്ക് കൈകാര്യം ചെയ്യേണ്ടിവരുന്നത്. ജനങ്ങൾക്ക് സ്വൈരജീവിതം ഉറപ്പുവരുത്തുകയാണല്ലോ ഏതൊരു സർക്കാരിന്റെയും പ്രഥമവും പ്രധാനവുമായ കർത്തവ്യം.

'ഞങ്ങളുടെ പ്രശ്നങ്ങൾ കണ്ടറിയുന്ന രാജാവാണ് ഞങ്ങളെ ഭരിക്കുന്നത്.' ഭക്ഷണശാല നടത്തുന്ന ഡെച്ചൻ പറഞ്ഞു. രാജ്യം മുഴുവൻ സഞ്ചരിച്ച് ജനങ്ങളുടെ പ്രശ്നങ്ങൾ നേരിട്ടുകണ്ടറിയുകയും അവ പരിഹരിക്കാൻ യത്നിക്കുകയും ചെയ്യുന്നവരാണ് ഭൂട്ടാനിലെ രാജാക്കന്മാർ. പടിപടിയായി പാർലമെന്ററി ജനാധിപത്യം നടപ്പാക്കുക മാത്രമല്ല, രാജാവിനെ ഇംപീച്ചുചെയ്യാനുള്ള അധികാരംപോലും പാർലമെന്റിന് നൽകിയിട്ടുണ്ട്. സർക്കാർ സർവ്വീസിനെന്നപോലെ രാജ്യഭരണത്തിനും റിട്ടയർമെന്റ് ആവശ്യമാണെന്ന പുരോഗമനാശയം ജിഗ്മെ സിംഗ്യെ പ്രാവർത്തികമാക്കി! രാജാവ് അറുപതുവയസ്സിൽ വിരമിക്കണമെന്ന വ്യവസ്ഥ ഭരണഘടനയിൽ ഉൾപ്പെടുത്തിയതും അദ്ദേഹംതന്നെ. പൂർണ്ണആരോഗ്യവാനായിരുന്നിട്ടും, മുപ്പത്തഞ്ചുവർഷത്തെ ഭരണം പൂർത്തിയാക്കിയപ്പോൾ അദ്ദേഹം മൂത്തമകനായ ഖേസറിന് അധികാരം കൈമാറി. സ്വന്തം ഇഷ്ടപ്രകാരം ചെയ്ത സ്ഥാനത്യാഗം കാരണം ജനങ്ങൾക്ക് അദ്ദേഹത്തോടുണ്ടായിരുന്ന സ്നേഹവും ബഹുമാനവും മുമ്പത്തേതിലും അധികമായി.

പുരോഗമനത്തിന്റെ പാതയിൽ പിതാവിനെക്കാൾ മുന്നിലാണ് ഇരുപത്തേഴാംവയസ്സിൽ രാജ്യഭാരമേറ്റ ഖേസർ. ലോകത്തിലെ ഏറ്റവും പ്രായം കുറഞ്ഞ രാജാവ് എന്ന നിലയിലും ഭൂട്ടാനിലെ ഏറ്റവും ജനകീയനായ രാജാവ് എന്ന നിലയിലും ഖേസർ പ്രശസ്തനാണ്. അദ്ദേഹത്തിന്റെ ഭരണകാലം ഭൂട്ടാന്റെ സുവർണ്ണകാലമാവുമെന്നാണ് രാഷ്ട്രീയനിരീക്ഷകർ കരുതുന്നത്.

ബഹുഭാര്യാ/ഭർതൃബന്ധത്തിന് വിലക്കില്ലാത്ത നാടാണ് ഭൂട്ടാൻ. എന്നാൽ പുതുതലമുറയിൽപ്പെട്ട പുരോഗമനചിന്താഗതിക്കാരേറെയും ഏകഭാര്യാ/ഭർതൃബന്ധം ഇഷ്ടപ്പെടുന്നവരാണ്. വിവാഹേതരലൈംഗികതയും വിവാഹപൂർവ്വലൈംഗികതയും അനുവദനീയമാണ്. രാജാവിന് ഒന്നിലധികം ഭാര്യമാരാകാം എന്നതും ഭൂട്ടാനിലെ പരമ്പരാഗതവഴക്കം. മുൻരാജാവ് നാല് സഹോദ

മരം നടീൽ

രിമാരെ ഒരുമിച്ചാണ് വിവാഹംചെയ്തത്. എന്നാൽ താൻ ജറ്റ്സുൻ പെമയെയല്ലാതെ മറ്റൊരു പെണ്ണിനെയും ഭാര്യയായി സ്വീകരിക്കില്ല എന്നതാണ് അഭ്യസ്തവിദ്യരായ യുവാക്കളുടെ മനസ്സറിയുന്ന ഖേസറിന്റെ തീരുമാനം. ഭൂട്ടാനിലെ ഏറ്റവും സുന്ദരിയായ സ്ത്രീയാണത്രെ രാജപത്നിയായ ജറ്റ്സുൻ പെമ, അദ്ദേഹം തന്റെ പതിനേഴാമത്തെ വയസ്സിൽ ഒരു വിനോദയാത്രക്കിടയിലാണ് ജറ്റ്സുൻ പെമയെ ആദ്യമായി കാണുന്നത്. തികച്ചും നാടകീയമായ ഒരു വിവാഹവാഗ്ദാനത്തിലെത്തുകയായിരുന്നു ആ കണ്ടുമുട്ടൽ. യുവരാജൻ കുതിരപ്പുറത്തുനിന്നിറങ്ങി ആ പെൺകുട്ടിയുടെ മുന്നിൽ മുട്ടുകുത്തിനിന്നുകൊണ്ടു പറഞ്ഞു:'നീ പ്രായപൂർത്തിയാവുമ്പോൾ, അതുവരെ ഞാനും നീയും വിവാഹിതരായിട്ടില്ലെങ്കിൽ, അപ്പോഴും നമുക്കിങ്ങനെ തോന്നുന്നുവെങ്കിൽ നീ എന്റെ ഭാര്യയാവണമെന്നു ഞാനാഗ്രഹിക്കുന്നു' അന്നവൾക്ക് ഏഴുവയസ്സായിരുന്നു. സാധാ

രണകുടുംബത്തിൽ ജനിച്ചവളും അസാധാരണവ്യക്തിത്വത്തിനുട മയുമായ ജറ്റ്സുൻ പെമ അവളുടെ ഇരുപത്തൊന്നാം വയസ്സിൽ രാജപത്നിയായി. പുനാഖയിലെ പുരാതനമായ കോട്ടയിൽ ബുദ്ധ മതാചാരപ്രകാരമായിരുന്നു വിവാഹം. മന്ത്രോച്ചാരണങ്ങളുടെയും മണിമുഴക്കങ്ങളുടെയും അകമ്പടിയോടെ ഭൂട്ടാനിലെ അഞ്ചാമത്തെ രാജാവായ ഖേസർ വിദ്യാർത്ഥിനിയായ ജറ്റ്സുൻ പെമയുടെ തല യിൽ രാജ്ഞിയുടെ കിരീടമണിയിച്ചു. ഇപ്പോൾ രാജദമ്പതികൾക്ക് ഒരു മകനുണ്ടായ സന്തോഷത്തിലാണ് രാജകുടുംബവും പ്രജ കളും.

എല്ലാകാര്യങ്ങളിലുമെന്നപോലെ ഭൂട്ടാനിൽ രാജകുമാരന്റെ ജനനം ആഘോഷിച്ചതും തികച്ചും വ്യത്യസ്തമായ രീതിയിലായി രുന്നു. ആചാരാനുഷ്ഠാനങ്ങൾക്കപ്പുറം അത് പരിസ്ഥിതിസംരക്ഷ ണത്തിന്റെയും രാജസ്നേഹത്തിന്റെയും പ്രകടനമായി മാറി. ബുദ്ധ മതക്കാർ വളരെ പരിപാവനമായി കരുതിപ്പോരുന്ന സംഖ്യയാണ് 108. ശ്രീബുദ്ധന്റെ ജീവിതത്തിലെ നാലു പ്രധാനസംഭവങ്ങൾ - ജനനം, ബോധോദയം, ആദ്യത്തെ സാരോപദേശം, മരണം എന്നിവ നടന്നത് വൃക്ഷച്ചുവട്ടിലായിരുന്നുവെന്നതും ഓരോ ഭൂട്ടാ നിയും ഹൃദയത്തിൽ കൊണ്ടുനടക്കുന്ന അറിവാണ്. ആകയാൽ അവരുടെ മനസ്സിൽ വൃക്ഷങ്ങൾക്കും മഹനീയസ്ഥാനമാണുള്ള ത്. രാജ്യത്തെമ്പാടുമായി 108,000 വൃക്ഷത്തൈകൾ നട്ടുകൊണ്ടാണ് അവർ രാജകുമാരന്റെ ജനനം ആഘോഷിച്ചത്. ഓരോ തൈയും രാജകുമാരന്റെ ബുദ്ധിക്കും ശക്തിക്കും സന്തോഷത്തിനും വേണ്ടി യുള്ള ഓരോ പ്രാർത്ഥനയായിരുന്നു. 82000 മരങ്ങൾ ഭൂട്ടാനിലെ കുടുംബങ്ങളും ബാക്കി 26000 മരങ്ങൾ വോളന്റിയർമാരുമാണ് നട്ട ത്. പ്രധാനമന്ത്രി ഷെറിംഗ് തോഗ്ബെയും പ്രതിപക്ഷനേതാവും അടക്കം ഒരു ലക്ഷത്തോളംപേരാണ് 2016 മാർച്ച് ആറിനുനടന്ന 'മരംനടൽ പദ്ധതി'യിൽ പങ്കാളികളായത്.

ഭൂട്ടാനിലെ സാധാരണജനങ്ങൾക്ക് രാജാവിനോടും കുടും ബത്തോടുമുള്ളത് അന്ധമായ ആരാധനയും നിർവ്യാജമായ സ്നേ ഹവുമാണ്. പൊതുസ്ഥലങ്ങളിലും ഹോട്ടലുകളിലും വാഹനങ്ങളി ലുമെല്ലാം വലിയരാജാവിന്റെയും രാജദമ്പതികളുടെയും വർണ്ണ ചിത്രങ്ങൾ അലങ്കരിച്ചുവച്ചിരിക്കുന്നതുകാണാം. ഡ്രൈവറും ഗൈ ഡുമായ സുമൻ പിഞ്ചോയുടെ വാക്കുകളിൽ രാജകുടുംബത്തോ ടുള്ള ഭക്തിയും സ്നേഹാദരങ്ങളും നിറഞ്ഞുതുളുമ്പി: 'ഞങ്ങൾ ഞങ്ങളുടെ രാജാവിനെ സ്നേഹിക്കുന്നു. രാജാവ് ഞങ്ങളെയും.' മറ്റുപലരെയുംപോലെ പിഞ്ചോയും ഒരഭിമാനചിഹ്നമായി വസ്ത്ര ത്തിൽ ഹൃദയഭാഗത്ത് രാജദമ്പതികളുടെ ചിത്രം പതിച്ചിരുന്നു.

ഗൈഡ് സുമൻ പിഞ്ചൊ

പീസ്ഫുൾ റിസോർട്ടിന്റെ റിസപ്ഷനിലും സ്ഥാനമൊഴിഞ്ഞ രാജാവിന്റെയും ഇപ്പോഴത്തെ രാജാവിന്റെയും ഫോട്ടോകൾ ഫ്രെയിം ചെയ്ത് അലങ്കരിച്ചുവച്ചിരിക്കുന്നതും പുറംചുവരിൽ ഇരുവരുടെയും ചിത്രങ്ങൾ പ്രകൃതിവർണ്ണങ്ങളിൽ ആലേഖനം ചെയ്തിരിക്കുന്നതും കണ്ടു.

****

ആറ്

ശാക്യമുനി ബുദ്ധനും മെമ്മോറിയൽ ചോർട്ടനും

മലയുടെ മുകളിൽ മേഘക്കുട ചൂടിയിരിക്കുന്ന ശാക്യമുനി ബുദ്ധനെ കാണാൻ രാവിലേതന്നെ സന്ദർശകരുടെ വരവ് തുടങ്ങി. ശാക്യവംശത്തിൽ പിറന്നതിനാലാണ് ബുദ്ധനെ ശാക്യമുനിബുദ്ധൻ എന്നുപറയുന്നത്. നാലാം ദ്രുക് ഗ്യാൽപോ ആയിരുന്ന ജിഗ്മെ സിംഗ്യെ വാങ്ചുക്കിന്റെ അറുപതാം ജന്മവാർഷികത്തോടനുബന്ധിച്ച് നിർമ്മിച്ചതാണ് നൂറ്റിയറുപത്തൊമ്പതടി ഉയരമുള്ള ബുദ്ധപ്രതിമ. തെക്കൻ ഭൂട്ടാനിലെ ക്യുൻസെൽ ഫൊഡ്രങ് നാചറൽ പാർക്കിലാണ് ഈ കൂറ്റൻ ബുദ്ധപ്രതിമ സ്ഥിതിചെയ്യുന്നത്. ആകയാൽ ഇവിടം ബുദ്ധപോയിന്റ് എന്നറിയപ്പെടുന്നു. പീസ്ഫുൾ റിസോർട്ടിൽനിന്ന് ഇവിടേക്ക് കാറിൽ അരമണിക്കൂർനേരത്തെ യാത്രയുണ്ട്.

സന്ദർശകർക്കു ധ്യാനത്തിനും വിശ്രമത്തിനുമായി 2011 -ൽ തുറന്നുകൊടുത്ത 943.4 ഏക്കർ ചുറ്റളവിലുള്ള സംരക്ഷിത വനപ്രദേശമാണ് ക്യുൻസെൽ ഫൊഡ്രങ് നാചറൽ പാർക്ക്. പൈൻമരക്കാടുകൾക്കിടയിലെ ഒരു കുന്ന് ജെ.സി.ബി വിപ്ലവത്തിലൂടെ നീക്കം ചെയ്ത് നിരപ്പാക്കിയ പ്രതലത്തിലാണ് ധ്യാനബുദ്ധന്റെ വിഗ്രഹം പ്രതിഷ്ഠിച്ചിരിക്കുന്ന മൂന്നുനിലകളുള്ള കോൺക്രീറ്റ് സൗധം. എയറോസൺ കോർപ്പറേഷൻ എന്ന ചൈനീസ് സ്ഥാപനമാണ് നൂറുമി

തിംഫു താഴ്വര

ല്യൻ അമേരിക്കൻ ഡോളർ ചെലവുള്ള ബുദ്ധവിഗ്രഹാലയത്തിന്റെ നിർമ്മാണം നിർവഹിച്ചിരിക്കുന്നത്. ഒരു സിങ്കപ്പൂർവ്യവസായിയാണത്രെ മുഖ്യ സാമ്പത്തികസഹായി.

ജപ്പാനിൽ നിർമ്മിച്ച ചെറുശകലങ്ങൾ കൊണ്ടുവന്ന് സംയോജിപ്പിച്ചുണ്ടാക്കിയതാണ് ഈ ഭീമാകാരമായ ബുദ്ധരൂപം. പൂർണ്ണമായും വെങ്കലത്തിൽ നിർമ്മിച്ച് സ്വർണ്ണം പൂശിയ ബുദ്ധരൂപത്തിനുമാത്രം നാൽപത്തേഴുമില്യൻ ഡോളർ ചെലവായത്രെ! പത്മാസനത്തിലിരിക്കുന്ന ശാക്യമുനി ബുദ്ധനെ നൂറ്റിയെട്ട് അപ്സരസ്സുകൾ വലയംചെയ്തുനിൽക്കുന്നു. അവയും വെങ്കലംകൊണ്ടുണ്ടാക്കി സ്വർണ്ണം പൂശിയവ തന്നെ. എട്ടിഞ്ചുയരമുള്ള ഒരുലക്ഷവും പന്ത്രണ്ടിഞ്ചുയരമുള്ള ഇരുപത്തയ്യായിരവും ബുദ്ധവിഗ്രഹങ്ങൾ പ്രാർത്ഥനാലയത്തിനുള്ളിലും പ്രതിഷ്ഠിച്ചിട്ടുണ്ട്. സ്പോൺസർമാരുടെ പേരുകൾ വലിയബുദ്ധന്റെ ഇരിപ്പിടത്തിനടിയിലുള്ള മെഡിറ്റേഷൻ ഹാളിൽ പ്രദർശിപ്പിക്കുമെന്ന് ചുമതലപ്പെട്ട സന്യാസിമാർ പറഞ്ഞു.

ഗുരുപത്മസംഭവയുടെ ഒരു പ്രവചനത്തിന്റെ സാക്ഷാത്കാരമാണത്രേ തിംഫുനഗരത്തിൽ എവിടെനിന്നുനോക്കിയാലും കാണാവുന്ന ബുദ്ധരൂപം. ഗുരു ഭാവിതലമുറകൾക്കായി ഭൂട്ടാനിലുടനീളം മണ്ണിനടിയിൽ നിക്ഷേപിച്ചതായി കരുതപ്പെടുന്ന ആത്മീയനിധിശേഖരങ്ങൾ കണ്ടെത്തുവാൻ പ്രത്യേകമായ സിദ്ധിയുള്ള 'ടെർടെൻ' എന്നറിയപ്പെടുന്ന ദിവ്യന്മാരിലൊരാളായ പെമലിംഗ്പയാണ് ആ പ്രവചനമടങ്ങുന്ന നിധി കണ്ടെടുത്തത്. ഗുരുവിന്റെ പ്രവചനസാക്ഷാത്കാരം എന്നതിനോടൊപ്പം വാങ്ചുക് രാജവംശത്തിന്റെ നൂറാംവാർഷിക സ്മാരകം കൂടിയാണിത്. എല്ലാപണികളും പൂർത്തിയായിക്കഴിയുമ്പോൾ ലോകത്തിലെ എട്ടാ

ഷൂട്ടിംഗ്

മത്തെ അത്ഭുതമായിരിക്കും എന്നാണ് ബന്ധപ്പെട്ടവർ പറയുന്നത്. ബൈനോക്കുലറിലൂടെ നോക്കിയാൽ ബുദ്ധന്റെ നെറ്റിയിലെ പൊട്ടിന്റെ അലങ്കാരത്തിളക്കങ്ങൾ വരെ വ്യക്തമായി കാണാം. എന്തായാലും ഭാവിയിൽ ബുദ്ധാപോയിന്റ് ഭൂട്ടാനിലെ ഏറ്റവും തിരക്കേറിയ വിനോദസഞ്ചാരകേന്ദ്രമായി മാറുമെന്നതിൽ സംശയമില്ല. അത്ര മേൽ ആകർഷകമാണ് ക്യൻസെൽ ഫൊഡ്രംഗ് മലയിലെ പുതിയ ബുദ്ധനും മലമുകളിൽനിന്നു നോക്കിയാൽ കാണുന്ന സ്വപ്നസുന്ദരമായ തിംഫുതാഴ്‌വരയും.

വിസ്മയം പകരുന്ന കാഴ്ചകൾക്കിടയിൽ ആഹ്ലാദകരമായ മറ്റൊന്നുകൂടി; ബുദ്ധാലയത്തിന്റെ വിശാലമായ അങ്കണത്തിൽ ഒരു ടെലിവിഷൻ പരിപാടിയുടെ ഷൂട്ടിംഗ്! ദേശീയവസ്ത്രമണിഞ്ഞ യുവതീയുവാക്കൾ സൗമ്യമധുരമായ ഗാനത്തിനൊത്ത് ചുവടുവയ്ക്കുന്നു.

മലമുകളിലെ ഷൂട്ടിംഗ് പകർത്താൻ സഞ്ചാരികളുടെ ക്യാമറകളും മിഴിതുറന്നു. ഭൂട്ടാനിലെ സംഗീത നൃത്താദി കലകളെല്ലാം ബുദ്ധമതാധിഷ്ഠിതമാണെന്നതാണ് ശ്രദ്ധേയമായൊരു സവിശേഷത. മിക്കവയും പ്രാർത്ഥനാമന്ത്രങ്ങളോ ബുദ്ധന്റെ സാരോപദേശങ്ങളോ ഉൾക്കൊള്ളുന്നുണ്ടാവും. അടുത്തകാലത്തായി മതത്തിൽ നിന്ന് വേറിട്ടുള്ള അപൂർവ്വം ചിലശ്രമങ്ങളും ഉണ്ടാവുന്നുണ്ടെന്ന് സുമൻ പറഞ്ഞു.

ഭൂട്ടാനിലെമ്പാടും കാണുന്ന ഒരു വിശുദ്ധനിർമ്മിതിയാണ് ചോർട്ടൻ എന്നറിയപ്പെടുന്ന സ്മാരകസ്തൂപങ്ങൾ. 'ചോർട്ടൻ' എന്നവാക്കിന് വിശ്വാസത്തിന്റെ ഇരിപ്പിടം എന്നർത്ഥം. ഒരുപട്ടിക്കൂടിന്റെ വലിപ്പമുള്ള ചെറുസ്തൂപങ്ങൾ മുതൽ മൂന്നുനിലകളുള്ള വലിയ സ്തൂപങ്ങൾ വരെ ഇതിൽപെടും. ചിലതിന് നൂറ്റാണ്ടുക

ളുടെ പഴക്കമുണ്ട്. ദിവ്യന്മാരുടെ അവശിഷ്ടങ്ങളോ മറ്റെന്തെങ്കിലും വിശുദ്ധവസ്തുക്കളോ ആയിരിക്കും ഉള്ളിലെ പ്രതിഷ്ഠ. എന്നാൽ ഇത്തരം യാതൊരു പ്രതിഷ്ഠയും ഇല്ല എന്നതാണ് തിംഫു ചോർട്ടന്റെ പ്രത്യേകത. തെക്കൻ തിംഫുവിന്റെ ഹൃദയഭാഗത്തായി, ദോയ്ബും ലാമിലെ ഇന്ത്യൻ മിലിറ്ററി ഹോസ്പിറ്റലിനടുത്തായി 1974-ൽ പണിതുയർത്തപ്പെട്ട നാഷണൽ മെമ്മോറിയൽ ചോർട്ടൻ ഒരുചരിത്രസ്മാരകമാണ്. ടിബറ്റൻ വാസ്തുശിൽപശൈലിയിലുള്ള ഈ മനോഹരസ്മാരകം മൂന്നാം ഡ്രുക്ക് ഗ്യാൽപോ ആയിരുന്ന ജിഗ്മെ ദോർജി വാങ്ചുക്കിന്റെ (1928-1972) ആഗ്രഹപൂർത്തീകരണമായി, അദ്ദേഹത്തിന്റെ മരണശേഷം രാജമാതാവ് അഷി ഫ്യുൺഷോ ചോഡൻ പണികഴിപ്പിച്ചതാണ്. പതിനാലാമത് ദലൈലാമയായിരുന്ന ഡുഡ്ജോം റിമ്പോച്ചെ 1974-ൽ പുണ്യവത്കരിച്ച് ജനങ്ങൾക്കായി തുറന്നുകൊടുത്ത ഈ ചരിത്രസ്മാരകം ലൗകികമായ കെട്ടുപാടുകളിൽ നിന്നെല്ലാം മോചിതമായ ബുദ്ധന്റെ മനസ്സിനെ പ്രതിനിധാനംചെയ്യുന്നു.

മൂന്നുനിലകളുള്ള ചോർട്ടന്റെ ഓരോ നിലയിലും സ്വർണ്ണവർണ്ണത്തിലുള്ള നാല് മകുടങ്ങൾ വീതമുണ്ട്. താഴത്തെ നിലയിലുള്ള മകുടങ്ങളിൽ ദോർജി രാജാവിന്റെ ചിത്രങ്ങളും കിഴക്കുഭാഗത്ത് ബുദ്ധന്റെ പ്രതിമയും കാണാം. അകത്തുള്ള ചിത്രങ്ങൾ രാജകീയവസ്ത്രങ്ങളണിഞ്ഞു നിൽക്കുന്ന രാജാവിന്റേതും. ഹാളിൽ നിരവധി നെയ്വിളക്കുകൾ. ഭക്തർക്ക് എത്രവിളക്കുകൾ വേണമെങ്കിലും കൊളുത്തിവച്ച് ആഗ്രഹസാഫല്യത്തിനായി പ്രാർത്ഥിക്കാം; പക്ഷേ ഇതിന് പണം നൽകേണ്ടതുണ്ട്. രണ്ടാംനില ഡ്രുക്പ കർഗ്യൂപരമ്പരയ്ക്കായി സമർപ്പിച്ചിരിക്കുന്നു. ഇണകളോടൊപ്പം രതിചേഷ്ടകളിൽ ഏർപ്പെട്ടിരിക്കുന്ന ദുർദ്ദേവതകളുടെയും ഉഗ്രമൂർത്തികളു

തിംഫു ചോർട്ടൻ

തിംഫു ചോർട്ടൻ

ടെയും മറ്റും യഥാർത്ഥത്തിലും വലുതായ രൂപചിത്രീകരണങ്ങളാൽ അലംകൃതമാണ് ഇവിടത്തെ ഉൾചുവരുകൾ. മൂന്നാംനില ഗോങ്ഡു ലാമയ്ക്ക് സമർപ്പിച്ചിരിക്കുന്നു. 2008-ൽ പൂർണ്ണമായും നവീകരിക്കപ്പെട്ടതും തികച്ചും ക്ലാസിക്കൽ എന്നുവിശേഷിപ്പിക്കാവുന്നതുമായ ഈ സ്മാരകത്തിന്റെ സവിശേഷത സ്വർണ്ണമകുടത്തോടുകൂടിയതും പിരമിഡ് ആകൃതിയിലുള്ളതുമായ വെളുത്ത സ്തൂപമാണ്. സ്തൂപാഗ്രത്തിൽ സൂര്യനും ചന്ദ്രക്കലയും. മുകളിലത്തെ വൃത്താകൃതിയിലുള്ള ഗ്യാലറിയിൽനിന്നു നോക്കിയാൽ മലകൾക്കിടയിൽ മായികമായൊരു സ്വപ്നലോകംപോലെ തിംഫുനഗരം കാണാം.

സ്മാരകസ്തൂപത്തിന് അനുബന്ധമായി നാലുദിശകളെയും അഭിമുഖീകരിക്കുന്ന സ്തൂപാകൃതിയിലുള്ള അലങ്കാര നിർമ്മിതികളുമുണ്ട്. നാലുകവാടങ്ങൾ ഉണ്ടെങ്കിലും ഒന്നിലൂടെ മാത്രമേ സന്ദർശകർക്ക് പ്രവേശനമുള്ളൂ. പലജാതി പൂക്കൾ വിടർന്നുവിലസുന്ന ചെറിയൊരുദ്യാനം കടന്നാൽ പ്രധാന പ്രവേശനകവാടമായി. കവാടത്തിന്റെ ഇരുവശങ്ങളിലായി ഗൗതമബുദ്ധന്റെയും ഗുരു പത്മസംഭവയുടെയും ചിത്രങ്ങൾ ആലേഖനംചെയ്തിരിക്കുന്നു. അതിനപ്പുറമുള്ള കൽമണ്ഡപങ്ങളിൽ മൂന്ന് ബോധിസത്വന്മാരുടെയും (അവലോകിതേശ്വരൻ, മഞ്ജുശ്രീ, വജ്രപാണി) ശിലാശിൽപങ്ങൾ കാണാം. ശിൽപങ്ങൾക്കു ചുറ്റുമായി ചില വൃദ്ധജനങ്ങൾ കൈയിൽ ജപമാലയും ചുണ്ടിൽ ചിരിയുമായി സന്ദർശകരെ നോക്കിയിരിക്കുന്നു. ചിലർ അവരോട് കുശലമന്വേഷിക്കുന്നു; പരിചയക്കാരാവാം.

തിംഫു ചോർട്ടൻ

നടപ്പാതയുടെ ഒരുവശത്ത്, തീർത്ഥാടകർ എറിഞ്ഞുകൊടുക്കുന്ന ധാന്യമണികൾ കൊത്തിയും പെറുക്കിയും നടക്കുന്ന പ്രാവിൻകൂട്ടങ്ങളുടെ ചിത്രം ക്യാമറയിൽ പകർത്തിക്കൊണ്ടുനിൽക്കെ ആകാശച്ചുവട്ടിൽ തൊട്ടുതൊട്ടില്ലെന്ന മട്ടിൽ ഉയർന്നുനിൽക്കുന്ന സ്തൂപത്തിനുമുകളിലൂടെ ചിറകുള്ള മേഘത്തുണ്ടുകൾപോലെ ഒരുപറ്റം പ്രാവുകൾ പറന്നിറങ്ങി. അവയും കൂട്ടത്തിൽ കലർന്ന് ധാന്യമണികൾ കൊത്താൻതുടങ്ങി. ഒരു മുത്തശ്ശി കൈയിലിരുന്ന തുണിസഞ്ചി തുറന്ന് കുറേ ഗോതമ്പുമണികൾ അവയുടെ മുന്നിൽ വിതറിക്കൊടുത്തു.

102 വയസ്സുള്ള മുത്തശ്ശി

സ്തൂപത്തിന്റെ ഇടതുഭാഗത്തുള്ള വലിയ മണ്ഡപത്തിൽ നാടിന്റെ നാനാദിക്കുകളിൽനിന്നെത്തിയ ലാമമാരും ബുദ്ധഭിക്ഷുക്കളും ഭക്തജനങ്ങളും പ്രാർത്ഥനകൾ ചൊല്ലിയും മന്ത്രങ്ങളും സങ്കീർത്തനങ്ങളും പാരായണംചെയ്തും ഇരിക്കുന്നു. ചിലർ പമ്പരംപോലുള്ള ചെറുപ്രാർത്ഥനാചക്രം കൈയിൽവച്ചു കറക്കിയും ജപമാലമണികളെണ്ണിയുമാണ് പ്രാർത്ഥനകളും മന്ത്രങ്ങളും ഉരുവിടുന്നത്. ധാരാളം വൃദ്ധജനങ്ങൾ കവാടത്തിന്റെ ഇടതുഭാഗത്തുള്ള വലിയ പ്രാർത്ഥനാചക്രങ്ങൾ ഘടികാരക്രമത്തിൽ കറക്കിക്കൊണ്ട് സ്തൂപത്തെ പ്രദക്ഷിണം ചെയ്തുകൊണ്ടിരിക്കുന്നു. പരീക്ഷയ്ക്കുമുമ്പ് പ്രാർത്ഥിക്കാനെത്തിയ ഒരുകൂട്ടം സ്കൂൾകുട്ടികളെയും അവിടെ കണ്ടു.

തിരിച്ചുപോരാൻ തുടങ്ങുമ്പോൾ ഒരു മുത്തശ്ശി വടിയും കുത്തി എതിരേ വരുന്നതുകണ്ടു. അവർ മറ്റൊരാളുമായി വർത്തമാനംപറഞ്ഞുനിൽക്കുന്നതിനിടയിൽ ഇരുവരുടെയും മൗനാനുവാദത്തോടെ അവരുടെ കുറേ ചിത്രങ്ങളെടുത്തു. പ്രായം ചോദിച്ചപ്പോൾ നൂറ്റിരണ്ടുവയസ്സായെന്ന് കൂടെയുള്ളയാൾ പറഞ്ഞു. മുത്തശ്ശിയുടെ ഫോട്ടോയെടുക്കുന്നതുകണ്ട് രണ്ടുസ്ത്രീകൾ ജിജ്ഞാസയോടെ

അരികിലെത്തി ഫോട്ടോ കാണണമെന്ന് പറഞ്ഞു. ക്യാമറയുടെ സ്ക്രീനിലൂടെ മുത്തശ്ശിയെ കണ്ടപ്പോഴേക്കും അവർക്ക് സ്വന്തം ഫോട്ടോ കാണണമെന്നായി. അവരുടെ ചിരിയും നാണവുമൊക്കെ മൊബൈൽ ക്യാമറയിൽ പകർത്തി ഞാനവർക്ക് കാണിച്ചുകൊടുത്തു. ആദ്യമായി സ്വന്തം ഫോട്ടോ കണ്ട ആ പാവങ്ങൾ അന്തംവിട്ടുനിന്നു. വീട്ടിൽ കൊണ്ടുപോയി കാണിക്കാൻ പടം വേണമെന്ന് അവർ ആഗ്രഹം പറഞ്ഞു. ഇനി വരുമ്പോൾ കൊണ്ടുതരാമെന്നുപറഞ്ഞപ്പോൾ ആ പാവങ്ങളുടെ ചിരിമങ്ങി.

നഗരഹൃദയത്തിൽ സ്ഥിതിചെയ്യുന്ന തിംഫുചോർട്ടൻ അതിന്റെ സ്ഥാനംകൊണ്ടുതന്നെ ഭൂട്ടാനിലെ ഏറ്റവും തിരക്കേറിയ ആരാധനാലയങ്ങളിലൊന്നായി മാറിയിരിക്കുന്നു. നിത്യേന വൈകുന്നേരങ്ങളിൽ പരിസരവാസികൾ കൂട്ടമായി ആരാധനയ്ക്കെത്തുന്നു. വർഷംതോറും ഇവിടെ നടത്തപ്പെടുന്ന മൊൻലാം പ്രാർത്ഥനോത്സവത്തിൽ ഭൂട്ടാനിലെ മതാദ്ധ്യക്ഷനായ ജെ ഖെൻപൊ ഭക്തജനങ്ങളെ അഭിസംബോധനചെയ്ത് അനുഗ്രഹിക്കാറുണ്ട്.

****

ഏഴ്

പുരാതന ദുർഗ്ഗങ്ങളിലെ കലയും ചരിത്രവും

ബുദ്ധമതത്തോടൊപ്പം ടിബറ്റിൽനിന്ന് കടംകൊണ്ട ബുദ്ധ മന്ദിരങ്ങളുടെ നിർമ്മാണശൈലിയാണ് ഭൂട്ടാനിലെ ആരാധനാലയ ങ്ങളായ ലഖാംഗുകളുടെയും ദ്സോങ്ങുകളെന്ന് പറയപ്പെടുന്നു പുരാതന ദുർഗ്ഗങ്ങളുടെയും ചോർട്ടനുകളെന്ന് വിളിക്കപ്പെടുന്ന സ്മാരകസ്തൂപങ്ങളുടെയും സവിശേഷത. പ്രകൃതിയോട് ചേർന്നു നിൽക്കുന്ന ആകാരവും സ്വാഭാവികമായ നിറങ്ങളുടെ കലർപ്പും ആത്മീയമായ നിഗൂഢതകളും ലളിതസുന്ദരമായ ജീവിതദർശന ങ്ങളും സമഞ്ജസമായി സമ്മേളിക്കുന്ന ഈ പുണ്യസങ്കേതങ്ങൾ മഹത്തായ ഒരു പുരാതനസംസ്കൃതിയുടെ പ്രത്യക്ഷ്യങ്ങളായി ഭൂട്ടാനിലെവിടെയും നിലയുറപ്പിച്ചിരിക്കുന്നു. മിക്കവയും അമൂല്യ ങ്ങളായ ആത്മീയസമ്പത്തിന്റെയും ചരിത്രരേഖകളുടെയും സൂക്ഷി പ്പിടങ്ങളുമാണ്. തിംഫുതാഴ്വരയ്ക്ക് അഭിമുഖമായി, നഗരമദ്ധ്യ ത്തിലെ വലിയൊരു മലമുനമ്പിൽ, ശാന്തിയുടെയും സമാധാന ത്തിന്റെയും കോട്ടപോലെ കാണുന്ന ചങ്കാങ്ഖാ ലഖാങ്ങ് അത്തര മൊരു പുണ്യസങ്കേതമാണ്. തിംഫുവിലെ ഏറ്റവും പഴക്കമുള്ള ബുദ്ധക്ഷേത്രമാണിത്. ദേശീയോദ്യാനമായ മൊതിതാങ് വന്യജീവി സങ്കേതത്തിൽനിന്ന് ഇവിടേക്ക് അധികദൂരമില്ല.

പൈൻമരങ്ങളും പച്ചപ്പടർപ്പുകളും അതിരിട്ട കാട്ടുവഴിയി ലൂടെ, കല്ലും മരവും കൊണ്ടു നിർമ്മിച്ച ലഖാങ്ങിന്റെ ചവിട്ടിത്തേ ഞ്ഞ കൽപ്പടവുകൾ കയറുമ്പോൾ കല്ലിന്മേൽ പറ്റിയിരുന്ന മഞ്ഞിൻ

തുള്ളികളുടെ കുളിരിൽ കാലുകൾ തളർച്ചയറിഞ്ഞില്ല. നൂറോളം പടവുകളുണ്ട് മുകളിലേക്ക്. പകുതിയോളം എത്തുമ്പോൾത്തന്നെ തിംഫുനഗരവും കാവൽമൂർത്തിയായ ബുദ്ധാ ഡോർഡെന്മയുടെ പ്രതിമയും കാണാം.

കൈക്കുഞ്ഞുങ്ങളുമായി കല്പടവുകൾ കയറുന്ന അമ്മമാരെ കണ്ടപ്പോൾ അടുത്തെങ്ങാനുമുള്ള ശിശുരോഗാശുപത്രിയിലേക്കാവുമെന്നാണ് ആദ്യം കരുതിയത്. ഒരു സ്ത്രീയോട് ചോദിച്ചപ്പോഴാണ് കാര്യം മനസ്സിലായത്. താഴ്വരയിൽ പിറക്കുന്ന കുഞ്ഞുങ്ങൾക്ക് പേരിടുന്ന പവിത്രസ്ഥാനമാണ് ഈ പുരാതനക്ഷേത്രം. നവജാതശിശുക്കളുമായി രക്ഷിതാക്കൾ ആശുപത്രിയിൽനിന്ന് നേരേ ഇങ്ങോട്ടാണത്രെ ആദ്യം വരിക. ഇവിടെവന്നു പേരിട്ടാൽ കുഞ്ഞുങ്ങൾക്ക് താംഡ്രിൻ എന്ന കാവൽദേവതയുടെ അനുഗ്രഹം ലഭിക്കുമെന്നാണ് പ്രദേശവാസികളുടെ വിശ്വാസം. ടംഡ്രിൻ, സോനം തുടങ്ങിയ വിജയസൂചകങ്ങളായ പേരുകളാണ് ഇവിടെ വിളിക്കപ്പെടുന്നത്. അതുകൊണ്ടാവാം ഈ പേരുകൾ ഭൂട്ടാനിൽ സർവ്വസാധാരണമായതും. കുഞ്ഞുങ്ങളുമായി അനുഗ്രഹം തേടിയെത്തുന്ന രക്ഷിതാക്കൾക്കു മാത്രമേ രക്ഷാദേവതയായ താംഡ്രിന്റെ സന്നിധിയിലേക്ക് പ്രവേശനമുള്ളൂ. പ്രദേശവാസികളായ ഏതാനും സ്ത്രീകൾ കുഞ്ഞുങ്ങളെ മുതുകിലേറ്റിക്കൊണ്ട് ദേവതയുടെ വിഗ്രഹത്തിനുമുന്നിൽ സ്രാഷ്ടാംഗം പ്രണമിക്കുന്നതുകണ്ടു. ക്ഷേത്രത്തിനുള്ളിൽ സൂക്ഷിച്ചിരിക്കുന്ന പ്രാചീനഗ്രന്ഥങ്ങളിൽ നിന്നാണ് കുട്ടികൾക്ക് അനുയോജ്യമായ പേര് കണ്ടെത്തുന്നത്. പേരുവിളിക്കപ്പെടുന്ന കുഞ്ഞുങ്ങളെ ഫുർബ (മാന്ത്രികച്ചുരിക) കൊണ്ട് അനുഗ്രഹിക്കുകയും മന്ത്രിച്ച ചരട് കെട്ടുകയും ചെയ്യും. ഇങ്ങനെ അനുഗ്രഹിക്കപ്പെട്ട കുട്ടികൾ തങ്ങളുടെ കാവൽദൈവത്തിന് കൃതജ്ഞത അർപ്പിക്കുന്നതിനായി ആണ്ടുതോറും ഇവിടെ വരാറുണ്ടത്രെ.

പന്ത്രണ്ടാം നൂറ്റാണ്ടിൽ ടിബറ്റിലെ റാളുങ്ങിൽ നിന്നുവന്ന ദിവ്യനായ ലാമ ഫജോ ദ്രുഗോം സിഗ്പോയാണ് ഈ ബുദ്ധക്ഷേത്രം നിർമ്മിച്ചത്. നൂറ്റാണ്ടുകൾ പഴക്കമുള്ള ബുദ്ധസാഹിത്യകൃതികളും ശിലാലിഖിതങ്ങളും അമൂല്യങ്ങളായ വിഗ്രഹങ്ങളും പൂജാസാമഗ്രികളും ഇവിടെ സൂക്ഷിച്ചിരിക്കുന്നു. മനോഹരമായ മ്യൂറൽ ചിത്രങ്ങളാൽ അലംകൃതമാണ് ക്ഷേത്രത്തിന്റെ അകവശങ്ങൾ. പതിനൊന്നുതലയും ആയിരം കൈകളുമുള്ള അവലോകിതേശ്വര പ്രതിമയാണ് ഇവിടത്തെ കേന്ദ്രപ്രതിഷ്ഠ. പൂർണ്ണമായും വെങ്കലത്തിൽ തീർത്ത്, സ്വർണ്ണം പൂശിയതാണ് ഈ ബുദ്ധാവതാര വിഗ്രഹം. ഗർഭഗൃഹത്തിൽ സ്ത്രീകൾക്ക് പ്രവേശനമില്ല. സന്ധ്യയ്ക്കുശേഷം മൊണാസ്ട്രികളിൽ പ്രവേശനമില്ല എന്നതൊഴിച്ചാൽ ലിംഗവിവേചനമില്ലാതെ എവിടെയും സ്ത്രീകൾക്ക് കടന്നുചെല്ലാൻ യാതൊരുവിലക്കുമില്ലാത്ത ഭൂട്ടാനിൽ ഇങ്ങനെയൊരു നിരോധനം

കാണാനിടയായത് ആശ്ചര്യകരമായിത്തോന്നി. സന്ദർശകർക്ക് ശ്രീകോവിലിനുപുറത്തുള്ള ഹാളിലിരുന്ന് പ്രാർത്ഥിക്കുകയോ ധ്യാനിക്കുകയോ ചെയ്യാം.

മൊണാസ്ട്രിയിൽ അന്തേവാസിയായ ഒരു ജ്യോതിഷി യുണ്ട്. ജനനത്തീയതി നൽകിയാൽ അദ്ദേഹം പ്രവചനച്ചാർട്ടു നോക്കി ഓരോരുത്തർക്കും പ്രയോജനകരമായ പ്രാർത്ഥനാപതാക കൾ ഏതൊക്കെയാണെന്ന് തീരുമാനിച്ചുനൽകും. വിലയായി നൂറ്റ മ്പത് ന്ഗുൽട്രം/രൂപ നൽകേണ്ടതുണ്ട്. വെറുമൊരു കൗതുകത്തിന് ഞാൻ അദ്ദേഹത്തെ സമീപിച്ചു. എന്റെ മുഖത്ത് സൂക്ഷിച്ചുനോക്കി യശേഷം പ്രവചനചാർട്ടിൽനോക്കി മന്ത്രംചൊല്ലിക്കൊണ്ട് കൂട്ട ത്തിൽനിന്നൊരു പതാകച്ചുരുൾ തപ്പിയെടുത്ത് അദ്ദേഹം എന്റെ നേർക്ക് നീട്ടി. 150 രൂപ നൽകി ഞാനതുവാങ്ങി തുറന്നുനോക്കി. അതിൽ ഭൂട്ടാന്റെ രക്ഷാമൂർത്തിയായ ഗുരുപത്മസംഭവയുടെ ചിത്രം മുദ്രണംചെയ്തിരിക്കുന്നു.

ഇവിടത്തെ പ്രാദേശികദൈവമായ ദോംസാപ്പിനെ പ്രകീർ ത്തിച്ചുകൊണ്ട് ആണ്ടുതോറും ലാമയുടെ കാർമ്മികത്വത്തിൽ നട ത്തപ്പെടുന്ന ആചാരപരമായ ഉത്സവത്തിൽ പങ്കെടുക്കുന്ന ഭക്തരുടെ നാളതുവരെയുള്ള പാപങ്ങളെല്ലാം പൊറുക്കപ്പെടുമെന്നാണ് വിശ്വാ സം. ഭക്തജനങ്ങൾ പലതരത്തിലുള്ള മദ്യമാംസാദികൾ നിവേദ്യ മായി അർപ്പിക്കാറുണ്ട്. നടുമുറ്റത്തായി ഷോമൻ എന്ന മനോഹരി യായ മത്സ്യകന്യകയുടെ പ്രതിഷ്ഠാലയം കാണാം.

ക്ഷേത്രത്തെ ചുറ്റിയുള്ള കോറ (നടപ്പാത)യിലൂടെ പ്രാർത്ഥ നാചക്രം തിരിച്ചുകൊണ്ട് ഒരുകൂട്ടം തീർത്ഥാടകർക്ക് പിന്നാലെ നടന്നു. കാലപ്പഴക്കത്തിൽ കറങ്ങിത്തേഞ്ഞ പ്രാർത്ഥനാചക്രങ്ങൾ ഗ്രീസും എണ്ണയുമിട്ട് ലാഘവപ്പെടുത്തിയിട്ടുണ്ടെങ്കിലും അവ കറക്കു ന്നത് വളരെ ആയാസമുള്ള അദ്ധ്വാനംതന്നെ. പ്രാർത്ഥനകൾ നാവു കൊണ്ട് ഉരുവിടുന്നതിനെക്കാൾ അധികമായ ഫലം സിദ്ധിക്കു മെന്ന വിശ്വാസമാണ് അവ മുദ്രണംചെയ്ത ചക്രങ്ങൾ തിരിക്കാൻ ബുദ്ധഭക്തർക്ക് ശക്തിയേകുന്നത്. കറുത്ത ചക്രങ്ങളിൽ സ്വർണ്ണ ലിപികളിൽ എഴുതിയ പ്രാർത്ഥനകൾ നിരന്തരമായ കരസ്പർശ മേറ്റ് അക്ഷരങ്ങൾ പലതും മാഞ്ഞുപോയ അവസ്ഥയിലാണ്. എന്താണെഴുതിയിരിക്കുന്നതെന്ന് അറിയില്ലെങ്കിലും പരിപൂർണ്ണ മായ നിശ്ശബ്ദതയിൽ, ചക്രങ്ങളോരോന്നായി തിരിച്ചുതിരിച്ച് ഭക്ത ർക്കുപിന്നാലെ നടന്നപ്പോൾ ആത്മീയമായ ഒരനുഭൂതി മനസ്സി നെയും ശരീരത്തെയും വലയംചെയ്യുന്നതായിത്തോന്നി. ചക്രങ്ങ ളെല്ലാം കറക്കിത്തീർന്നപ്പോൾ വിയർപ്പിൽക്കുളിച്ച ശരീരവുമായി അങ്കണത്തിലുള്ള ബെഞ്ചിലിരുന്ന് അൽപനേരം വിശ്രമിച്ചു. തണു ത്തകാറ്റേറ്റപ്പോൾ ഒന്നുറങ്ങണമെന്നുതോന്നി. അപ്പോഴേക്കും കൂടെ യുള്ളവർ മലയിറങ്ങാൻ തുടങ്ങിയിരുന്നു.

സിംങ്ടോഖാ ദ്സോങ്ങ്

തിംഫുനഗരത്തിൽ നിന്നും അഞ്ചുകിലോമീറ്റർ അകലെ, തിംഫു, പാരോ, പുനാഖ എന്നീ മൂന്നുപ്രവിശ്യകളുടെ അതിർത്തിയിൽ, ഇന്ത്യാഗവണ്മെന്റിന്റെ സാങ്കേതിക - സാമ്പത്തിക സഹായത്തോടെ സംരക്ഷിച്ചുപോരുന്ന ഒരു ചരിത്രസ്മാരകമുണ്ട്; നാലുനൂറ്റാണ്ട് പഴക്കമുള്ള സിംങ്ടോഖാ ദ്സോങ്ങ്. ഏകീകൃതഭൂട്ടാന്റെ ചരിത്രം തുടങ്ങുന്നത് ഇവിടെനിന്നാണ്. പരസ്പരം പോരടിച്ചു കഴിഞ്ഞിരുന്ന പ്രാദേശിക മാടമ്പിമാരുടെ അധീനതയിലായിരുന്ന താഴ്വരകളെ ബുദ്ധിസമെന്ന ചരടിൽ ബന്ധിപ്പിച്ച് ഏകീകൃത ഭരണത്തിന് തുടക്കംകുറിച്ച സബ്രങ്ങ് നവാങ്ങ് നംഗ്യേൽ 1629-ൽ നിർമ്മിച്ച പ്രതിരോധദുർഗ്ഗമാണിത്. രാജ്യത്തിന്റെ ഭരണകാര്യാലയമായും പ്രവർത്തിച്ചിരുന്ന സിംങ്ടോഖാ ദ്സോങ്ങ് ഭൂട്ടാനിലെ ഇത്തരത്തിലുള്ള ആദ്യത്തെ ദ്സോങ്ങ് ആണ്. ശേഷം നിർമ്മിതമായ മറ്റ് പ്രവിശ്യാദുർഗ്ഗങ്ങളെ അപേക്ഷിച്ച് ഇത് ആകാരത്തിൽ ചെറുതാണ്. അധികാരവടംവലികളെത്തുടർന്നുണ്ടായ വധഭീഷണിയിൽനിന്ന് രക്ഷപ്പെടാനായി 1616-ൽ ടിബറ്റിലെ റാളുങ്ങിൽ നിന്ന് പലായനംചെയ്ത് ഭൂട്ടാനിലെത്തിയ സബ്രങ്ങിന് ടിബറ്റൻ ലാമമാരുടെ ആക്രമണങ്ങൾ മാത്രമല്ല; ഭൂട്ടാനിലെ പ്രാദേശിക മാടമ്പിമാരിൽനിന്നും ചില എതിർപ്പുകളെ നേരിടേണ്ടിവന്നിരുന്നു. 1630-ലുണ്ടായ ടിബറ്റൻ ആക്രമണത്തിൽ ദ്സോങ്ങിന്റെ ഒരുഭാഗം അഗ്നിക്കിരയായെങ്കിലും അക്കൊല്ലംതന്നെ അദ്ദേഹം അത് പുതുക്കിപ്പണിയുകയുണ്ടായി.

ആളുകളെ ശല്യംചെയ്തുകൊണ്ടിരുന്ന ദുർഭൂതങ്ങളുടെ ആവാസകേന്ദ്രമായിരുന്നു ഈ പ്രദേശമെന്നും സബ്രങ്ങ് അവയി

ലൊന്നിനെ കീഴ്പ്പെടുത്തി പാറയിൽ ബന്ധിച്ച് അതിന്മേൽ കോട്ട പണിതുവെന്നും ഭൂതത്തിന്റെ വയറിന്മേൽ പണിതതുകൊണ്ടാണ് ഈ ദുർഗ്ഗത്തിന് സിംങ്ടോഖാ ദ്സോങ്ങ് എന്ന പേരുണ്ടായതെന്നുമാണ് ഐതിഹ്യം. സിങ്മ എന്നാൽ ഭൂതം. 'ടോ' എന്നാൽ വയറ്, 'ഖാ' എന്നാൽ പുറത്ത്. ടിബറ്റൻ വാസ്തുശിൽപ മാതൃകയിലുള്ളതും മദ്ധ്യകാലഘട്ടത്തെ അനുസ്മരിപ്പിക്കുന്നതുമായ സിംടോക്കദ്സോങ്ങിന്റെ ചുവരുകൾ ബുദ്ധകഥാചിത്രങ്ങളാൽ അലങ്കൃതമാണ്. പന്ത്രണ്ട് കോണുകളുള്ള ഗർഭഗൃഹത്തിലെ മുഖ്യപ്രതിഷ്ഠ മഹാകാലവിഗ്രഹമാണ്.

ഭൂട്ടാന്റെ രണ്ട് ചരിത്രപുരുഷന്മാരടെ (സ്ഥാപകനായ സബ്രങ്ങ് നവാങ് നംഗ്യേലിന്റെയും ആദ്യരാജാവായ ഉഗ്യേൻ വാങ്ചുക്കിന്റെ പിതാവായ ജിഗ്മെ വാങ്ചുക്കിന്റെയും) ശയ്യാഗൃഹങ്ങൾ ഇവിടത്തെ സംരക്ഷിത സ്മാരക സൂക്ഷിപ്പുകളിൽപെടുന്നു. കൂടാതെ സബ്രങ്ങിന്റെ ഒരു പഴയ ചിത്രവുമുണ്ട്. അസംബ്ലി ഹാളിലെ ധ്യാനബുദ്ധനും മച്ചിലെ കോസ്മിക് മണ്ഡലവും സ്ലേറ്റ്പെയിന്റിംഗ്സുമൊക്കെ കൗതുകമുണർത്തുന്ന കാഴ്ചകൾ തന്നെ.

ദേശീയഭാഷയായ ദ് സോങ്ക പഠിപ്പിക്കുന്ന, നൂറ്റാണ്ടുകൾ പഴക്കമുള്ള ഒരു ഭാഷാപഠനകേന്ദ്രം ഇവിടെ പ്രവർത്തിച്ചുപോരുന്നു. കാവിച്ചുവപ്പണിഞ്ഞ സന്യാസികൾ തന്നെയാണ് അദ്ധ്യാപകരും വിദ്യാർത്ഥികളും. ഇവിടെനിന്ന് ഭാഷയും സംസ്കാരവും പഠിച്ചിറങ്ങുന്ന ബുദ്ധന്മാരാണ് ഭൂട്ടാനിലെ സ്കൂളുകളിൽ ദ്സോങ്ക ഭാഷ പഠിപ്പിക്കുന്നത്. അക്കാദമി പ്രവർത്തിക്കുന്നതിനാൽ വാരാന്ത്യത്തിലും പ്രവൃത്തിദിവസങ്ങളിൽ വൈകുന്നേരം അഞ്ചുമണിക്കുശേഷവും മാത്രമേ ദ്സോങ്ങിൽ സന്ദർശകർക്ക് പ്രവേശനമുള്ളൂ.

****

ഫോക്ക് ഹെരിറ്റേജ് മ്യൂസിയം

എട്ട്

തലസ്ഥാനനഗരിയിലെ പരമ്പരാഗത സൂക്ഷിപ്പുകൾ

കാലം മുന്നോട്ടുപോകുമ്പോഴും പാരമ്പര്യത്തെ ഓർമ്മയിലും കാഴ്ചയിലും ചേർത്തുവയ്ക്കാനുള്ള മനുഷ്യന്റെ താൽപര്യം അസ്തമിക്കുന്നില്ല. ജീവിതവഴികളിൽ ഉപേക്ഷിച്ചുപോന്ന പലതും കൗതുകശേഖരങ്ങളായി കാഴ്ചബംഗ്ലാവുകളിൽ സ്ഥാനംപിടിക്കുന്നത് അതുകൊണ്ടാണല്ലൊ. ഒന്നരനൂറ്റാണ്ടുമുമ്പുള്ള ഒരു പരമ്പരാഗത ഭൂട്ടാൻഭവനത്തെ പറിച്ചുനട്ടിരിക്കുകയാണ് തിംഫുവിലെ മൂന്നുനിലകളുള്ള ഫോക്ക് ഹെരിറ്റേജ് മ്യൂസിയത്തിൽ. ചിത്രാലങ്കൃതമായ പടിപ്പുരകടന്ന് വീട്ടുമുറ്റത്തെത്തിയപ്പോൾ ഏകദേശം നൂറുവർഷത്തോളം പഴക്കമുള്ള ഒരു കേരളീയ കർഷകഭവനത്തിൽ ചെന്നെത്തിയ പ്രതീതി. ചെളിയും മരവുംകൊണ്ടുണ്ടാക്കിയ വീട്, കാലിത്തൊഴുത്ത്, ഉരൽ, ഉലക്ക, ആട്ടുകല്ല്, വിറകടുപ്പ്, ഉറി, മുറം, വട്ടി, കുട്ട, മൺപാത്രങ്ങൾ, നാഴി, പറ, പത്തായം, ഉണക്കുപായ് തുടങ്ങിയ വീട്ടുപകരണങ്ങൾ, വാളും പരിചയും വാളുറയും തുടങ്ങിയ യുദ്ധോപകരണങ്ങൾ, വാറ്റുചാരായച്ചാറ എന്നിങ്ങനെ ഒരു സാധാരണ ഭവനത്തിൽ അന്നുണ്ടായിരുന്നതെല്ലാം അതേപടി പുനപ്ര

തിഷ്ഠിച്ചിരിക്കുന്നു. പരിഷ്കാരത്തിന്റെ തള്ളിക്കയറ്റത്തിൽ പ്രാകൃതമെന്നു കരുതി നമ്മൾ വലിച്ചെറിഞ്ഞതുപോലുള്ള വീട്ടുപകരണങ്ങളോരോന്നും ഗൃഹാതുരതയോടെ നോക്കിക്കണ്ടു. ഒരു കർഷകഭവനത്തിൽ ജനിച്ചുവളർന്ന ഞാൻ എന്റെ കുട്ടിത്തംമാറാത്ത മനസ്സിനെ കൂട്ടുവിളിച്ച് ഉരക്കളത്തിലെ മരഉരലിൽ മണൽത്തരികൾ വാരിയിട്ടിടിച്ചും തൊഴുത്തിലെ പുല്ലുതൊട്ടിയിലെ ഉണക്കപ്പുല്ലിൽ കൈചിക്കിയും ബാല്യകാലസ്മരണകളിലൂടെ അൽപനേരം ഊളിയിട്ടു രസിച്ചു. തിംഫുവിലെ കവജംങ്ത്സയിലുള്ള ഭൂട്ടാൻ നേഷണൽ ലൈബ്രറിയുടെ സമീപത്താണ് പരമ്പരാഗതഭവനം ഒരുക്കിയിരിക്കുന്നത്. വീടിനുപുറത്ത് മണ്ണുകൊണ്ടുണ്ടാക്കിയ, സ്തൂപാകൃതിയിലുള്ള വിറകടുപ്പും പണ്ടത്തെ രീതിയിലുള്ള മില്ലും കാണാം. താഴത്തെ നില കന്നുകാലികളെ കെട്ടുന്നയിടമാണ്. കന്നുകുട്ടികളെ കെട്ടിയിരുന്നത് പ്രത്യേകം മുറികളിലാണ്. ഒരുഭാഗത്ത് വൈക്കോലും ഉണക്കപ്പുല്ലും. മറ്റൊരുഭാഗത്ത് കൃഷിയായുധങ്ങളും അനുബന്ധസാമഗ്രികളും. കുത്തനെയുള്ള ഇടുങ്ങിയ ഗോവണി കയറിച്ചെന്നാൽ കാണുന്നത് ധാന്യങ്ങളും ഭക്ഷ്യവസ്തുക്കളും സംഭരിച്ച് സൂക്ഷിക്കുന്നതിനുള്ള മരത്തിൽ തീർത്ത അറകളാണ്. ഹാളിൽ വീട്ടുപകരണങ്ങളും പാത്രങ്ങളും ആയുധങ്ങളുമൊക്കെ സൂക്ഷിച്ചിരിക്കുന്നു. ജനനം, മരണം തുടങ്ങിയ ജീവിതസന്ധികളുമായി ബന്ധപ്പെട്ട ആചാരാനുഷ്ടാനങ്ങളുടെ ബാക്കിപത്രങ്ങളും വീട്ടുശേഖരത്തിൽ കാണാം. മൂന്നാമത്തെ നിലയിലാണ് അടുക്കള, കുളിമുറി, കിടപ്പുമുറി, അതിഥിമുറി എന്നിവ ക്രമീകരിച്ചിരിക്കുന്നത്. ഉണങ്ങിയ ചുവന്ന മുളകുകൾ കനമുള്ള നൂലിൽകെട്ടി അടുക്കളയിലെ ജനാലയഴിയിലൂടെ വെളിയിലേക്ക് തൂക്കിയിട്ടിരിക്കുന്നു. എറ്റവും മുകളിൽ മച്ചാണ്. അവിടെ കന്നുകാലികൾക്കുള്ള തീറ്റവ

ഫോക്ക് ഹെരിറ്റേജ് മ്യൂസിയം

ചുവന്ന മുളക്

സ്തുക്കൾ സൂക്ഷിച്ചിരിക്കുന്നു. വീടിന്റെ മൺഭിത്തികൾക്ക് ഒരുമീറ്ററിൽ കൂടുതൽ വീതിയുണ്ട്. അകത്തെ താപനില ക്രമീകരിക്കുന്നതിനും മരനിർമ്മിതമായ മേൽക്കൂരയെ താങ്ങി നിർത്തുന്നതിനും വേണ്ടിയാണ് ഇത്തരം വീതികൂടിയ മൺഭിത്തികൾ. അന്നത്തെ ആളുകൾ കുത്തനെയുള്ള കോണിയിലൂടെ മൂന്നാംനിലയിലുള്ള അടുക്കളയിലേക്കും കുളിമുറിയിലേക്കുമൊക്കെ വെള്ളം കൊണ്ടുപോയതെങ്ങനെ എന്നോർത്തപ്പോൾ ആശ്ചര്യം തോന്നി. ഒരു ജനത പ്രാചീനസംസ്കൃതിയിൽ നിന്ന് കാലാനുഗതമായ മാറ്റങ്ങളിലൂടെ, അറിവിന്റെ ഇടനാഴികൾ കടന്ന് ഇന്നത്തെ തുറസ്സിടങ്ങളിലേക്ക് എത്തിച്ചേർന്നതിന്റെ കഥപറയുന്ന അവശേഷിപ്പുകളോരോന്നും ഭൂട്ടാനീസ് ഭാഷയിലുള്ള വിശദീകരണക്കുറിപ്പുകളോടെ ആ മൂന്നുനിലവീട്ടിനുള്ളിൽ സഞ്ചാരികളെ കാത്തിരിക്കുന്നു. കെട്ടിടത്തിന്റെ പഴക്കം കാഴ്ചക്കാരെ ഓർമ്മിപ്പിക്കുന്നത് അക്കാലത്ത് ഭവനനിർമ്മിതിക്കുപയോഗിച്ചിരുന്ന മരത്തിന്റെയും പ്രകൃതിദത്തമായ മറ്റുവസ്തുക്കളുടെയും ഗുണമേന്മ കൂടിയാണ്.

മ്യൂസിയം സന്ദർശിക്കുന്നവരുടെ അറിവിലേക്കായി സീസൺ അനുസരിച്ചുള്ള ഡെമോൺസ്ട്രേഷൻ പരിപാടികളുമുണ്ട്. നെല്ല്, ഗോതമ്പ്, ചോളം എന്നിവയുടെ കൃഷിമുതൽ കൊയ്ത്തു

വരെയുള്ള കാര്യങ്ങൾ അന്നത്തെ രീതിയിൽത്തന്നെ കണ്ടറിയാം. നൂറ്റിയമ്പതിലേറെ വർഷം പഴക്കമുള്ള മിൽസ്റ്റോണിൽ (ചാണ) ധാന്യം പൊടിക്കുന്നതും വിന്റ്മിൽ ഉപയോഗിച്ച് വെള്ളം തേകുന്നതും തുടങ്ങി അടുക്കളത്തോട്ടവും ഔഷധസസ്യങ്ങളും പരമ്പരാഗതചികിത്സയുടെ ഭാഗമായ ഹോട്ട്സ്റ്റോൺ ബാത്തും ഭൂട്ടാന്റെ തനതുൽപന്നമായ ചുവന്നരി വറുക്കുന്നതും വരെ ഇവിടെ കണ്ടുമടങ്ങാം. പക്ഷേ ഡെമോൺസ്ട്രേഷൻ പരിപാടികൾ കാണണമെന്നുള്ളവർ ഒരാഴ്ചമുമ്പെങ്കിലും ബുക്കുചെയ്തിരിക്കണം. മ്യൂസിയ പരിസരത്തുള്ള മറ്റൊരുകെട്ടിടത്തിൽ ഭൂട്ടാനീസ് കരകൗശല വസ്തുക്കളുടെ പ്രദർശനവും വിൽപനയും ഒരുക്കിയിട്ടുണ്ട്. വ്യാളിയുടെ ചിത്രമുള്ള ചെറിയൊരു കളിമൺകപ്പെടുത്ത് വിലചോദിച്ചു, മുന്നൂറുരൂപ! വിലക്കൂടുതൽ വകവയ്ക്കാതെ വ്യാളീചിത്രം പതിച്ച ഒരു ജഗ്ഗും രണ്ടുകപ്പുകളും സെറ്റായി വാങ്ങി; വ്യാളിനാടിന്റെ ഓർമ്മയ്ക്കായി.

ഭൂട്ടാന്റെ തനതുഭക്ഷണം അതേ രുചിയോടെയും തൃപ്തിയോടെയും കഴിക്കണമെന്നുള്ളവർ ഫോക്ക് ഹെരിറ്റേജ് മ്യൂസിയത്തോടു ചേർന്നുപ്രവർത്തിക്കുന്ന ഭക്ഷണശാലയിലേക്ക് ചെല്ലുക. രാജ്യത്തിന്റെ വിവിധഭാഗങ്ങളിലുള്ള ഭക്ഷണം വൃത്തിയായി പാചകം ചെയ്തുതരും. ആപ്പിൾത്തോട്ടത്തിനരികിലുള്ള പ്രകൃതിരമണീയമായ തുറസ്സിലിരുന്ന് ആസ്വദിച്ച് കഴിക്കാം. കുറഞ്ഞത് അഞ്ചുപേരെങ്കിലുമുള്ള ഗ്രൂപ്പായിരിക്കണമെന്നുമാത്രം. യാത്രാസംഘങ്ങൾ തങ്ങൾക്കാവശ്യമുള്ളത്ര ഭക്ഷണം മുൻകൂട്ടി ഏർപ്പാടു ചെയ്യുകയാണ് പതിവ്. മായമില്ലാത്ത നല്ല ഭക്ഷണത്തിന് വില അൽപം കൂടിയാലും പ്രശ്നമില്ലല്ലോ. നേരത്തേ പറയാതിരുന്നതിനാൽ ഞങ്ങൾക്ക് അവിടത്തെ ഭക്ഷണരുചി ആസ്വദിക്കാനായില്ല.

മുളക് ഭൂട്ടാനി ഭക്ഷണത്തിലെ പ്രധാനചേരുവയാണ്. 'മുളകില്ലാത്ത ഭക്ഷണത്തെക്കുറിച്ച് ഞങ്ങൾക്ക് ചിന്തിക്കാനേ വയ്യ' ഡ്രൈവർ സുമൻ പറഞ്ഞു. അതുകേട്ടപ്പോഴാണ് പരമ്പരാഗത വീട്ടിലെ അടുക്കളയഴിയിൽ മുളക് കെട്ടിത്തൂക്കിയിരുന്നതിന്റെ അർത്ഥം മനസ്സിലായത്. നമ്മുടെ രുചികളുമായി ഒത്തുപോകുന്ന ഒന്നും തന്നെ ഇവരുടെ പരമ്പരാഗത ഭക്ഷണത്തിലില്ല. സൂപ്പിലും വെണ്ണക്കട്ടി മുറിച്ചിടും. യാക്ക്, പശു എന്നിവയുടെ പാലിൽനിന്നാണ് വെണ്ണയുണ്ടാക്കുന്നത്. ഉപ്പ്, പുളി, മധുരം എന്നിവയോട് വലിയ താല്പര്യമില്ല. മിതാഹാരവും വ്യായാമവും ശീലമാക്കിയതിനാലാവാം പൊണ്ണത്തടിയുള്ളവരെ കാണാനേയില്ല. കൃഷി പൂർണ്ണമായും ജൈവമാണ്. മായം കലരാത്ത ഭക്ഷണവും ശുദ്ധവായുവും ശുദ്ധജലവും ഒക്കെയാവാം ഭൂട്ടാനികളുടെ ആരോഗ്യരഹസ്യം. മുളകിന്റെ അമിതോപയോഗം കാരണം ചിലർക്ക് അൾസർ ബാധയുണ്ടത്രെ. ഭക്ഷണശാലകളും ആശുപത്രികളും വിരളമായേ കാണാനുള്ളൂ. തിമ്പുവിലെ ജിഗ്മെ ദോർജി വാങ്ചുക് നാഷണൽ റഫറൽ

ആശുപത്രിയാണ് ഭൂട്ടാനിലെ പ്രധാന ആശുപത്രി. പ്രാഥമികാരോഗ്യകേന്ദ്രങ്ങളും പാരമ്പര്യചികിത്സാകേന്ദ്രങ്ങളും ചിലയിടങ്ങളിൽ കണ്ടതായി ഓർക്കുന്നു.

രണ്ടായിരത്തിയൊന്ന് ജൂലൈ ഇരുപത്തിയെട്ടിന്, രാജപത്നി അഷി ദോർജി വാങ്ചുക്ക് ആണ് ഫോക്ക് ഹെരിറ്റേജ് മ്യൂസിയത്തിന്റെ ഉത്ഘാടനകർമ്മം നിർവ്വഹിച്ചത്. പൊതുഅവധിദിവസങ്ങളിൽ മ്യൂസിയം തുറക്കുകയില്ല. തിങ്കൾ മുതൽ വെള്ളി വരെ രാവിലെ പത്തുമുതൽ വൈകിട്ട് നാലരവരെയും ശനിയാഴ്ചകളിൽ പത്തരമുതൽ ഒന്നുവരെയും ഞായറാഴ്ചകളിൽ പതിനൊന്നരമുതൽ മൂന്നരവരെയുമാണ് പ്രവൃത്തിസമയം. ഫോട്ടോഗ്രഫി കർശനമായി നിരോധിച്ചിരിക്കുന്നതിനാൽ ഇവിടത്തെ പരമ്പരാഗതക്കാഴ്ചകൾ ക്യാമറയിൽ പകർത്താനായില്ല.

വീട്ടിൽനിന്നിറങ്ങി തൊട്ടപ്പുറത്തുള്ള നാഷണൽ ലൈബ്രറിയിലേക്ക് നടന്നു. ഭൂട്ടാന്റെ മഹത്തായ സാംസ്കാരികപാരമ്പര്യവും ബുദ്ധമതസാഹിത്യവും സംരക്ഷിക്കുക എന്ന ലക്ഷ്യം മുൻനിർത്തി, രാജമാതാവായ അഷി ചോഡൻ നൽകിയ നൂറ്റിയിരുപത് ബുദ്ധമത ഗ്രന്ഥങ്ങളുടെ മാനുസ്ക്രിപ്റ്റുകളുമായി 1967-ൽ, മൂന്നാം ഡ്രുക് ഗ്യാൽപോ ജിഗ്മെ ദോർജി വാങ്ചുക്ക്, താഷി ചോ ദ്സോങ് സെൻട്രൽ ടവറിൽ തുടങ്ങിവച്ച പ്രസ്ഥാനമാണ് പിന്നീട് തിംഫുവിലെ കവജംങ്ത്സയിലുള്ള ഭൂട്ടാൻ നാഷണൽ ലൈബ്രറിയായി വളർന്നുവികസിച്ചത്. കൂടിക്കൂടിവന്ന വിശുദ്ധഗ്രന്ഥശേഖരങ്ങളും രേഖകളും സ്ഥലപരിമിതി കാരണം ആദ്യം തിംഫുവിലെ ചങ്ഗങ്ഖായിലേക്ക് മാറ്റി. അവിടെയും പോരാതെ വന്നപ്പോഴാണ് സ്ഥിരമായൊരു ലൈബ്രറി മന്ദിരം എന്ന ആശയമുദിച്ചത്. പൂർണ്ണമായും സർക്കാരിന്റെ ചെലവിൽ നിർമ്മാണം പൂർത്തീകരിക്കപ്പെട്ട പരമ്പരാതശൈലിയിലുള്ള ലൈബ്രറി മന്ദിരത്തിന് നാലുനിലകളും എട്ടു കോണുകളും ഉണ്ട്. പുറത്തുനിന്നുനോക്കിയാൽ ഇതൊരു

നാഷണൽ ലൈബ്രറി

ദ്സോങ്ങിന്റെ കേന്ദ്രക്ഷേത്രം പോലെ തോന്നും. 1984 നവംബർ 23-ന് വിശുദ്ധഗ്രന്ഥങ്ങളുടെ ശേഖരം പവിത്രീകരിച്ച് പുതിയ കെട്ടിടത്തിൽ കുടിയിരുത്തിയത് ഗുരു റിംപോച്ചെ ഡിൽഗോ ഖെയ്ൻത്സേ ആയിരുന്നു. പ്രധാന മന്ദിരത്തിനുപുറത്ത് രണ്ട് അനുബന്ധനിർമ്മിതികൾ കൂടിയുണ്ട്: അഡ്മിനിസ്ട്രേഷൻ ബ്ലോക്കും ആർകൈവ്സും.

വളരെ മനോഹരമാണ് ലൈബ്രറിയിലെ ക്രമീകരണങ്ങൾ. പണ്ടുകാലം മുതൽ ക്ഷേത്രങ്ങളിലും മൊണാസ്ട്രികളിലും സ്വകാര്യവസതികളിലും സൂക്ഷിച്ചിരുന്ന മതഗ്രന്ഥങ്ങളും പ്രധാനപ്പെട്ട ചരിത്രരേഖകളും കയ്യെഴുത്തുശേഖരങ്ങളുമൊക്കെ ലൈബ്രറിയിലെ സൂക്ഷിപ്പുകളിൽപ്പെടുന്നു. കൈകൊണ്ടുണ്ടാക്കിയ കട്ടിയുള്ള കടലാസ്സുകളിലാണ് പുരാതനഗ്രന്ഥങ്ങൾ എഴുതിസൂക്ഷിച്ചിരിക്കുന്നത്. ദ്സോങ്ക ഭാഷയ്ക്ക് തനതായ ലിപിയില്ലാത്തതിനാൽ തിബത്തൻ ലിപിയിലെഴുതപ്പെട്ട ഈ കൃതികളിലാണ് മനോഹരമായ ഭൂട്ടാനീസ് കാലിഗ്രാഫിയുടെ വൈവിദ്ധ്യങ്ങൾ അവശേഷിച്ചുകാണുന്നത്. ഹിമാലയൻ രാജ്യങ്ങളെക്കുറിച്ചുള്ള റിസർച്ചിനാവശ്യമായ ചരിത്രപുസ്തകങ്ങളും പുരാരേഖകളും ബുദ്ധമതത്തെക്കുറിച്ചുണ്ടായിട്ടുള്ള ഇതരഭാഷാ കൃതികളുമൊക്കെ ഇവിടെ ലഭ്യമാണ്. ലോകത്തിലെ ഏറ്റവും വലിയ അച്ചടിപ്പുസ്തകവും ഇവിടത്തെ വിചിത്രശേഖരത്തിൽ കണ്ടു. വിലപ്പെട്ട പവിത്രഗ്രന്ഥങ്ങളുടെ സൂക്ഷിപ്പിടത്തിൽ സാധാരണ സന്ദർശകർക്ക് പ്രവേശനമില്ല. വിവിധരാജ്യങ്ങളിൽ നിന്നുള്ള ഗവേഷണവിദ്യാർത്ഥികളാണ് പ്രധാനമായും ഈ ഗ്രന്ഥാലയത്തിന്റെ ഉപയോക്താക്കൾ.

ഇംഗ്ലീഷ് വിദ്യാഭ്യാസം നേടാൻ ഭാഗ്യം സിദ്ധിച്ച പുതുതലമുറയിലെ ഒരു ചെറുവിഭാഗം മാത്രമാണ് ഭൂട്ടാനിലെ പുസ്തകവായനക്കാർ. രാജമാതാവും എഴുത്തുകാരിയും സാമൂഹ്യപ്രവർത്തകയും തിംഫുവിലെ തരായനസെന്റർ എന്ന സാംസ്കാരിക കേന്ദ്രത്തിന്റെ ഉപജ്ഞാതാവുമായ അഷി ദോർജി വാങ്മോ വാങ്ചുക്കിന്റെ 'ദി ട്രഷേഴ്സ് ഓഫ് ദി തണ്ടർ ഡ്രാഗൺ' എന്ന അന്താരാഷ്ട്ര പ്രശസ്തി നേടിയ പുസ്തകത്തിന് ദേശീയരും വിദേശീയരുമായ ധാരാളം വായനക്കാരുണ്ടെന്ന് ലൈബ്രറിയിലെ ജീവനക്കാരിലൊരാൾ പറഞ്ഞു. കൂടാതെ ഭൂട്ടാനിലെ നോവൽസാഹിത്യത്തിന് തുടക്കം കുറിച്ച കർമ ഊറയുടെ 'ദി ഹീറോ ഓഫ് എ തൗസന്റ് ഐസ്' എന്ന ചരിത്രനോവലും കുറച്ചൊക്കെ വായിക്കപ്പെടുന്നുണ്ട്.

മറ്റുനാടുകളിലെപ്പോലുള്ള സാഹിത്യകൃതികൾ ഭൂട്ടാനീസ് ഭാഷകളിൽ വിരളമാണ്. ഉള്ളതാവട്ടെ മതത്തിന്റെ സ്വാധീനവലയത്തിൽപ്പെട്ടവയും. മതത്തിൽനിന്ന് വേറിട്ട സാഹിത്യം ഇനിയും ഉണ്ടാവാനിരിക്കുന്നതേയുള്ളൂ. ഭൂട്ടാനിലെ പതിനാറ് ചെറുഭാഷക

ളിലായി സമ്പന്നമായൊരു പരമ്പരാഗത വാമൊഴി സാഹിത്യമുണ്ട്. ഭരണഭാഷയായ 'ദ്സോങ്ഖ'യിൽ അച്ചടിക്കപ്പെട്ട ബുദ്ധസാഹിത്യത്തിനുപുറമേ തലമുറകളായി കൈമാറിവരുന്ന ഐതിഹ്യങ്ങളുടെയും നാടൻപാട്ടുകളുടെയും ബുദ്ധകഥകളുടെയും വലിയൊരു പ്രദേശികസാഹിത്യശേഖരവും കൂടിച്ചേർന്നതാണ് ഇപ്പോൾ ഭൂട്ടാനീസ് സാഹിത്യമായി അക്കാദമിക് തലങ്ങളിൽ വിലയിരുത്തപ്പെടുന്നത്. എന്നാൽ, അടുത്തകാലത്തായി സാമൂഹ്യപ്രസക്തിയുള്ള ചില രചനകൾ ഉണ്ടായിത്തുടങ്ങിയിരിക്കുന്നു എന്നത് ചിന്താശക്തിയുള്ള ചിലരുടെയെങ്കിലും കാഴ്ചപ്പാടുകൾ മാറുന്നു എന്നതിന്റെ സൂചനയാണ്.

വിരലിലെണ്ണാവുന്നത്ര എഴുത്തുകാരേ ഇവിടെയുള്ളൂ. മിക്കവരും ഇംഗ്ലീഷിൽ എഴുതുന്നവർ. ട്രഷേഴ്സ് ഓഫ് ദ തണ്ടർ ഡ്രാഗൺ എന്ന കൃതിയുടെ കർത്താവായ അഷി ദോർജി വാങ്മൊയും നോവലിസ്റ്റും കഥാകൃത്തുമായ കുൻസാങ് ചോഡനും കവിയും നോവലിസ്റ്റുമായ ഗോപിലാൽ ആചാര്യയും നോവലിസ്റ്റായ കർമ്മ ഊറയുമാണ് അവരിൽ അറിയപ്പെടുന്നവർ. ഭൂട്ടാനിലെ പരമ്പരാഗത ഭക്ഷണരുചികളെയും സംസ്കാരത്തെയും കുറിച്ച് രചിച്ച 'ചില്ലീസ് ആന്റ് ചീസ്'എന്ന കൃതിയിലൂടെയാണ് കുൻസാങ് ചോഡൻ വിദേശശ്രദ്ധ പിടിച്ചുപറ്റിയത്. സ്ത്രീകളുടെ ദുരിതങ്ങളും ദുഃഖങ്ങളുമൊക്കെ പ്രമേയമാക്കി സർഗ്ഗാത്മകരചന നടത്തുന്ന ചോഡൻ ഒരു സ്ത്രീപക്ഷ എഴുത്തുകാരി കൂടിയാണ്. പ്രാദേശികഭാഷകളിൽ സാഹിത്യസൃഷ്ടികൾ ഉണ്ടാവുന്നുണ്ടെങ്കിലും പുസ്തകപ്രസാധനത്തിനുള്ള സൗകര്യങ്ങൾ വിരളമായതിനാൽ അവ പ്രസിദ്ധീകരിക്കപ്പെടുന്നില്ല; ആയതിനാൽ അപൂർവ്വമായെങ്കിലും എഴുതപ്പെടുന്ന പുതുസാഹിത്യം തദ്ദേശീയരായ വായനക്കാരിൽ എത്തുന്നുമില്ല.

ഭൂട്ടാന്റെ തനതായ വസ്ത്രനിർമ്മാണകലയുടെ ചരിത്രവഴികളിലേക്ക് വെളിച്ചംവീശുന്നതാണ് സാംസ്കാരിക മന്ത്രാലയത്തിന്റെ കീഴിൽ പ്രവർത്തിക്കുന്ന നാഷണൽ ടെക്സ്റ്റൈൽ മ്യൂസിയം. അമേരിക്കയിലെ പീബോഡി എസ്സെക്സ് മ്യൂസിയത്തിന്റെ സാങ്കേതികസഹായത്തോടെ രണ്ടായിരത്തിയൊന്നിൽ സ്ഥാപിതമായ ടെക്സ്റ്റൈൽ മ്യൂസിയത്തിന്റെ മുഖ്യലക്ഷ്യം രാജ്യത്തിന്റെ പരമ്പരാഗത വസ്ത്രനിർമ്മാണശൈലിയെ പരിപോഷിപ്പിക്കുക എന്നതാണ്. ഇവിടെയുള്ള റോയൽ ടെക്സ്റ്റൈൽ അക്കാദമിയിൽ ടെക്സ്റ്റൈൽ സംബന്ധമായ ഗവേഷണങ്ങളും പഠനക്ലാസ്സുകളും സർക്കാർ സഹായത്തോടെ നടത്തിപ്പോരുന്നു. കൂടാതെ ഡിസൈൻ മത്സരങ്ങളും സംഘടിപ്പിക്കാറുണ്ട്. സവിശേഷ ശ്രദ്ധ പിടിച്ചുപറ്റുന്ന ആറുവിഭാഗങ്ങളായിട്ടാണ് മ്യൂസിയത്തിന്റെ ക്രമീകരണം. താഴത്തെ ഹാളിൽ നെയ്ത്തുമായി ബന്ധപ്പെട്ട വസ്തുക്കൾ പരിചയപ്പെടാം. സ്ത്രീകളും പുരുഷന്മാരും വസ്ത്രം നെയ്യുന്നത്

നാഷണൽ ടെക്സ്റ്റൈൽ മ്യൂസിയം

നേരിൽ കാണുകയും ചെയ്യാം. വസ്ത്രങ്ങളിൽപോലും ആത്മീയതയുടെ പരിവേഷം തുന്നിച്ചേർക്കുന്നതാണ് ഭൂട്ടാന്റെ തനതുരീതി. ഒന്നാമത്തെ നില പുരുഷന്മാരുടെ ദേശീയവസ്ത്രമായ 'ഘോ' യുടെ പ്രദർശനശാലയാണ്. ഒരുഭാഗത്ത് രാജാക്കന്മാരുടെയും കുടുംബാംഗങ്ങളുടെയും പലവിധമായ ആഡംബര വസ്ത്രങ്ങൾ പ്രദർശിപ്പിച്ചിരിക്കുന്നു. റെയ്വൻ കിരീടവും നാലാമത്തെ രാജാവായിരുന്ന ജിഗ്മെ നാംഗ്യേൽ വാങ്ചുക്കിന്റെയും അദ്ദേഹത്തിന്റെ നാലുഭാര്യമാരുടെയും വിവാഹവസ്ത്രങ്ങളും ഇവിടെ കാണാം.

സ്ത്രീകളുടെ ദേശീയവസ്ത്രമായ 'കിര' ആകർഷകവർണ്ണങ്ങളിൽ നെയ്തടുക്കിയിരിക്കുന്നതുകണ്ടപ്പോൾ അതിലൊന്ന് വാങ്ങണമെന്ന് തോന്നിയെങ്കിലും തുണിയുടെ ഭാരവും അതിനെക്കാൾ ഭാരിച്ച വിലയും കാരണം വേണ്ടെന്നുവച്ചു. അന്താരാഷ്ട്ര ശ്രദ്ധ പിടിച്ചുപറ്റുന്ന നാഷണൽ ടെക്സ്റ്റൈൽ മ്യൂസിയത്തിൽ കുറേ സമയം ചെലവിട്ട ഞങ്ങൾക്ക് നല്ലൊരു ക്രാഫ്റ്റ് എംപോറിയം കാണുന്ന പ്രതീതിയാണുണ്ടായത്. ടെക്സ്റ്റൈൽ രംഗത്ത് ഗവേഷണം നടത്തുന്നവർക്ക് നല്ലൊരു പ്രബന്ധത്തിനുള്ള വകനൽകുന്നതാണ് ഈ മ്യൂസിയം.

തിംഫുവിന്റെ വടക്കുപടിഞ്ഞാറുള്ള മോത്തിതാംഗ് ടക്കിൻ റിസർവ്വിലേക്കാണ് പിന്നീട് പോയത്. ദേശീയമൃഗമായ ടക്കിന്റെ സംരക്ഷണമേഖലയാണ് നഗരാതിർത്തിക്കുപുറത്തുള്ള ഈ തുറസ്സായ മൃഗശാല. സന്ദർശകരിൽനിന്ന് ഭക്ഷണം പ്രതീക്ഷിച്ചെന്ന

പോലെ പച്ചച്ചായമടിച്ച കമ്പിവേലിക്കരികിൽ ഇണക്കത്തോടെ നിൽക്കുകയാണ് നാലഞ്ച് ടക്കിനുകൾ. ആടിന്റെ തലയും പശുവിന്റെ ഉടലും ചേർന്നുണ്ടായ ഒരു വിചിത്രജീവിയെപ്പോലുണ്ട് ടക്കിൻ. വലിയ കാട്ടാടിനെപ്പോലെ എന്നും പറയാം. 1985 -ലാണ് ടക്കിൻ ഭൂട്ടാന്റെ ദേശീയമൃഗമായി സ്ഥാനപ്പെട്ടത്. ഹിമാലയത്തിലെ 4000 അടിയിലേറെ ഉയരമുള്ള പ്രദേശങ്ങളിലെ ആവാസവ്യവസ്ഥയ്ക്ക് അനുസൃതമായി ജൈവപരിണാമം സംഭവിച്ചുണ്ടായതാവാം ഈ വിചിത്രമൃഗം. എന്നാൽ ടക്കിന്റെ ഉല്പത്തിക്കഥ വന്യജീവി സങ്കേതത്തിലെ ഫലകത്തിൽ ആലേഖനം ചെയ്തിട്ടുണ്ട്. പതിനഞ്ചാംനൂറ്റാണ്ടിൽ ടിബറ്റിൽനിന്ന് ഭൂട്ടാനിലെത്തിയ ദ്രുക്പകുൻലെ എന്ന ദിവ്യനായ ലാമയുടെ അത്ഭുതസൃഷ്ടിയാണത്രെ ടക്കിൻ. ലാമയുടെ ദിവ്യാത്ഭുതങ്ങളെപ്പറ്റി കേട്ടറിഞ്ഞ ഗ്രാമീണർ തങ്ങൾക്കു കാണാൻ ഒരത്ഭുതം പ്രവർത്തിക്കണമെന്ന് അദ്ദേഹത്തോട് ആവശ്യപ്പെട്ടുവെന്നും ആദ്യം തനിക്ക് വിശപ്പകറ്റാൻ ഒരാടിനെയും പശുവിനെയും ജീവനോടെ ചുട്ടുനൽകാൻ അദ്ദേഹം അവരോട് പറഞ്ഞുവെന്നും ചുട്ടുനൽകിയ ആടിന്റെയും പശുവിന്റെയും മാംസം നിമിഷനേരംകൊണ്ട് അദ്ദേഹം തിന്നുതീർക്കുകയും ആടിന്റെ തലയോട് പശുവിന്റെ ഉടലസ്ഥിയിൽ ചേർത്തുവച്ച് വിരൽഞൊടിച്ച മാത്രയിൽ അത് പുതിയൊരു നാൽക്കാലിയായി ജീവൻപ്രാപിച്ച് പുൽമേട്ടിലേക്ക് ഓടിപ്പോവുകയും ചെയ്തുവെന്നാണ് കഥ.

മറ്റെവിടെയും കാണാനില്ലാത്ത സസ്യാഹാരിയായ ഈ വന്യമൃഗം വംശനാശത്തിന്റെ വക്കിലാണിപ്പോൾ. കാലാവസ്ഥാമാറ്റങ്ങൾക്കനുസരിച്ച് മലകളിൽനിന്ന് മലകളിലേക്ക് പ്രയാണം

ടക്കിൻ റിസർവ്

ദേശീയമൃഗം ടക്കിൻ

ചെയ്യുന്ന ടക്കിനുകൾ ഒരിക്കൽ തിംഫുവിലുമെത്തിയത്രെ. അവയെ സംരക്ഷിക്കുന്നതിനായിട്ടാണ് മൊതിതാങ്ങിലെ വന്യജീവിസങ്കേതത്തിന് തുടക്കമിട്ടത്. ഇപ്പോൾ ഇവിടെ അറുപതോളം ടക്കിനുകളുണ്ട്. ഹിമാലയത്തിലെ അപൂർവ്വ സാന്നിദ്ധ്യമൊഴിച്ചാൽ അമേരിക്കയിലെ ചില മൃഗശാലകളിൽ മാത്രമേ ഇപ്പോൾ ഇവയെ കാണാനുള്ളൂ. അതുകൊണ്ടുതന്നെ ഉള്ളവയെ പ്രകൃതിക്കിണങ്ങുന്ന രീതിയിൽ പ്രത്യേകമായ കരുതലോടെ പരിപാലിക്കുകയാണ് നഗരമദ്ധ്യത്തിലെ ഈ വനശാലയിൽ. കമ്പിവേലിക്കിപ്പുറം നിന്ന് നമുക്കവയെ കാണാമെന്നല്ലാതെ ഒന്നു തൊടാൻപോലും അനുവാദമില്ല. ഡ്രുക്പ കുൻലേയോടുള്ള ആദരവാകാം ഈ കരുതലിന് കാരണം. പൊതുവേ മാംസഭക്ഷണം ഇഷ്ടപ്പെടുന്ന ഭൂട്ടാനികൾ ടക്കിനെ കൊല്ലുകയോ തിന്നുകയോ ഇല്ല.

തിംഫുവിൽ വ്യവസായശാലകൾ എന്നു പറയത്തക്കവണ്ണം ഒന്നുംതന്നെയില്ല. വസ്ത്രനിർമ്മാണത്തിനുള്ള ചെറിയ യൂണിറ്റുകൾ കഴിഞ്ഞാൽപിന്നെ ആകെയുള്ളത് ജുംങ്ഷി കരനിർമ്മിത കടലാസ് ശാലയാണ്. ജുംങ്ഷി എന്നാൽ പ്രകൃതിദത്തം എന്നർത്ഥം. കരനിർമ്മിത കടലാസ് ഭൂട്ടാന്റെ പാരമ്പര്യസംസ്കാരത്തിന്റെ ഒരുഭാഗം തന്നെയാണ്. പഴയകാലത്ത് ബുദ്ധവിഹാരങ്ങളിൽ കൈയെഴുത്തുകൾക്കുവേണ്ടിയും പ്രാർത്ഥനകളും മന്ത്രങ്ങളും എഴുതി വിതരണം ചെയ്യുന്നതിനുവേണ്ടിയും ആയിരുന്നു കടലാസ് നിർമ്മിച്ചിരുന്നത്. ഇത്തരം കടലാസ്സുകൾക്ക് ഇന്ന് വലിയ ഉപയോഗമില്ലെങ്കിലും പൗരാണികമായൊരു പാരമ്പര്യവ്യവസായം അന്യംനിന്നുപോകാതെ സംരക്ഷിക്കാനുള്ള സർക്കാരിന്റെ ശ്രമഫലമാണ്

ജുംങ്ഷി കടലാസ് നിർമ്മാണശാല. സർക്കാർസ്ഥാപനമായാണ് തുടങ്ങിയതെങ്കിലും പിന്നീടത് സ്വകാര്യവത്കരിക്കുകയായിരുന്നു. ജപ്പാനിൽനിന്ന് പ്രത്യേകപരിശീലനം നേടിയ നോർബു ടെൻസിന്റെ നേതൃത്വത്തിലാണ് ഇപ്പോൾ ഇതിന്റെ പ്രവർത്തനം.

പ്രകൃതിസംരക്ഷണത്തിന് മുൻതൂക്കം നൽകുന്ന ഭൂട്ടാനിൽ കൃത്രിമമായ വ്യവസായസങ്കല്പങ്ങൾ തീർത്തും ഒഴിവാക്കപ്പെട്ടിരിക്കുന്നു. പ്രകൃതിദത്തമായ വസ്തുക്കൾമാത്രം ഉപയോഗിച്ച്, പാരിസ്ഥിതികപ്രശ്നങ്ങളൊന്നും ഉണ്ടാകാത്ത രീതിയിലാണ് ജിംങ്ഷു കടലാസ് നിർമ്മാണശാലയുടെ പ്രവർത്തനം. സാമാന്യം വലിപ്പമുള്ള ഒരു മുറിയിൽ ഏതാനുംപേർ അത്യാവശ്യം ചില ചെറുയന്ത്രങ്ങളുടെ സഹായത്താൽ ഏകാഗ്രതയോടെ ജോലിചെയ്യുന്നു. ഭൂട്ടാനിലെമ്പാടും സമൃദ്ധമായി വളരുന്ന ഡാഫ്നെ വൃക്ഷത്തിന്റെ തൊലിയാണ് ഭൂട്ടാൻ കടലാസിന്റെ പ്രധാന അസംസ്കൃതവസ്തു. ഇതിന്റെ തോല് 24 മണിക്കൂർ വെള്ളത്തിലിട്ടുകുതിർത്ത്, ചാരം കലർത്തിയ വെള്ളത്തിൽ പുഴുങ്ങി, കഴുകി വൃത്തിയാക്കി, നാരുകൾ വേർതിരിച്ചെടുത്ത്, ക്രഷറിലിട്ടു ചതച്ച് പൾപ്പാക്കുന്നു. പലതരംപൂക്കളും പച്ചിലകളും വള്ളികളും ചേർത്താണ് ആവശ്യമായ നിറം കൊടുക്കുന്നത്. പൾപ്പ് വലിയൊരു തൊട്ടിയിൽ വെള്ളവും പശയുമായി ചേർത്ത് നന്നായി യോജിപ്പിച്ച്, 3 ft x 4 ft ഫ്രെയിമിലുള്ള മുളയരിപ്പയിലൂടെ തേച്ച് നേർത്ത ഷീറ്റുകളാക്കി ചൂടുള്ളൊരു ബോർഡിൽ ഒട്ടിച്ചുവച്ച് ഉണക്കിയെടുക്കുന്നു. പിന്നെ അരികുകൾ മുറിച്ച് രൂപഭംഗിവരുത്തുന്നു. ഇത്തരത്തിൽ ഒരുകടലാസ് ഷീറ്റ് പാകപ്പെട്ടുവരാൻ മൂന്നുദിവസം വേണം. കൂടുതൽ വെണ്മയുള്ള കടലാസ്സിനായി ചെമ്പകംപോലുള്ള വേറൊരു മരത്തിന്റെ തൊലിയാണുപയോഗിക്കുന്നത്.

തിംഫുവിന് തെക്കുള്ള ഡാഗ്നാ മലയിൽ വളരുന്ന ഡാഫ്നെ മരത്തിന്റെ തോലുപയോഗിച്ച് നിർമ്മിക്കപ്പെടുന്ന കട്ടിക്കടലാസുകൾ രണ്ടായിരംവർഷത്തോളം കേടുകൂടാതിരിക്കുമത്രെ. ഇതാണ് മതഗ്രന്ഥങ്ങളും രേഖകളുമൊക്കെ പകർത്തിസൂക്ഷിക്കാൻ ഉപയോഗിക്കുന്നത്. സാധാരണ കടലാസ്സിനെക്കാൾ വില വളരെ കൂടുതലാണിതിന്. കടലാസ് നിർമ്മാണശാലയോടു ചേർന്ന് ഒരു പ്രദർശനശാലയും ഒരുക്കിയിട്ടുണ്ട്. പല വലിപ്പത്തിലും രൂപത്തിലുമുള്ള കടലാസ്സുകൾ, കടലാസ്സിലെഴുതിയ ചിത്രങ്ങൾ, ഗ്രീറ്റിംഗ് കാർഡുകൾ, ഡയറികൾ എന്നിവ വില്പനയ്ക്കായി വച്ചിട്ടുണ്ട്. കാഴ്ചയിലും ഗുണത്തിലും അത്ര മികവൊന്നും തോന്നുകില്ലെങ്കിലും തികച്ചും പ്രകൃതിദത്തമാണെന്നതാണ് ഇവയുടെ ഏറ്റവും വലിയ ഗുണം. പക്ഷേ, വിലകേട്ടാൽ വാങ്ങാൻ തോന്നുകയില്ല എന്നതും അനുഭവം.

****

പരമ്പരാഗതശൈലിയിലുള്ള വീട്

ഒമ്പത്

കർഷകനഗരമായ തിംഫു

ട്രാഫിക് സിഗ്നൽ വിളക്കുകളോ വിമാനത്താവളമോ ഗതാഗതക്കുരുക്കുകളോ ഇല്ലാത്ത ഒരു തലസ്ഥാനനഗരം എന്നുകേൾക്കുമ്പോൾ നമുക്കത് തീർത്തും അവിശ്വസനീയമായിത്തോന്നാം. എന്നാൽ ഭൂട്ടാന്റെ തലസ്ഥാനമായ തിംഫു എല്ലാ അർത്ഥത്തിലും അത്തരമൊരു പരിസ്ഥിതിസൗഹൃദനഗരമാണ്. നമ്മുടെ ഒരു ജില്ലാ ആസ്ഥാനത്തോളം മാത്രമുള്ള തിംഫുവാണ് ഭൂട്ടാനിലെ ഏറ്റവും വലിയ നഗരവും. തിംഫു പ്രവിശ്യയിലെ മൊത്തം ജനസംഖ്യ 2017-ലെ കണക്കനുസരിച്ച് ഒരുലക്ഷത്തിപതിനയ്യായിരത്തോളമേയുള്ളൂ. പ്രകൃതിക്കിണങ്ങാത്ത വാഹനബാഹുല്യമോ നഗരനിർമ്മിതികളോ വികസനപ്രവർത്തനങ്ങളോ ഒന്നും ഇവിടെയൊരിടത്തും നമുക്ക് കാണാനാവില്ല. ആസൂത്രിതമായി പണിതുയർത്തിയ തലസ്ഥാനനഗരിപോലും പുറമേ പരിഷ്കൃതമെന്നു തോന്നുമെങ്കിലും ഗ്രാമത്തിന്റെ സൗമ്യതയും ലാളിത്യവും ഉൾക്കൊള്ളുന്നതാണ്. നഗരത്തിലെ പെരുവഴിക്കവലയിൽ ട്രാഫിക് നിയന്ത്രിക്കുന്ന, നീലക്കുപ്പായമിട്ട ഒരു ട്രാഫിക് പൊലീസുകാരനെ കാണാം. ഭൂട്ടാന്റെ വിദൂരഗ്രാമങ്ങളിൽനിന്ന് ഇവിടെയെത്തുന്നവർ അത്ഭുതത്തോടെയാണ്

ഇയാളെ നോക്കിനിൽക്കുന്നത്. വൃത്തിയും ഭംഗിയുമുള്ള നിരത്തി നിരുവശവും വലിയ തീപ്പെട്ടിക്കൂടുകൾപോലെ നിരന്നിരിക്കുന്ന പീടികകളും പൊതുമന്ദിരങ്ങളും നിറത്തിലും രൂപത്തിലും ഏക താനത പുലർത്തുന്ന സ്വകാര്യവസതികളുമെല്ലാം നിർബന്ധിത മായ പരമ്പരാഗത വാസ്തുശിൽപ ശൈലിയിൽ നിർമ്മിച്ചവയാണ്.

പന്ത്രണ്ടായിരം അടി ഉയരമുള്ള ഹിമാലയശൃംഗത്തിൽനി ന്നും ഉത്ഭവിച്ച് മറ്റുപല ചെറുനദികളെയും കൂടെച്ചേർത്ത്, കിലോ മീറ്ററുകളോളം സഞ്ചരിച്ച്, ബംഗ്ലാദേശിലൂടെ ഇന്ത്യയിലേക്കൊഴുകി ബ്രഹ്മപുത്രയിൽ ലയിച്ചുചേരുന്ന റൈഡക് നദിയാണ് (വാങ്ചു) ഭൂട്ടാന്റെ താഴ്വാരങ്ങളെ സമ്പൽസമൃദ്ധമാക്കുന്ന പ്രധാനനദികളി ലൊന്ന്. വാങ്ചുവിന്റെ ഇരുതീരങ്ങളിലായി വ്യാപിച്ചുകിടക്കുന്ന സ്വച്ഛസുന്ദരമായ കർഷകനഗരമാണ് തിംഫു. ദേശീയപാതയിൽ വന്നുചേരുന്ന ഏതാനും തെരുവുകളും ദേവതാരുക്കളുടെയും പച്ച പ്പടർപ്പുകളുടെയും പൂച്ചെടികളുടെയും ഇടയിലൂടെ നീളുന്ന നട പ്പാതകളും ചേർന്ന താഴ്വരയുടെ ഏതാണ്ട് മദ്ധ്യഭാഗത്താണ് പാര മ്പര്യഭംഗികളോടെ ആസൂത്രണം ചെയ്തിരിക്കുന്ന തലസ്ഥാനനഗ രം. വാങ് ചു തിംഫുവിലെത്തുമ്പോൾ തിംഫുചു എന്നപേരിൽ അറിയപ്പെടുന്നു.

ലോകത്തിലെ ഏറ്റവും ഉയരത്തിൽ സ്ഥിതിചെയ്യുന്ന തല സ്ഥാന നഗരങ്ങളിൽ മൂന്നാംസ്ഥാനത്താണ് തിംഫു. 2248 മീറ്ററിനും 2648 മീറ്ററിനും ഇടയ്ക്കാണ് ഈ പ്രദേശത്തിന്റെ ഉയരം. രാജ്യ ത്തിലെ ഒരേയൊരു അന്താരാഷ്ട്ര വിമാനത്താവളമായ പാരോ എയർപോർട്ടിലേക്ക് ഇവിടെനിന്ന് അമ്പത്തിനാല് കിലോമീറ്റർ ദൂര മുണ്ട്. രാജ്യാന്തരഅതിഥികളുടെയും ഡെലിഗേറ്റുകളുടെയും മറ്റും സഞ്ചാരസൗകര്യത്തിനായി ഡെച്ചൻചോലിംഗ് പാലസിനടുത്തു

തിംഫു ട്രാഫിക് സർക്കിൾ

ഡെച്ചൻചോലിംഗ് കൊട്ടാര കാര്യാലയങ്ങൾ

തന്നെ ഒരു ഹെലിപാഡുണ്ട്. മൂന്നാമത്തെ ഡ്രുക് ഗ്യാൽപൊ ജിഗ്മെ ഡോർജി വാങ്ചുക് 1953 -ൽ പണികഴിപ്പിച്ചതാണ് തിംഫുതാഴ്‌വരയുടെ വടക്കേയറ്റത്ത്, തിംഫുനദിയുടെ പടിഞ്ഞാറേതീരത്ത് കിഴക്കും പടിഞ്ഞാറും വനങ്ങളാൽ ചുറ്റപ്പെട്ട ഡെച്ചെൻചോലിംഗ് കൊട്ടാരം. തിംഫുനദിയുടെ തീരത്തുകൂടി കടന്നുപോകുന്ന ഡെച്ചൻലാം (ലാം എന്ന വാക്കിന് റോഡ് എന്നർത്ഥം) വഴിയാണ് വില്ലോ വൃക്ഷങ്ങൾക്കും കുളങ്ങൾക്കും പുൽത്തകിടികൾക്കുമിടയിൽ ഗരിമയോടെ നിലകൊള്ളുന്ന കൊട്ടാരപരിസരത്തിൽ എത്തിച്ചേരുക. പൂർണ്ണമായും ഭൂട്ടാന്റെ പരമ്പരാഗത വാസ്തുശിൽപ ശൈലിയിൽ നിർമ്മിച്ച ഈ മൂന്നുനിലക്കൊട്ടാരമാണ് 1953 മുതൽ ഭൂട്ടാന്റെ രാജമന്ദിരം. ഇപ്പോഴത്തെ രാജാവും ഭാര്യയുമൊഴികെ രാജകുടുംബത്തിലെ മറ്റെല്ലാ അംഗങ്ങളും ഇവിടെയാണ് വസിക്കുന്നത്. സമീപത്തുള്ള സാംതലിംഗ് കൊട്ടാരത്തിലാണ് രാജാവിന്റെ താമസം. എന്നാൽ, ഇന്ത്യൻ നയതന്ത്ര പ്രതിനിധികളുമായി ചർച്ചകൾ നടത്തുന്നതും വിദേശരാജ്യങ്ങളിൽനിന്നുള്ള ഡെലിഗേറ്റുകളെ സ്വീകരിക്കുന്നതും ഔദ്യോഗിക വിരുന്നുസൽക്കാരങ്ങൾ നടത്തുന്നതുമൊക്കെ ഡെച്ചൻചോലിംഗ് കൊട്ടാരത്തിൽത്തന്നെയാണ്. ദൂരക്കാഴ്ചയ്ക്ക് ഉണങ്ങിയമരങ്ങൾപോലെ തോന്നിക്കുന്ന വില്ലോ വൃക്ഷങ്ങൾക്കിടയിൽ ശിൽപസമാനമായി കാണപ്പെടുന്ന കൊട്ടാരമന്ദിരത്തിന്റെ ബാഹ്യസൗന്ദര്യം വർണ്ണനാതീതമാണ്. സന്ദർശകർക്ക് കൊട്ടാരക്കെട്ടിലെ വിശാലമായ അങ്കണത്തിൽ നിന്ന് രാജമന്ദിരത്തിന്റെ പുറംമോടികൾ നോക്കിക്കാണാം. കൊട്ടാരമുറ്റത്തുള്ള ബുദ്ധക്ഷേത്രത്തിൽ സന്ദർശകർക്കും പ്രവേശനം അനുവദിച്ചിട്ടുണ്ട്.

എല്ലായിടത്തും കാര്യദർശികളായ ബുദ്ധസന്യാസിമാർ ശ്രദ്ധാലുക്കളായിചുറ്റിനടക്കുന്നു. അവർ ഹൃദ്യമായ പുഞ്ചിരിയോടെ സന്ദർശകരുടെ ചോദ്യങ്ങൾക്ക് ചുരുങ്ങിയവാക്കുകളിൽ മറുപടിനൽകും.

അരുണകിരണങ്ങളേറ്റു തിളങ്ങുന്ന കൊട്ടാരഗോപുരങ്ങളെ നോക്കിക്കൊണ്ട് അപരിചിതമായ ഏതോ സ്വർഗ്ഗത്തിന്റെ മുന്നിലെന്നപോലെ രാജവീഥിയിൽ നിൽക്കുമ്പോൾ ആചാരവസ്ത്രങ്ങളണിഞ്ഞ മൂന്നുചെറുപ്പക്കാർ കൊട്ടാരവാതിലിലൂടെ പുറത്തേക്കു വരുന്നതുകണ്ടു. അവരുടെ കൈയിൽ കൊമ്പും കുഴലും പോലുള്ള വാദ്യോപകരണങ്ങളും ചങ്ങലത്തൂക്കുള്ള ധൂപപാത്രവുമുണ്ടായിരുന്നു. അവർക്കുപിന്നിലായി ഒരു ബുദ്ധപുരോഹിതനും. തൊട്ടുപിന്നിലായി അങ്ങേയറ്റം ആദരവോടെ ഒരു സാറ്റിൻതുണിയുറയും വഹിച്ചുകൊണ്ട് രണ്ടുരാജഭടന്മാരും അവർക്കും പിന്നിലായി കുറേ ജവാന്മാരും. പാതയോരത്ത് തിങ്ങിക്കൂടിയ സന്ദർശകർക്കരികിലൂടെ അവർ ദേശീയപതാക നാട്ടിയിരുന്ന ഗ്രൗണ്ടിലേക്ക് മാർച്ചുചെയ്തുപോയി. പുരോഹിതന്റെ സാന്നിദ്ധ്യത്തിൽ, ആചാരപരമായ പരേഡിനുശേഷം ഡ്രുക് ത്സെൻധേൻ..... എന്നു തുടങ്ങുന്ന ദേശീയഗാനമാലപിച്ച്, പതാക താഴ്ത്തി, മടക്കി സാറ്റിൻ തുണിയുറയ്ക്കുള്ളിലാക്കി ഭക്ത്യാദരപൂർവ്വം കൊട്ടാരത്തിലേക്ക് കൊണ്ടുപോയി. സൂര്യോദയത്തിൽ ദേശീയപതാക ഉയർത്തുന്നതും സൂര്യാസ്തമയത്തോടെ പതാക താഴ്ത്തുന്നതും നിത്യേനയുള്ള രാജകീയാനുഷ്ഠാനമാണ്. രാജകീയാനുഷ്ഠാനം എന്നു പറയുന്നതിനെക്കാൾ ഒരുപക്ഷേ മതാനുഷ്ഠാനം എന്നുപറയുന്നതാവും കൂടുതൽ ഉചിതം. പുരോഹിതസാന്നിദ്ധ്യമില്ലാതെ ഇവിടെ ഒരാചാരവും നടത്തപ്പെടുന്നില്ല.

ഇന്ത്യൻ പതാകയുടെ അതേ ആകൃതിയിലും വലിപ്പത്തിലുമുള്ളതാണ് ഭൂട്ടാന്റെ ദേശീയപതാക. ആയിരത്തിത്തൊള്ളായിരത്തി

പരേഡ്

പരേഡ്

അറുപതുകളിൽ ഇന്ത്യയുമായുണ്ടായ സൗഹൃദമാണ് സമചതുരാകൃതിയിലായിരുന്ന പതാകയ്ക്ക് രൂപമാറ്റം വരുത്താൻ രാജാവിന് പ്രചോദനമായതെന്ന് പറയപ്പെടുന്നു. മുകളിൽ ഓറഞ്ചും താഴെ കുങ്കുമവും നിറങ്ങളോടുകൂടിയ പതാകയെ കോണോടുകോൺ വിഭജിച്ചുകൊണ്ട് നടുവിലായി ഒരു വ്യാളി. അമറുന്ന വ്യാളിയുടെ നഖങ്ങളിൽ മുറുകെപ്പിടിച്ചിരിക്കുന്ന രത്നങ്ങൾ. ഓറഞ്ചുനിറം ബുദ്ധമതത്തെയും കുങ്കുമം രാജാധികാരത്തെയും പ്രതിനിധാനം ചെയ്യുന്നു. വ്യാളി കാവൽദൈവങ്ങളെയും വ്യാളീനഖങ്ങളിലെ രത്നങ്ങൾ ഐശ്വര്യത്തെയും സമ്പൽസമൃദ്ധിയെയും പ്രതിനിധാനംചെയ്യുന്നു.

1953-ലാണ് ദേശീയഭാഷയായ ദ്സോങ്കയിൽ, ദോർജി ലോപെൻ ദൊലൊപ് ദ്രോപ് നാംഗേ രചിച്ച ഡ്രുക് ത്സെൻധേൻ (The Thunder Dragon kingdom...) എന്ന മനോഹരഗാനം ഭൂട്ടാന്റെ ദേശീയഗാനമായി അംഗീകരിക്കപ്പെട്ടത്. ഡാഷോ ഗ്യാൽഡുൻ തിൻലെയുടേതാണ് ഇംഗ്ലീഷ് പരിഭാഷ.

Druk tsendhen koepei gyelkhap na
Pyel loog nig tyensi chongwei gyen
Druk gyelpo ngadak rinpoche
Koo jurmey tyenching chap tsid pyel Che sangye tyenpa
darshing gyel Bang deykyed nyima sha-wa sho.

പതാക

(In the Kingdom of Bhutan adorned with cypress trees,
The Protector who reigns over the realm of
spiritual and secular traditions,
He is the King of Bhutan, the precious sovereign.
May His being remain unchanging, and the Kingdom prosper,
May the teachings of the Enlightened One flourish,
May the sun of peace and happiness shine over all people)

സൈപ്രസ് മരങ്ങളാൽ അലങ്കൃതമായ ദ്രുക്കിന്റെ രാജ്യത്തിൽ.. എന്നാണല്ലോ ദേശീയഗാനത്തിന്റെ തുടക്കം. ത്സെൻധേൻ

കൊട്ടാരത്തിനരികിൽ

എന്ന പ്രാദേശികനാമത്താൽ അറിയപ്പെടുന്ന സൈപ്രസ് ആണ് ഭൂട്ടാന്റെ ദേശീയവൃക്ഷം. രാജ്യത്തിലെങ്ങും സമൃദ്ധമായി വളരുന്ന സൈപ്രസ് മരത്തിന്റെ തടികൊണ്ടാണ് ക്ഷേത്രങ്ങളും മൊണാസ്ട്രികളും ദ്സോങ്ങുകളും പണിയുന്നത്. ഇത്തരം നിർമ്മിതികൾക്കുചുറ്റും സൈപ്രസ് മരങ്ങൾ കൂട്ടമായി കാണാം. ഭൂട്ടാനികൾ ഭക്ത്യാദരങ്ങളോടെ സംരക്ഷിച്ചുപോരുന്ന പുണ്യവൃക്ഷമാണ് സൈപ്രസ്. ബുംതാങ്ങിലെ കുർജെയിലുള്ള ഉയരക്കാരനായ സൈപ്രസ് മരം ഗുരു റിമ്പോച്ചെ പത്മസംഭവ ടിബറ്റിൽനിന്ന് ഭൂട്ടാനിലേക്ക് വന്നപ്പോൾ കൊണ്ടുവന്ന വാക്കിംഗ് സ്റ്റിക്ക് മുളച്ചുണ്ടായതാണത്രെ! ആകയാൽ അതിന് അത്ഭുതകരമായ ദിവ്യത്വവും കൽപിച്ചുപോരുന്നു.

വോങ്ചുവിന്റെ പടിഞ്ഞാറേതീരത്ത്, ഡെച്ചൻചോലിംഗ് കൊട്ടാരത്തിൽ നിന്ന് നാലുകിലോമീറ്റർ അകലെ, തിംഫുനഗരത്തിന്റെ വടക്കേയറ്റത്തായി സ്ഥിതിചെയ്യുന്ന ആധികാരദുർഗ്ഗമാണ് താഷി ചോ ദ്സോങ്. രാജാവും പുരോഹിതസഭയും ചേർന്ന ദ്വിതല ഭരണസംവിധാനത്തിനു തുടക്കംകുറിച്ച കാലംമുതൽക്കേ ഡ്രുക്ക് ദേശി അഥവാ ധർമ്മരാജ എന്നറിയപ്പെട്ടിരുന്ന രാജാവിന്റെയും ദേവരാജ എന്നറിയപ്പെട്ടിരുന്ന പുരോഹിതശ്രേഷ്ഠന്റെയും ആസ്ഥാനമായിരുന്നു ഈ പുരാതനദുർഗ്ഗം. ഇതിന് തിംഫുദ്സോങ് എന്നും പേരുണ്ട്. 1216-ൽ ലാമ ഗ്യാൽവ ലാൻപ പണിതുയർത്തിയ

താഷിചോ ദ്സോങ്

ദോ-ങ്ങോൺ-ദ്സോങ്ങ് ആണ് തിംഫു ദ്സോങ്ങിന്റെ ആദിരൂപം. ഈ ദുർഗ്ഗം പലപ്പോഴും ഭൂമികുലുക്കത്തിലും തീപിടിത്തത്തിലും പെട്ട് ഭാഗികമായ നാശനഷ്ടങ്ങൾ നേരിടുകയും പുതുക്കിപ്പണിയലിന് വിധേയമാവുകയും ചെയ്തിട്ടുണ്ട്. ഏകീകൃത ഭൂട്ടാന്റെ സ്ഥാപകനായ സബ്രങ്ങ് ങവാങ്ങ് നംഗ്യേൽ 1641-ൽ കോട്ട കൈവശപ്പെടുത്തി, പവിത്രീകരിച്ച്, താഷി ചോ ദ്സോങ്ങ് എന്ന് പുനർനാമകരണം ചെയ്യുകയും ഡ്രുക്പ കർഗ്യു സ്കൂളിന്റെ തെക്കൻ ആസ്ഥാനമാക്കുകയും ചെയ്തു. സബ്രങ്ങ് റിംപോച്ചെയുടെ നേതൃത്വത്തിലുള്ള സന്യാസസംഘത്തിന്റെ വേനൽക്കാലവസതിയും താഷി ചോ ദ്സോങ്ങ് തന്നെ.

1961-ൽ തലസ്ഥാനം പുനാഖയിൽനിന്ന് തിംഫുവിലേക്ക് മാറ്റിയതിനുശേഷമാണ് തിംഫു ദ്സോങ്ങ് ഇന്നത്തെ രീതിയിൽ പുനർനിർമ്മിക്കപ്പെട്ടത്. മൂന്നാംഡ്രുക് ഗ്യാൽപോ ആയിരുന്ന ജിഗ്മെ ദോർജി വാങ്ങ്ചുക് അദ്ദേഹത്തിന്റെ ഇഷ്ടപ്രകാരം കോട്ടയ്ക്ക് രൂപമാറ്റം വരുത്തുകയും 1968-ൽ പണി പൂർത്തീകരിച്ച് രാജ്യത്തിന്റെ ഭരണസിരാകേന്ദ്രമാക്കി മാറ്റുകയും ചെയ്തു. ദ്സോങ്ങിന്റെ ആദ്യകാല നിർമ്മിതികളിൽ വളരെ പ്രധാനപ്പെട്ട കുറച്ചുഭാഗങ്ങൾ മാത്രമേ ഇപ്പോൾ നിലനിർത്തിയിട്ടുള്ളൂ. രാജാവിന്റെ സിംഹാസനമുറിയുൾപ്പെടെ ഭൂട്ടാൻ റോയൽ ഗവണ്മെന്റിന്റെ സെക്രട്ടറിയേറ്റും നാഷണൽഅസ്സംബ്ലിയും ആഭ്യന്തര, ധനകാര്യമന്ത്രാലയങ്ങളും ഈ സമുച്ചയത്തിലാണ് പ്രവർത്തിക്കുന്നത്. രാജ്യത്തിന്റെ ഔദ്യോഗിക ആദ്ധ്യാത്മികാചാര്യനായ ജെ ഖെൻപോയുടെയും മുഖ്യസന്യാസീസംഘത്തിന്റെയും ആസ്ഥാനങ്ങളും ഇവിടെ വെവ്വേറെ മന്ദിരങ്ങളിൽ പ്രവർത്തിക്കുന്നു. തിംഫുവിൽ എവിടെനിന്നു നോക്കിയാലും കാണത്തക്കവിധത്തിലാണ് ഈ അധികാരദുർഗ്ഗത്തിന്റെ സ്ഥാനം.

ദ്സോങ്ങിന്റെ ചെറിയൊരുഭാഗം മാത്രമേ സന്ദർശകർക്കായി തുറന്നുകൊടുക്കാറുള്ളൂ. ഏക്കറുകളോളം വ്യാപിച്ചുനിൽക്കുന്ന ഈ ബൃഹത്സമുച്ചയത്തിൽ നിരവധി ബുദ്ധക്ഷേത്രങ്ങളും ആരാധനാലയങ്ങളും സന്യാസമഠവുമുണ്ട്. ദ്സോങ്ങിന്റെ വിശാലമായ അങ്കണത്തിൽവച്ച് ആണ്ടുതോറും സെപ്തംബർ/ഒക്ടോബർ മാസങ്ങളിൽ നടത്തപ്പെടുന്ന നാലുദിവസം നീണ്ടുനിൽക്കുന്ന മതപരമായ ഒരാഘോഷമാണ് തിംഫു ത്സെച്ചു. പാരോ ത്സെച്ചു കഴിഞ്ഞാൽ ഭൂട്ടാനിലെ ഏറ്റവും ജനപങ്കാളിത്തമുള്ള ഉത്സവമാണിത്.

1885-ൽ തിംഫുവിലെ ചങ്ങ്ലിതാങ്ങ് മൈതാനത്തിൽവച്ചുണ്ടായ അന്തിമയുദ്ധത്തോടെയാണ് ഉഗ്യേൻ വാങ്ങ്ചുക് പ്രാദേശിക മാടമ്പിമാരിൽനിന്ന് അധികാരം കൈക്കലാക്കിയത്. ഇക്കാരണം കൊണ്ടുകൂടിയാണ് തലസ്ഥാനം പുനാഖയിൽനിന്ന് തിംഫുവിലേക്ക് മാറ്റിയത്. നഗരമദ്ധ്യത്തിലുള്ള മൈതാനം ഇപ്പോൾ ഭൂട്ടാന്റെ

നാഷണൽ ഗെയിം

നാഷണൽ സ്റ്റേഡിയമാണ്. 2008-ൽ വാങ്ചുക് രാജവംശത്തിന്റെ നൂറാം വാർഷികം ആഘോഷിച്ചത് ഇവിടെവച്ചായിരുന്നു. ജിഗ്മെ ഖെസാർ നംഗ്യേൽ വാങ്ചുക്ക് അഞ്ചാം ഡ്രുക് ഗ്യാൽപോ ആയി കിരീടധാരണം ചെയ്യപ്പെട്ടതും ഇവിടെവച്ചുതന്നെ. തിംഫുവിലെ മൊത്തം ജനങ്ങളെയും ഉൾക്കൊള്ളാൻതക്ക വിസ്തൃതിയുണ്ടെന്നു തോന്നുന്നു അന്താരാഷ്ട്ര നിലവാരത്തിലുള്ള ഈ സ്റ്റേഡിയത്തിന്. ചതുരക്കല്ലുകൾകൊണ്ടു നിർമ്മിച്ച ചുറ്റുമതിലിന്റെ കവാടങ്ങളും മേൽക്കൂരയുമൊക്കെ പരമ്പരാഗത വാസ്തുശില്പകലയുടെ സൗന്ദര്യം പേറിനിൽക്കുന്നു. ഇത്രയും സൗന്ദര്യവും സൗകര്യവുമുള്ള ഒരുസ്റ്റേഡിയം നമ്മുടെ നാട്ടിലെങ്ങും ഒരുകാലത്തും ഉണ്ടാവുമെന്നു സ്വപ്നം കാണാൻ പോലുമാവില്ല.

പ്രൗഢസുന്ദരമായ ഈ മൈതാനം ഇപ്പോൾ ഫുഡ്ബോൾ കളിക്കാരുടെയും അമ്പെയ്ത്തുമത്സരാർത്ഥികളുടെയും പരിശീലനക്കളരിയാണ്. സ്റ്റേഡിയത്തിന്റെ പരിസരത്തുകൂടി പോകുന്നത് സൂക്ഷിച്ചുവേണം; ചിലപ്പോൾ അമ്പെയ്ത്തുമത്സരാർത്ഥികൾ തൊടുത്തുവിടുന്ന ഒരമ്പ് ലക്ഷ്യംതെറ്റി നിങ്ങളുടെ ദേഹത്ത് വന്നു തറച്ചുവെന്നുംവരാം. ഭൂട്ടാന്റെ ദേശീയവിനോദമാണ് അമ്പെയ്ത്ത്.

സ്റ്റേഡിയത്തിനടുത്തായി ബുദ്ധന്റെ പൂർണ്ണകായപ്രതിമയാൽ അലംകൃതമായ മനോഹരമായ ഒരുദ്യാനമുണ്ട്. ഹിമാലയൻപൂക്കളാൽ സുരഭിലസുന്ദരമായ ഉദ്യാനത്തിൽ, നേർത്തമഞ്ഞിന്റെ ആവരണമിട്ട പകൽവെളിച്ചത്തിൽ, മഞ്ഞുമലകളെ തൊട്ടുനിൽക്കുന്ന നീലമേഘങ്ങൾക്കു താഴെ ഏതോ സ്വപ്നത്തിലെന്നപോലെ

അലയുമ്പോൾ കാളിദാസന്റെ മേഘസന്ദേശം ഓർമ്മയിലെത്തി. പ്രണയഭാവനകൾക്ക് ഒരായിരം ചിറകുകൾ ഒന്നിച്ചുമുളച്ചതു പോലെ!

മൈതാനത്തിന്റെ പരിസരത്തുള്ള പ്രശസ്തമായ വാരാന്ത്യ വിപണിയിൽ വലിയ തിരക്കായിരുന്നു. വാങ്ചുവിന്റെ കരയിലുയർത്തിയ മുളങ്കുടിലുകളിലാണ് വിവിധസ്റ്റാളുകൾ ഒരുക്കിയിരിക്കുന്നത്. പരമ്പരാഗത ഭൂട്ടാനീസ്, ടിബറ്റൻ കരകൗശലവസ്തുക്കളും ബുദ്ധവിഗ്രഹങ്ങളും പൂജാസാമഗ്രികളും ജപമാലകളും പ്രാർത്ഥനാചക്രങ്ങളും പ്രാർത്ഥനാപതാകകളും ഗൃഹോപകരണങ്ങളും വസ്ത്രങ്ങളും തുടങ്ങി ഇന്ത്യയിൽനിന്നു വരുന്ന പന്നിയിറച്ചിയും ഉണക്കമീനുംവരെ ഇവിടെ കിട്ടും. വ്യാഴം, വെള്ളി ദിവസങ്ങളിലാണ് വിപണിയിൽ തിരക്കേറുക.

പൂജാസാമഗ്രികൾ വിൽക്കുന്ന സ്റ്റാളുകളിൽ വളരെ കൗതുകകരമായൊരു കാര്യം കണ്ടു; ലോഹം, കല്ല്, തടി, കളിമണ്ണ്, പ്ലാസ്റ്റിക് എന്നിവകൊണ്ട് നിർമ്മിച്ച പലവലിപ്പത്തിലുള്ള ലിംഗപ്പാവകൾ! ഇവിടത്തെ ആളുകൾ ഇത് പൂജാ വസ്തുവായും കീചെയിനായുമൊക്കെ ഉപയോഗിക്കുന്നു. ബാധകളിൽ നിന്ന് രക്ഷനേടുന്നതിനായി വീടുകളുടെ മുൻഭിത്തിമേൽ വലിയ ലിംഗങ്ങൾ സ്ഥാപിക്കുക, ചുവരുകളിൽ കണ്ണും മൂക്കും വായുമുള്ള ലിംഗചിത്രങ്ങൾ വരച്ചുവയ്ക്കുക തുടങ്ങി ഭൂട്ടാനിലെ വിചിത്രമായ ഒരാചാരവസ്തുവാണ് പുരുഷലിംഗം. മതപരമായ ചടങ്ങുകളിലും ഉത്സവങ്ങളിലെ ഘോഷയാത്രകളിലും വരെ ഇതിന് വലിയ പ്രാധാന്യമുണ്ട്. വിശുദ്ധകിറുക്കൻ എന്നറിയപ്പെടുന്ന ഡ്രുപ്ക കുൻലേയുമായി ബന്ധപ്പെട്ടതാണ് ഈ ലിംഗാചാരം. അത് വേറൊരദ്ധ്യായത്തിൽ പറയാം.

നദിക്കുകുറുകെയുള്ള മേൽക്കൂരയോടുകൂടിയ പഴയമരപ്പാലം കടന്നുചെല്ലുന്നത് വാരാന്ത്യവിപണിക്കക്കരെ, രണ്ടുനിലയി

ലുള്ള അതിവിശാലമായ പച്ചക്കറിച്ചന്തയിലേക്കാണ്. തിംഫു പ്രവിശ്യയിലെ മുഴുവൻ കർഷകരും ഉത്പന്നങ്ങൾ വിറ്റഴിക്കുന്നത് ഈ ചന്തയിലാണ്. ഉത്പാദകരായ സ്ത്രീകൾ തന്നെയാണ് ഇവിടുത്തെ കച്ചവടക്കാരും. ഇന്ത്യയിൽ നിന്നും കൊണ്ടുവന്ന പച്ചക്കറികളും ചക്കപ്പഴവുമൊക്കെ ഇവിടെ വില്പനയ്ക്ക് വച്ചിരിക്കുന്നത് കണ്ടു.

കൃഷിയിടങ്ങളാൽ ചുറ്റപ്പെട്ട ഒരുകർഷകനഗരമാണ് തിംഫു. കൃഷിയും കന്നുകാലിവളർത്തലുമാണ് മിക്കവരുടെയും ജീവിതമാർഗ്ഗം. കാർഷികവൃത്തിയിൽ ഏർപ്പെട്ടിരിക്കുന്നത് ഏറിയപങ്കും സ്ത്രീകളാണ്. ഡ്രൈവിംഗ്പോലുള്ള പണികളിലാണ് പുരുഷന്മാർക്ക് താൽപര്യം. ഈ പർവ്വതരാജ്യത്തിന്റെ മൊത്തവരുമാനത്തിന്റെ നാല്പത്തഞ്ചുശതമാനവും കൃഷിയിലും കന്നുകാലിവളർത്തലിലും നിന്നുലഭിക്കുന്നതാണ്. ടൂറിസം ഒരു വരുമാനമാർഗ്ഗമാണെങ്കിലും പരമ്പരാഗതമൂല്യങ്ങൾ നഷ്ടപ്പെടുമോ എന്ന ഭയം കാരണം കർശനമായ നിയന്ത്രണങ്ങൾക്കു വിധേയമാക്കിയിരിക്കുന്നു. ഇന്ത്യയിലെയും ബംഗ്ലാദേശിലെയും ഒഴികെയുള്ള വിദേശസഞ്ചാരികൾ ഭൂട്ടാനിലെ അംഗീകൃത ഗൈഡിനോടൊപ്പമല്ലാതെ സഞ്ചരിക്കാൻ പാടില്ല എന്ന് നിബന്ധനയുണ്ട്. ഇത്തരം നിബന്ധനകൾ നാട്ടിൽ തൊഴിൽസാദ്ധ്യത വർദ്ധിപ്പിക്കാൻ സഹായകമാണെങ്കിലും ഭരണകൂടത്തിന്റെ പൊതുവായ നിലപാട് ടൂറിസവികസനത്തിന് അനുകൂലമല്ല എന്നുതോന്നിപ്പിക്കുന്ന വിധത്തിലാണ് പലനിയന്ത്രണങ്ങളും. താജ്താഷി പോലുള്ള രണ്ടോമൂന്നോ പഞ്ചനക്ഷത്ര ഹോട്ടലുകളും ശരാശരി നിലവാരം പുലർത്തുന്ന ഏതാനും ഹോട്ടലുകളും ഉണ്ടെന്നതൊഴിച്ചാൽ തലസ്ഥാനനഗരിയിലെ വിനോദസഞ്ചാരസൗകര്യങ്ങൾ വളരെ പരിമിതമാണ്. പ്രകൃതിപരിപാലനവും ശുചിത്വവുമാണ് ഭൂട്ടാനിലെത്തുന്ന വിദേശികൾക്ക് കണ്ടുപഠിക്കാനുള്ള രണ്ട് പ്രധാനകാര്യങ്ങൾ.

രാജ്യതലസ്ഥാനം എന്ന നിലയിൽ, തിംഫുവിന്റെ വികസനത്തിനായി 1998-ൽ തയ്യാറാക്കിയ പദ്ധതിയാണ് തിംഫുനഗരവികസന പദ്ധതി. പരിസ്ഥിതിക്ക് കോട്ടംതട്ടാതെയുള്ള ഒരു വികസനപരിപാടിയാണ് ഇതുകൊണ്ടുദ്ദേശിക്കുന്നത്. ലോകബാങ്കിന്റെയും ഏഷ്യൻ വികസന ബാങ്കിന്റെയും സഹായത്തോടെയാണ് പദ്ധതി നടപ്പാക്കിവരുന്നത്. പരിസ്ഥിതിസംരക്ഷണത്തിന്റെ കാര്യത്തിൽ ലോകരാഷ്ട്രങ്ങൾക്ക് മാതൃകയാണ് ഭൂട്ടാൻ. ഈ ചെറുരാജ്യത്തിന്റെ അറുപതുശതമാനവും സംരക്ഷിതവനപ്രദേശമാണ്. അത് എഴുപതുശതമാനമാക്കാനാണ് ലക്ഷ്യമിടുന്നത്. കരയുടെ അറുപതുശതമാനവും വനമായി സംരക്ഷിക്കണമെന്ന് ഭരണഘടനയിൽ വ്യവസ്ഥചെയ്തിട്ടുമുണ്ട്. 2012-ൽ ഒരുമണിക്കൂറിനുള്ളിൽ 49,000 വൃക്ഷത്തൈകൾ നട്ടുകൊണ്ട് ഈ രാജ്യം വാർത്ത സൃഷ്ടിക്കുകയുണ്ടായി. നമ്മുടെ നാട്ടിലെപ്പോലെ അനധികൃതമായി മരംമുറിക്കുന്ന

ഏർപ്പാട് ഇവിടെ ഇല്ലെന്നുതന്നെ പറയാം. എന്തെങ്കിലും ആവശ്യത്തിന് ഒരു മരം മുറിച്ചാൽ പകരം രണ്ടെണ്ണം നടുന്നതാണ് ശീലം.

അപൂർവ്വങ്ങളായ നിരവധി സസ്യജാലങ്ങളുടെ സംരക്ഷകരാണ് ഭൂട്ടാനികൾ. ഹിമാലയൻ മലനിരകളിൽ 3500-4500 മീറ്റർ ഉയരത്തിലുള്ള പാറപ്രദേശങ്ങളിൽ മാത്രം കണ്ടുവരുന്ന ഒരപൂർവ്വ പുഷ്പമാണ് ബ്ലൂപോപ്പി. 1933-ൽ, ബ്രിട്ടീഷ് ബൊട്ടാണിസ്റ്റായ ജോർജ്ജ് ഷെറിഫ് കിഴക്കൻ ഭൂട്ടാനിലെ വിദൂരപ്രദേശമായ സാക്തങ്ങിലാണ് ഈ അപൂർവ്വപുഷ്പത്തെ കണ്ടെത്തിയത്. നീലനിറത്തിലുള്ള ഇതളുകളോടുകൂടിയ ഈ മനോഹരപുഷ്പത്തെ ഭൂട്ടാൻ ദേശീയപുഷ്പമായി അംഗീകരിച്ച് പരിരക്ഷിച്ചുപോരുന്നു.

മലിനമാകാത്ത പ്രകൃതിയാണ് ഭൂട്ടാന്റെ അഭൂതപൂർവ്വമായ സൗഭാഗ്യം. തിങ്ങിനിറഞ്ഞ കാടുകളും വ്യവസായങ്ങളുടെ അഭാവവും ജനസംഖ്യയുടെ കുറവുമാണ് ഈ കൊച്ചുരാജ്യത്തെ കാർബൺ നെഗറ്റീവായി നിലനിർത്തിപ്പോരുന്നത്. വായു പോലെതന്നെ വെള്ളവും തികച്ചും ശുദ്ധമാണ്. നദികളിലെയും അരുവികളിലെയും വെള്ളം ധൈര്യമായി കോരിക്കുടിക്കാം. ലോകപരിസ്ഥിതി സംഘടനകൾ ഏർപ്പെടുത്തിയിട്ടുള്ള അവാർഡുകൾ മിക്കവയും ഭൂട്ടാനിലെ രാജാവിനാണ് ലഭിക്കുന്നത്. അവ തികച്ചും അർഹതപ്പെട്ട അംഗീകാരങ്ങൾ തന്നെയെന്ന് ഭൂട്ടാൻ സന്ദർശിക്കുന്ന ആർക്കും ബോദ്ധ്യപ്പെടും.

****

പത്ത്

വ്യാഘ്രഗുഹയിലേക്കൊരു സാഹസയാത്ര

പ്രഭാതം മഞ്ഞിന്റെ മുഖാവരണം മാറ്റുംമുമ്പുതന്നെ ഞങ്ങൾ യാത്രയാരംഭിച്ചു. 55 കിലോമീറ്റർ അകലെ, പാരോയിലുള്ള ടൈഗേഴ്സ് നെസ്റ്റ് എന്നറിയപ്പെടുന്ന തക്സാങ് ക്ഷേത്രസമുച്ചയമാണ് ലക്ഷ്യം. മികച്ചരീതിയിൽ സംവിധാനംചെയ്തിരിക്കുന്ന തിംഫു-പാരോ ഹൈവേയിലൂടെയുള്ള യാത്ര താരതമ്യേന സുഖകരവും ഹൃദ്യവുമായിത്തോന്നി. ഭൂട്ടാനിൽ മലയിടിച്ചിൽപോലുള്ള പ്രകതിവിപത്തുകളെ പേടിക്കാതെയും ഗതാഗതതടസ്സങ്ങളില്ലാതെയും അനായാസം സഞ്ചരിക്കാവുന്ന ഒരേയൊരു പാതയാണിത്. മലകളെ ചുറ്റി, പൈൻമരക്കാടുകളിലൂടെ കയറിയിറങ്ങി, വളഞ്ഞുപുളഞ്ഞുമുന്നേറുന്ന പാത. താഴ്വാരത്തുകൂടി മന്ദഗമനം ചെയ്യുന്ന പാരോനദിയിൽ തെളിനീരിന്റെ തിളക്കം. ഇടയ്ക്കിടെ മുഖം കാണിക്കുന്ന വിശാലമായ കൃഷിയിടങ്ങളും. ഏകതാനത പുലർത്തുന്ന കർഷകവീടുകളും ചെറിയ മൊണാസ്ട്രികളും. വീട്ടുമരങ്ങളിൽ പടർന്നുകയറിയ വള്ളിറോസുകളിൽ പുഞ്ചിരിപൊഴിക്കുന്ന വെളുത്ത പൂക്കളും. പ്രകൃതിയുടെ നഗ്നമായ സൗന്ദര്യം കണ്ണുകൾക്ക് വിശ്രമം നൽകുന്നില്ല.

ഭൂട്ടാനിലെ മറ്റുപ്രവിശ്യകളിലെ കർഷകരെ അപേക്ഷിച്ച് മെച്ചപ്പെട്ട ജീവിതനിലവാരം പുലർത്തുന്നവരാണ് പാരോയിലെ കർഷകരെന്ന് കാഴ്ചയിൽത്തന്നെ അറിയാം. കാർഷികോൽപന്നങ്ങൾ തിംഫുവിലെയും ഇന്ത്യനതിർത്തിയിലെയും വിപണികളിലെത്തിച്ച് വിൽപന നടത്താനുള്ള സൗകര്യമുള്ളതാവാം ഈ പുരോഗതിക്ക് കാരണം. ഇരുപതിനായിരത്തോളം ജനസംഖ്യയുള്ള പാരോ ആളോഹരി വരുമാനത്തിൽ രണ്ടാംസ്ഥാനത്താണ്. ഒന്നാംസ്ഥാനം തലസ്ഥാന നഗരമായ തിംഫുവിനും. ഭൂട്ടാന്റെ തനതായ നിരവധി വിശേഷപ്പെട്ട നെല്ലിനങ്ങൾ വിളയുന്നത് പാരോ താഴ്വരയിലാണ്. കൂടാതെ സമീപകാലത്ത് വിനോദസഞ്ചാര മേഖലയിലുണ്ടായ വളർച്ചയും പാരോനിവാസികളുടെ ജീവിത പുരോഗതിക്ക് കാരണമായിട്ടുണ്ട്. താരതമ്യേന പരിഷ്കൃതമെന്നു പറയാവുന്ന തിംഫുവിനെ അപേക്ഷിച്ച് കൂടുതൽ ഗ്രാമ്യവും ശാന്തവുമാണ് പാരോ താഴ്വര. പട്ടണത്തോടടുക്കുന്തോറും രണ്ടുംമൂന്നും

നിലകളുള്ള വീടുകളും പീടികകളും കണ്ടുതുടങ്ങി. ഭൂട്ടാന്റെ ഏകതാനമായ പരമ്പരാഗത വാസ്തുശൈലിയിൽ നിർമ്മിച്ച രണ്ടും മൂന്നും നിലകളുള്ള വീടുകൾ പാതയോരത്തും താഴ്‌വരയിലാകെയും വലിയ തീപ്പെട്ടിക്കൂടുകൾ അടുക്കിവച്ചമാതിരി കാണാം.

ഒമ്പതുമണിയോടെ പാരോ പട്ടണത്തിലെത്തി. ഡ്രുക് എയർ വഴി ഭൂട്ടാനിലെത്തുന്ന സഞ്ചാരികളെ വരവേൽക്കാനായി ഋതുഭേദമെന്യേ അണിഞ്ഞൊരുങ്ങിനിൽക്കുന്ന സർവ്വാംഗസുന്ദരിയാണ് പാരോ. ലളിതസുന്ദരമായ ഫാം ഹൗസുകളാലും ഫലഭൂയിഷ്ടമായ കൃഷിഭൂമികളാലും ചുറ്റപ്പെട്ടുകിടക്കുന്ന വിമാനത്താവളത്തെ കേന്ദ്രീകരിച്ച് അതിവേഗം വളർന്നുകൊണ്ടിരിക്കുന്ന ചെറിയൊരു ടൗൺഷിപ്പാണിതെന്നു പറയാം. തിംഫുവിനോളമില്ലെങ്കിലും അത്യാവശ്യംവേണ്ട ആധുനികസൗകര്യങ്ങളെല്ലാം ഇവിടെയുണ്ട്. ടൂറിസം വികസനത്തിന്റെ ഭാഗമായി വിദേശപങ്കാളിത്തം അനുവദിക്കപ്പെട്ടതോടെ സിങ്കപ്പൂരിലെയും തായ്‌ലന്റിലെയും വ്യവസായഗ്രൂപ്പുകളുടെ വൻകിട റിസോർട്ടുകളുടെ എണ്ണവും കൂടിക്കൊണ്ടിരിക്കുന്നു. മൊബൈൽ ഫോൺ ഉൾപ്പെടെയുള്ള നവസാങ്കേതികോപകരണങ്ങൾ വിൽക്കുന്ന രണ്ടോമൂന്നോ പീടികകളുമുണ്ടിവിടെ.

ടോയ്‌ലറ്റ് സൗകര്യങ്ങളുള്ള നല്ലൊരു ഹോട്ടലിൽ പ്രഭാതഭക്ഷണത്തിനായി കയറി. പുഷ്പാലങ്കൃതമായ മേശയ്ക്കിരുവശവുമിരുന്ന് സൂപ്പും നൂഡിൽസും കഴിക്കുന്ന രണ്ട് വിദേശസഞ്ചാരികളെ അവിടെ കണ്ടു. അവരും ടൈഗർനെസ്റ്റിലേക്കാണെന്ന് വർത്തമാനത്തിൽനിന്ന് മനസ്സിലായി. വേഗം കിട്ടുന്നതായി ബ്രഡും ആംലറ്റും ചായയും മാത്രമേ അവിടെ ഉണ്ടായിരുന്നുള്ളൂ. ഭക്ഷണം കഴിഞ്ഞ്, മലകയറാനുള്ള മുന്നൊരുക്കമെന്നോണം അടുത്തുള്ള ബേക്കറിയിൽനിന്ന് ഒരുലിറ്റർ കുപ്പിവെള്ളവും ഒരു പായ്ക്കറ്റ് ബിസ്ക്കറ്റും വാങ്ങി ഹാന്റ്ബാഗിൽ കരുതി. സാഹസയാത്ര തുടങ്ങുകയായി. മലയടിവാരംവരെ കാറിൽ പോകാം അടിവാരത്തെത്തിയപ്പോഴേക്കും പത്തുമണികഴിഞ്ഞിരുന്നു. കുതിരക്കാരായ ധാരാളം സ്ത്രീകൾ സഞ്ചാരികളെ കാത്തുനിൽക്കുന്നു. 600 രൂപ കൊടുത്താൽ പകുതിയോളം ദൂരം കുതിരപ്പുറത്തുപോകാം. ബാക്കിദൂരം നടന്നുകയറിയാൽ മതി. പക്ഷേ പലപ്പോഴും കുതിരകൾ വെകിളിപിടിച്ചോടുകയും യാത്രക്കാർ താഴെ വീഴുകയും ചെയ്യാറുണ്ട്. ഒരിക്കൽ കാശ്മീരിലെ ഗുൽമോഹറിൽവച്ച് അങ്ങനെയൊരനുഭവം എനിക്കും ഉണ്ടായിട്ടുണ്ട്. അതോർത്തപ്പോൾ കുതിരപ്പുറത്തുപോകാൻ ധൈര്യമുണ്ടായില്ല. വലിയ ബാഗുകൾ കാറിൽ സൂക്ഷിച്ചിട്ട് ഹാന്റ്ബാഗുമായി മലകയറാൻ തുടങ്ങി. ചെറിയ തണുപ്പുണ്ടെങ്കിലും വെയിലിന് ചൂടേറിയിരുന്നു. കുറഞ്ഞത് മൂന്നുമണിക്കൂറെങ്കിലും വേണം മുകളിലെത്താൻ.

വഴിക്കിരുവശവുമായി കുതിരക്കാരികളും കൗതുകവസ്തുക്കൾ വിൽപ്പനക്കാരികളും കുറേദൂരത്തോളം നിരന്നിരിപ്പുണ്ട്. അതു കഴിഞ്ഞാൽ ഇടതൂർന്നുവളരുന്ന വൈവിധ്യമാർന്ന സസ്യജാലങ്ങൾക്കിടയിലൂടെയുള്ള കാട്ടുവഴിയാണ്. പലപ്പോഴും ആകാശത്തേക്കു കയറുന്നതുപോലെ കുത്തനെയുള്ള കോണികൾ. കുറേദൂരം കയറിയപ്പോഴേക്കും ചിലർ താഴേക്കിറങ്ങിവരുന്നു. ഞങ്ങൾ വൈകിപ്പോയി എന്നാണ് അവർ പറഞ്ഞത്. പുലർച്ചയ്ക്ക് കയറ്റം തുടങ്ങിയാൽ വെയിൽ മൂക്കുംമുമ്പ് മുകളിലെത്താം. വെള്ളം അധികം കുടിക്കേണ്ടിവരില്ല; ക്ഷീണവും കുറഞ്ഞിരിക്കും. അവർ പറഞ്ഞത് ശരിയാണെന്ന് അനുഭവത്തിൽനിന്ന് ബോദ്ധ്യമായി.

തുടർന്നങ്ങോട്ട് കൊടുംകാടാണ്. കാടിനുള്ളിലേക്ക് കടക്കുംമുമ്പ് പളുങ്കുമണികൾ ചിതറിക്കൊണ്ട് ചിരിച്ചൊഴുകുന്നൊരു നീർച്ചാൽ. അതിലെ വെള്ളം ആളുകൾ കുടിക്കുകയും കുപ്പികളിൽ നിറയ്ക്കുകയും ചെയ്യുന്നു. വനത്തിനുള്ളിൽനിന്ന് വരുന്ന ഉറവയായതിനാൽ ധാരാളം ഔഷധഗുണങ്ങളുണ്ട്. ആ കുളിർജലം കുടിച്ച ഉന്മേഷവുമായി വീണ്ടും മലകയറി. നൂറ്റാണ്ടുകൾ പഴക്കമുള്ള വൃക്ഷങ്ങളും മനംമയക്കുന്ന പ്രകൃതിദൃശ്യങ്ങളും കണ്ടാസ്വദിച്ചും വെള്ളച്ചാട്ടത്തിന്റെ കളകളാരവം ശ്രവിച്ചും ചിതറിക്കിടക്കുന്ന ചെറിയ ആശ്രമങ്ങൾ ദർശിച്ചും മലകയറുന്നതിനിടയിൽ അല്പമൊന്ന് വിശ്രമിക്കണമെങ്കിൽ ഇടയ്ക്കിടെ ചാരുബഞ്ചുകളുണ്ട്. മാനംമുട്ടുന്ന പൈൻമരങ്ങളും പലനിറത്തിലുള്ള പൂക്കളും വിചിത്രസസ്യങ്ങളും കണ്ണിന് കൗതുകം പകരുന്ന കാനനക്കാഴ്ചകൾ! ഇടയ്ക്കിടെ കാറ്റുവന്ന് കുശലംചോദിക്കുന്നുണ്ടെങ്കിലും വെയിൽച്ചൂടേറ്റ് ഉടലാകെ വിയർത്തൊഴുകാൻ തുടങ്ങി. ഒന്നരമണിക്കൂറോളം കയറിയപ്പോൾ ഒരു പരന്ന പ്രദേശത്ത് എത്തിച്ചേർന്നു. ഇതാണ് ഉർഗ്യാൻ കൊടുമുടി. ഇതുവരെയേ കുതിരകൾക്ക് വരാൻ കഴിയൂ. ഒരു വലിയ പ്രാർത്ഥനാചക്രത്തിന്റെ ചുവട്ടിൽ കുറേപ്പേർ വിശ്രമിക്കുന്നു. കുറേ ചെറിയ പ്രാർത്ഥനാചക്രങ്ങൾ വേറെയുമുണ്ട്. ടോയ്ലറ്റ് സൗകര്യവും അത്യാവശ്യഭക്ഷണങ്ങൾ ലഭിക്കുന്ന ഒരു കഫറ്റേരിയയുമുണ്ട്. ഒരു കട്ടൻകാപ്പിക്ക് 120 ങൾട്രം. ഇന്ത്യൻ രൂപയ്ക്കും ങൾട്രത്തിനും ഒരേ മൂല്യമാണ്.

ഉർഗ്യേൻ കൊടുമുടിയിൽനിന്നു നോക്കിയാൽ അപ്പുറത്തെ മലയിലെ പാറയിൽ പണിതിരിക്കുന്ന തക്സാങ്ങ് നേർക്കുനേർ നിൽക്കുന്നതുപോലെ തോന്നും. പക്ഷേ അവിടെയെത്തണമെങ്കിൽ ഇനിയും ഏറെദൂരം താണ്ടണം. കുത്തനെയുള്ള പടികൾ കയറുമ്പോൾ ഒരുസംശയം മനസ്സിലേക്കോടിവന്നു: അപ്പുറത്തെ മലയിലെ തക്സാങ്ങിലെത്താൻ ഇപ്പുറത്തെ മലകയറുന്നതെന്തിന്? പാറയിലും മരവേരുകളിലും പിടിച്ച് വലിഞ്ഞുകയറിയും ചാരുബഞ്ചിലിരുന്ന് തളർച്ചയാറ്റിയും കയറ്റം തുടർന്നു. ചിലർ കയറ്റം മതി

തക്സാങ്ങ് മൊണാസ്ട്രി

യാക്കി കൂടെയുള്ളവർ തിരിച്ചെത്തുന്നതും കാത്ത് ഉർഗ്യേൻ കൊടുമുടിയിൽ വിശ്രമം തുടരുകയാണ്. മലയിറങ്ങുന്നവരുടെ വാക്കുകൾ ആവേശം പകരുന്നതായിരുന്നു. കയറിക്കയറി ഒരു നിരപ്പായ പ്രതലത്തിലെത്തി. അവിടെനിന്ന് നോക്കിയാൽ മുകളിലായി രണ്ടുപഴയ നിർമ്മിതികൾ കാണാം. കുറച്ചുകൂടി മുന്നോട്ടുചെന്നപ്പോൾ മലയിറക്കമായി. എഴുന്നൂറിലധികം പടികളിറങ്ങി അപ്പുറത്തെ മലയുമായി ബന്ധിപ്പിക്കുന്ന മലയിടുക്കിലെത്തി. ഇനിയൊരൽപംപോലും മുന്നോട്ടുചലിക്കാനാവില്ലെന്നു തോന്നി. കാലുകൾ അത്രത്തോളം കുഴഞ്ഞിരുന്നു. അവിടെനിന്നും ആയിരത്തോളം കൽപടവുകൾ കയറിവേണം തക്സാങ്ങിലെത്താൻ. ബിസ്ക്കറ്റും തിന്ന്, വെള്ളവും കുടിച്ച് കുറച്ചുനേരം അവിടെ വിശ്രമിച്ചശേഷം വീണ്ടും കയറ്റം തുടങ്ങി. എങ്ങനെയോ ലക്ഷ്യസ്ഥാനത്തെത്തി!

വർണ്ണചാരുതയാർന്ന പെയിന്റിംഗുകൾ പ്രദർശിപ്പിച്ചിരിക്കുന്ന പ്രധാന മൊണാസ്ട്രിക്കു മുന്നിൽ വഴി അവസാനിക്കുകയായി. ഇവിടെ നിന്നാൽ ഗുരുപത്മസംഭവ തപസനുഷ്ഠിച്ചതെന്നു പറയപ്പെടുന്ന ഗുഹ കാണാം. ആണ്ടിലൊരിക്കൽ മാത്രമേ സന്ദർശകർക്ക് ദർശനത്തിനായി തുറന്നുകൊടുക്കാറുള്ളൂ. ഗുഹയ്ക്ക് ചുറ്റുമായാണ് അദ്ദേഹത്തിനു സമർപ്പിച്ചിരിക്കുന്ന ടൈഗേഴ്സ് നെസ്റ്റ് അഥവാ തക്സാങ് ക്ഷേത്രസമുച്ചയം. ലോകംമുഴുവൻ അതിശയത്തോടെ നോക്കിക്കാണുന്ന പുരാതനമായ ഈ പാൽഫുങ് മൊണാസ്ട്രിയുമായി ബന്ധപ്പെട്ട് അവിശ്വസനീയമായ പല കഥകളും പ്രചാരത്തിലുണ്ട്. എട്ടാം നൂറ്റാണ്ടിൽ ജീവിച്ചിരുന്ന ഇന്ത്യൻ വംശജനും ടിബറ്റൻ ആത്മീയഗുരുവുമായിരുന്ന ഗുരു റിംപോച്ചെ

പത്മസംഭവയുമായി ബന്ധപ്പെട്ടതാണ് ഏറ്റവും പ്രചാരത്തിലുള്ള കഥ. ഇദ്ദേഹമാണ് ടിബറ്റിലും ഭൂട്ടാനിലും ബുദ്ധമതം പ്രചരിപ്പിച്ചത്. അത്ഭുതസിദ്ധികളുണ്ടായിരുന്ന ഗുരു റിംപോച്ചെ ബുദ്ധന്റെ പുനരവതാരമാണെന്നാണ് വിശ്വാസം. അദ്ദേഹം ടിബറ്റിൽ നിന്നും ഒരു പെൺകടുവയുടെ പുറത്തേറി പാറക്കെട്ടിലുള്ള ഗുഹയിൽ പറന്നിറങ്ങിയെന്നും അതിനുള്ളിൽ മൂന്നുവർഷവും മൂന്നുമാസവും മൂന്നാഴ്ചയും മൂന്നുദിവസവും മൂന്നുമണിക്കൂറും മൂന്നുമിനിറ്റും തപസ്സനുഷ്ഠിച്ചുവെന്നും തപശ്ശക്തികൊണ്ടു നേടിയ അഷ്ടതത്വങ്ങളുമായി പ്രത്യക്ഷപ്പെട്ടുവെന്നുമാണ് ഐതിഹ്യം. തക്സങ് എന്ന വാക്കിന് കടുവയുടെ ഗുഹ എന്നർത്ഥം.

നാലുപ്രധാനക്ഷേത്രങ്ങളും മറ്റനേകം മന്ദിരങ്ങളും ചേർന്നതാണ് ക്ഷേത്രസമുച്ചയം. ഒന്നിൽനിന്ന് മറ്റൊന്നിലേക്കുപോകാൻ പടിക്കെട്ടുകളും പാലവുമുണ്ടെങ്കിലും എല്ലാറ്റിലും നമുക്കുചെന്നെത്താനാവില്ല. ഇത്രയും ഉയരത്തിൽ അപകടകരമായി നിലകൊള്ളുന്ന പാറക്കെട്ടുകളിൽ എങ്ങനെയാണ് ഈ ബുദ്ധക്ഷേത്രങ്ങൾ നിർമ്മിച്ചത് എന്നോർത്താൽ ആരും ആശ്ചര്യപ്പെട്ടുപോകും. ദുർദ്ദേവതയായ ഡാഗിനിയാണ് നിർമ്മിതിക്കാവശ്യമായ പരന്നകല്ലുകൾ എത്തിച്ചുകൊടുത്തത് എന്നാണ് വിശ്വാസം. ചിലപ്പോൾ വെയിലും മറ്റുചിലപ്പോൾ ചീറിയടിക്കുന്ന പൊടിക്കാറ്റും പുകമഞ്ഞും മലകയറ്റം ക്ലേശകരമാക്കാറുണ്ട്. എന്നാലും ഇവിടേക്കുവരുന്ന ആർക്കും യാതൊരുവിധ അപകടങ്ങളും ഉണ്ടാവാറില്ലത്രേ. ഇപ്പോഴും ധാരാളം ബുദ്ധസന്യാസിമാർ ഇവിടെ തപസ്സനുഷ്ഠിക്കാനെത്തുക പതിവാണ്. ഗുരു തപസ്സനുഷ്ഠിച്ചതും കടുവ ഇരുന്നതും ഉൾപ്പെടെയുള്ള എട്ടുഗുഹകൾ നമുക്ക് കയറാൻ പറ്റുന്നവയാണ്. പ്രധാന ഗുഹയിൽ ബോധിസത്വന്റെ പന്ത്രണ്ട് രൂപങ്ങളും അവലോകിതേശ്വരന്റെ പ്രതിമയുമുണ്ട്; സദാ പ്രകാശിച്ചുകൊണ്ടിരിക്കുന്ന നെയ്‌വിളക്കുകളും. അടുത്തഗുഹയിൽ ഒരു വിശുദ്ധ ഗ്രന്ഥമാണുള്ളത്. പുണ്യവാനായൊരു ലാമയുടെ എല്ലിൻപൊടിയും സ്വർണ്ണവും ചേർത്താണത്രെ ഈ ഗ്രന്ഥം രചിച്ചിരിക്കുന്നത്.

ഡാഗിനിയുടെയും കൂട്ടാളികളുടെയും സഹവർത്തിത്വത്തോടെ ഗുരു നിരവധിയാത്രകൾ നടത്തിയിരുന്നുവെന്നും ടിബറ്റൻ ചക്രവർത്തിയുടെ ആദ്യഭാര്യയും ഗുരുവിന്റെ ശിഷ്യയുമായിരുന്ന യെഷേ സൊഗ്യാൽ ഈ സംഘത്തോടൊപ്പം കൂടുകയും മാന്ത്രികസിദ്ധിയാൽ ഒരു പറക്കുന്ന പെൺകടുവയായി രൂപംമാറി ഗുരുവിനെ ഗുഹയിലെത്തിച്ചതാണെന്നുമാണ് മറ്റൊരു കഥ. മരണപ്പെടുന്നവരുടെ ആത്മാക്കളെ ഈശ്വരസന്നിധിയിൽ എത്തിക്കുന്നത് ഡാഗിനിയാണെന്നാണ് ഇവിടത്തെ ആളുകളുടെ വിശ്വാസം.

ഗുരുപത്മസംഭവ പെയിംന്റിംഗ്

പാരോ താഴ്‌വരയിൽ കിഴുക്കാംതൂക്കായ പാറക്കൂട്ടങ്ങൾക്കിടയിൽ ഭൂട്ടാൻ സംസ്കാരത്തിന്റെ മുഖമുദ്രപോലെ നിലകൊള്ളുന്ന ഈ സന്യാസമഠസമുച്ചയം 1692-ൽ ഗുരു ടെൻസിൻ റബ്ഗ്യെ പണികഴിപ്പിച്ചതാണ്. പത്മസംഭവയുടെ പുനരവതാരമെന്നു കരുതപ്പെടുന്ന ഗുരുടെൻസിൻ റബ്ഗ്യെയുമായി ബന്ധപ്പെടുത്തിയും നിരവധി അത്ഭുതകഥകൾ പ്രചാരത്തിലുണ്ട്. സുഹൃത്തുക്കൾ ഒരേസമയം ഗുഹയ്ക്കകത്തും പുറത്തും അദ്ദേഹത്തെ കണ്ടിരുന്നു, കുറച്ചു ഭക്ഷണം കൊണ്ട് തീർത്ഥാടകരെയെല്ലാം സത്കരിക്കാൻ കഴിഞ്ഞിരുന്നു, മാനത്ത് മൃഗരൂപങ്ങളും മതചിഹ്നങ്ങളും ദർശിക്കും, ഭൂമിയിൽ പതിക്കാതെ പുഷ്പവൃഷ്ടി നടത്തും... എന്നിങ്ങനെ നീളുന്നുകഥകൾ.

ഇന്ത്യാക്കാരനായ ഗുരു പത്മസംഭവയുടെ രണ്ടുഭാര്യമാരിലൊരാളായിരുന്നു ടിബറ്റൻ രാജ്ഞിയായിരുന്ന യെഷേ സൊഗ്യാൽ. മറ്റൊരാൾ ഇന്ത്യാക്കാരി തന്നെയായ മെന്താരവയും. ഈ രണ്ടുഭാര്യമാരോടൊത്തുള്ള ഗുരുവിന്റെ ഛായാചിത്രങ്ങളാണ് ഭൂട്ടാനിലെ ബുദ്ധക്ഷേത്രങ്ങളിലും വീടുകളിലും പ്രതിഷ്ഠിച്ച് പൂജിക്കുന്നത്. ഗുരുപത്മസംഭവയെപ്പോലുള്ള ചരിത്രപുരുഷന്മാരെ ബന്ധപ്പെടുത്തി പറഞ്ഞും പ്രചരിപ്പിച്ചും വിശ്വസിച്ചുപോരുന്ന ഇത്തരം കഥകളിൽത്തന്നെയാണ് ഭൂട്ടാന്റെ ചരിത്രാംശങ്ങൾ അടങ്ങിയിരിക്കുന്നത് എന്നുവേണം കരുതാൻ. പക്ഷേ കഥയേത് ചരിത്രമേത് എന്ന് വേർതിരിച്ചെടുക്കുക ശ്രമകരമായ കാര്യം തന്നെയാണ്. ബുദ്ധിസത്തിലെ

പലവിഭാഗങ്ങൾ തമ്മിലുണ്ടായ ശത്രുതയെത്തുടർന്ന് ടിബറ്റിൽ നിന്നും പലായനംചെയ്ത് ഭൂട്ടാനിൽ അഭയംതേടിയവരാണ് പിൽക്കാലത്ത് ഭൂട്ടാനിലെ ചരിത്രപുരുഷന്മാരായി മാറിയ ഗുരുറിംപോച്ചെ എന്നറിയപ്പെടുന്ന ഗുരുപത്മസംഭവയും വിശുദ്ധകിറുക്കൻ എന്നറിയപ്പെടുന്ന ദാർശനികനായ ഡ്രുക്പകുൻലെയും കുൻലെയുടെ ബന്ധുവും ഏകീകൃതഭൂട്ടാന്റെ സ്ഥാപകനുമായ സബ്രങ്ങ് നവാങ്ങ് നംഗ്യേലും. അക്കാലത്ത് ടിബറ്റും ഭൂട്ടാനും തമ്മിൽ പലപ്പോഴും യുദ്ധങ്ങൾ ഉണ്ടായിട്ടുണ്ട്. ഈ ലാമമാരോടുള്ള ശത്രുതയാവാം ഭൂട്ടാനെതിരേ പടനയിക്കാൻ ടിബറ്റിനെ പ്രേരിപ്പിച്ചതെന്നുവേണം അനുമാനിക്കാൻ. എന്നാൽ ടിബറ്റിലെ താന്ത്രികമഹായാന ബുദ്ധിസം ദേശീയമതമായി അംഗീകരിച്ചിരിക്കുന്ന ഭൂട്ടാന്റെ രക്ഷാമൂർത്തി ബുദ്ധിസത്തിലെതന്നെ മറ്റൊരു വിഭാഗത്തിന്റെ സ്ഥാപകനായ ഗുരുറിംപോച്ചെ പത്മസംഭവയാണെന്നതാണ് വിചിത്രമായ വസ്തുത. രണ്ടാംബുദ്ധനെന്ന് വാഴ്ത്തപ്പെടുന്ന ഗുരുപത്മസംഭവയുടെ ചിത്രമില്ലാത്ത ഒറ്റവീടുപോലും ഭൂട്ടാനിലുണ്ടാവില്ല.

1998 ഏപ്രിൽ പത്തൊമ്പതിന് തക്സാങ്ങ് മൊണാസ്ട്രിയിൽ വലിയൊരു അഗ്നിബാധയുണ്ടായി. ഷോർട്ട്സർക്യൂട്ടാണ് കാരണമെന്ന് പറയപ്പെടുന്നു. കെയർടേക്കറായിരുന്ന സന്യാസി വെന്തുമരിച്ചു. നിരവധി വിശുദ്ധഗ്രന്ഥങ്ങളും വിലപ്പെട്ട രേഖകളും പവിത്രശേഖരങ്ങളും അഗ്നിക്കിരയായി. അനേകകോടി രൂപയുടെ നഷ്ടമുണ്ടായെന്നാണ് കണക്ക്. രാജാവായിരുന്ന ജിഗ്മെ സിംഗ്യെ വാങ്ചുക്ക് ജനപങ്കാളിത്തത്തോടെ മൊണാസ്ട്രിയുടെ പുനർനിർമ്മാണം നിർവ്വഹിക്കുകയും 2005-ൽ വീണ്ടും പഴയതുപോലെ പ്രവർത്തനമാരംഭിക്കുകയും ചെയ്തു. ഇവിടെ മാത്രമല്ല ഭൂട്ടാനിലെ പല ആരാധനാലയങ്ങളിലും തീപിടുത്തമുണ്ടാകാറുള്ളതായി പറഞ്ഞുകേട്ടു. സദാ കത്തിക്കൊണ്ടിരിക്കുന്ന നെയ്‌വിളക്കുകളിൽനിന്ന് തെറിക്കുന്ന തീപ്പൊരികളാവാം അഗ്നിബാധയ്ക്ക് കാരണമെന്ന സംശയത്തിന് പ്രസക്തിയുള്ളതായിത്തോന്നി.

ഈ മലകയറി മുകളിലെത്തുന്ന ആരും പ്രകൃതിയെന്ന മഹാശില്പിയെ അത്ഭുതാദരങ്ങളോടെ വണങ്ങിപ്പോകും. മനുഷ്യന്റെ ബുദ്ധിക്കും കരവിരുതിനും അതീതമായ ഇത്തരം പ്രപഞ്ചസൃഷ്ടികളിലാണല്ലോ അൽപജ്ഞാനിയായ മനുഷ്യൻ ഈശ്വരസാന്നിദ്ധ്യം ദർശിച്ചറിയുക. മുകളിലത്തെ പ്രാർത്ഥനാമുറിയിൽ അല്പനേരം കണ്ണടച്ചിരുന്ന് പ്രപഞ്ചകർത്താവിനെ നന്ദിയോടെ ഓർത്തു. എങ്കിലും മടങ്ങിപ്പോരുമ്പോൾ ചെറിയൊരുനിരാശ; ഈ അത്ഭുതക്കാഴ്ചകൾ പകർത്തിസൂക്ഷിക്കുവാനും വന്നുകാണാൻ പറ്റാത്ത കൂട്ടുകാർക്ക് കൊണ്ടുപോയി കാണിച്ചുകൊടുക്കുവാനും നിർവ്വാഹമില്ലല്ലോ. ഫോട്ടോഗ്രഫി കർശനമായി നിരോധിച്ചിരിക്കുകയാണിവിടെ.

മലകയറ്റത്തെക്കാൾ കഠിനമാണ് ഇറക്കം. ഭൂട്ടാനിലെത്തുന്ന സഞ്ചാരികൾ കാണാനുദ്ദേശിക്കുന്ന സ്ഥലങ്ങളിലെല്ലാം പോയതിനുശേഷം അവസാനത്തെദിവസം ടൈഗേഴ്സ്നെസ്റ്റിലേക്കുള്ള സാഹസികവും ക്ലേശകരവുമായ യാത്രയ്ക്കായി മാറ്റിവയ്ക്കുകയാവും ഉചിതം. ആത്മീയതയുടെ നിഗൂഢപരിവേഷമണിഞ്ഞ ഭൂട്ടാൻ സംസ്ക്കാരത്തിന്റെ കേന്ദ്രസ്ഥാനമായി നിലകൊള്ളുന്ന തക്സങ്ങ് കാണാതെ മടങ്ങിയാൽ ഭൂട്ടാൻ യാത്ര തികച്ചും അപൂർണ്ണമായിരിക്കുമെന്ന് പറയേണ്ടതില്ലല്ലോ. ആറേഴ് മണിക്കൂറുകൾ നീണ്ട മലകയറ്റവും ഇറക്കവും കാരണം നല്ല ക്ഷീണവും ശരീരവേദനയും അനുഭവപ്പെട്ടു എന്നതൊഴിച്ചാൽ പറയത്തക്ക ബുദ്ധിമുട്ടുകളൊന്നും കൂടാതെ വ്യാഘ്രഘഗുഹ കണ്ടുമടങ്ങി. അടിവാരത്തിലെത്തുമ്പോഴേക്കും ഇരുട്ട് പരന്നിരുന്നു. തണുപ്പ് ശരീരത്തെ പിടിച്ചുകുലുക്കിത്തുടങ്ങി.

പാരോനദിക്കരയിലെ സിറ്റിഹോട്ടലിലായിരുന്നു രണ്ടുദിവസത്തെ താമസം ഏർപ്പാടാക്കിയിരുന്നത്. കുറേ ദൂരമുണ്ടവിടേക്ക്. ഏഴുമണിയോടെ ഹോട്ടലിലെത്തി. ആധുനികസൗകര്യങ്ങളുള്ള, വൃത്തിയും ഭംഗിയുമുള്ള മുറികൾ. ബാഗുകൾ മുറികളിലെത്തിച്ചുതന്ന സുന്ദരികളായ ഹോട്ടൽ ജീവനക്കാരികളുടെ പ്രസാദമധുരമായ പെരുമാറ്റം മനസ്സിന് കുളിർമ പകർന്നു. നല്ല ചൂടുള്ളവെള്ളത്തിൽ കുളിച്ചപ്പോൾ ശരീരത്തിന്റെ വേദനയ്ക്കും അൽപം ആശ്വാസമായി. തക്സാങ്ങിലെ അത്ഭുതക്കാഴ്ചകളോട് ചേർത്തുവയ്ക്കാൻ നാലാംനിലയിലെ ജാലകത്തിലൂടെയുള്ള രാത്രിക്കാഴ്ചകളും പാരോനദിയുടെ മന്ത്രമധുരമായ താരാട്ടും.

****

പതിനൊന്ന്

ജമോൽഹരി, കഞ്ചൻജംഗയുടെ വധു

നദിയുടെ തീരത്തുകൂടി കുറച്ചുദൂരം നടന്നുവരാമെന്നു കരുതി അതിരാവിലെ പുറത്തേക്കിറങ്ങി. ഹോട്ടൽമാനേജർ ആ സ്ഥലത്തെക്കുറിച്ച് അത്യാവശ്യം ചിലതൊക്കെ പറഞ്ഞുതന്നു. തീരത്തുള്ള നടപ്പാതയിലൂടെ കുറച്ചുദൂരം ചെന്നപ്പോൾ നദിക്കുകുറുകെ ഒരു പാലം. അതൊരു ജപ്പാൻ പ്രോജക്ടാണ്. കുറച്ചുനേരം സ്ഫടികസമാനമായ ജലസൗന്ദര്യം ആസ്വദിച്ചുകൊണ്ട് പാലത്തിനുമേൽ നിന്നു. എന്തൊരു വൃത്തിയാണ് നദിക്ക്! യാതൊരുവിധമായ അഴുക്കോ ചവറോ ഒരിടത്തുമില്ല. പാലംകടന്നാൽ ഇരുവശത്തും സമൃദ്ധമായ നെല്പാടങ്ങൾ; അതിരുകളിൽ നിറയെ പഴങ്ങളുള്ള ആപ്പിളും ഓറഞ്ചും. ചിലയിടങ്ങളിൽ പലയിനം പച്ചക്കറികൾ.

വീണ്ടും മുന്നോട്ട് നടക്കവെ, രണ്ടുസ്ത്രീകൾ ചിരിച്ചുകൊണ്ട് അടുത്തുവന്നു. സമീപത്തുള്ള പുരാതനമായൊരു ക്ഷേത്രത്തെ ചൂണ്ടിക്കാട്ടി അവരുടെ സംസാരഭാഷയിൽ എന്തൊക്കെയോ പറഞ്ഞു. ഒന്നും മനസ്സിലായില്ല. അവർക്കുപിന്നാലെ ക്ഷേത്രത്തിലേക്ക് നടന്നു. അടച്ചുകെട്ടിയ ക്ഷേത്രത്തിനുള്ളിലെ പ്രതിഷ്ഠ എന്താണെന്ന് കാണാൻ പറ്റുന്നില്ല; മണിനാദം കേൾക്കാം. പ്രാർത്ഥനാചക്രത്തെ വലംവച്ചശേഷം തിരിച്ചുപോന്നു. നദീതീരത്തുകൂടി നടക്കുമ്പോൾ ഒരിടത്ത് ഒരു ബോർഡ് കണ്ടു; ആ ഭാഗത്തുള്ള നദിയും തീരവും വൃത്തിയായി സൂക്ഷിക്കാൻ അവിടെയുള്ളൊരു സ്കൂളിനെ ചുമതലപ്പെടുത്തിയിരിക്കുന്നതിന്റെ വിശദാംശങ്ങളാണ് ബോർഡിൽ. കുട്ടികളിൽ വൃത്തിബോധവും അതിലുപരി ചുമതലാബോധവും വളർത്താൻ ഇതിലും നല്ലൊരു പ്രായോഗികപാഠം നൽകാനുണ്ടോ! പൗരബോധം വളർത്തുന്നതിനുള്ള പലപ്രായോഗികപാഠങ്ങളും പാഠ്യപദ്ധതിയിൽ ഉൾപ്പെടുത്തിയിട്ടുള്ള നാടാണ് ഭൂട്ടാൻ. അങ്ങനെയൊരു സൽബുദ്ധി നമ്മുടെ വിദ്യാഭ്യാസരംഗത്ത് പ്രവർത്തിക്കുന്നവർക്ക് ഉണ്ടായിരുന്നെങ്കിൽ എന്നോർത്തുപോയി. പൗരബോധവും സാമൂഹ്യബോധവും തൊട്ടുതീണ്ടിയിട്ടുപോലുമില്ലാത്തവരാണല്ലോ നമ്മുടെ നാട്ടിലേറെയും. നടത്തം കഴിഞ്ഞ് ഹോട്ടലിൽ തിരിച്ചെത്തിയപ്പോൾ പ്രഭാതഭക്ഷണം റെഡി. ഡ്രൈവറും പുറപ്പെടാൻ തയാറായിനിൽക്കുന്നു.

ഭൂട്ടാനിലെ ഏറ്റവും പ്രധാനപ്പെട്ട പുരാസ്മാരകങ്ങളിലൊ

പാരൊ നദിക്കരയിൽ

ന്നായ ഡ്രുക് യേൽ ദ്സോങ്ങിലേക്കായിരുന്നു രാവിലത്തെ യാത്ര. മനോഹരമായ കർഷകഗ്രാമങ്ങൾ പിന്നിട്ട് ദ്സോങ്ങ് സ്ഥിതിചെയ്യുന്ന മലയടിവാരത്തിലാണ് പാരോനദിക്ക് സമാന്തരമായിപ്പോകുന്ന നിരത്ത് അവസാനിക്കുന്നത്. നദിയുടെ തീരത്തുകൂടിയുള്ള യാത്ര അത്യന്തം ഹൃദയഹാരിയായിരുന്നു. ഇടയ്ക്ക് വണ്ടിനിർത്തി നദിയിലേക്കിറങ്ങി. ഒഴുക്കുവെള്ളത്തിന്റെ നേർത്ത മർമ്മരത്തിന് കാതോർത്തും വിശേഷാകൃതിയുള്ള ജലശിലകളുടെ ഭംഗിയാസ്വദിച്ചും നനഞ്ഞമണ്ണിന്റെ കുളിരിൽ ചവുട്ടി കുറേനേരം ചെറിയൊരു പാറമേലിരുന്നു. പിന്നെ സ്പടികംപോലെ തിളങ്ങുന്ന വെള്ളത്തിലിറങ്ങി മുഖംകഴുകി. നിർമ്മലമായ തണുത്തവെള്ളം. സൂര്യകിരണങ്ങളേറ്റ് സുതാര്യമായ വെള്ളത്തിൽക്കിടന്ന് മിന്നുന്ന ചെറുകല്ലുകൾ കണ്ടപ്പോൾ എനിക്ക് എന്റെ പ്രിയസുഹൃത്തായ രമേശ് ബാബുവിനെ ഓർമ്മവന്നു. ഭൂട്ടാനിലേക്കു യാത്രപോകുന്ന കാര്യം പറഞ്ഞപ്പോൾ അദ്ദേഹം എന്നോടാവശ്യപ്പെട്ടത് 'മടങ്ങിവരുമ്പോൾ എനിക്ക് ഭൂട്ടാനിലെ രണ്ടുകല്ലുകൾ കൊണ്ടുതരണം' എന്നായിരുന്നു. വെള്ളത്തിലും കരയിലും പരതി പ്രത്യേക ആകൃതിയും തിളക്കവുമുള്ള നാലഞ്ചുകല്ലുകളെടുത്ത് ഒരുപ്ലാസ്റ്റിക് കവറിലാക്കി അരുമയോടെ ബാഗിൽ സൂക്ഷിച്ചുവച്ചു.

ഭൂട്ടാനിലെ പ്രധാന നദികളിലൊന്നായ വോങ്ച്ചുവിന്റെ പോഷകനദിയാണ് പാരോച്ചു. ഹിമാലയത്തിലെ ജമോൽഹരിയിൽ നിന്നാണ് ഇതിന്റെ ഉത്ഭവം. ദേശീയഭാഷയായ ദ്സോങ്ഖയിൽ chhu എന്നുപറഞ്ഞാൽ നദി എന്നർത്ഥം. ജലസമൃദ്ധമായ ഒട്ടേറെ

നദികളാൽ അനുഗ്രഹീതമാണ് ഭൂട്ടാൻ. ഇവിടത്തെ നദികളെല്ലാം തന്നെ ഹിമാലയൻ നിരകളിൽനിന്നും ഉത്ഭവിച്ച് താഴ്വാരങ്ങളിലൂടെ തെക്കോട്ടൊഴുകി ഇന്ത്യൻ സമതലങ്ങളിലൂടെ ബ്രഹ്മപുത്രയിൽ ചെന്നുചേരുന്നു.

പാരോ താഴ്വരയിൽ വലിയൊരു പാറക്കുന്നിന്റെ നെറുകയിൽ, പൈൻമരക്കാടുകളുടെയും ജമോൽഹരി ഹിമശൃംഗങ്ങളുടെയും പശ്ചാത്തലത്തിൽ സ്ഥിതിചെയ്യുന്ന ഡ്രുക്യേൽ ദ്സോങ്ങിന്റെ അവശിഷ്ടങ്ങൾ കിലോമീറ്ററുകൾക്കകലെനിന്നേ കാണാമെങ്കിലും പാരോ പട്ടണത്തിൽ നിന്ന് പതിനാല് കിലോമീറ്റർ ദൂരമുണ്ടവിടേക്ക്. സമൃദ്ധമായ കൃഷിഭൂമികളും കർഷകഗ്രാമങ്ങളും പിന്നിട്ട് മലയടിവാരത്തിലെത്തിയപ്പോഴേക്കും വെയിലിന് കരുത്തേറിയിരുന്നു. എന്നാൽ മലയുടെ മുകളിലെത്തിയാൽ ടിബറ്റിനെയും ഭൂട്ടാനെയും വേർതിരിക്കുന്ന ജമോൽഹരി കൂടുതൽ അടുത്ത് കാണാനാവുമെന്നത് ഒരാവേശമായി. മലയടിവാരത്ത് രണ്ടോമൂന്നോ വീടുകളും മലകയറ്റക്കാർക്കാവശ്യമായ തുണിത്തരങ്ങൾ വിൽക്കുന്ന ചെറിയൊരു പീടികയും പുരാതനമായ രണ്ടു ചോർട്ടനുകളും ജലപ്രവാഹത്താൽ കറങ്ങുന്ന ഒരു പ്രാർത്ഥനാചക്രകുടീരവും കണ്ടു. പ്രാർത്ഥനാചക്രങ്ങളിൽനിന്നും ഒഴുകിവരുന്ന പുണ്യജലം പാത്രങ്ങളിൽ നിറച്ചുകൊണ്ടുപോകുകയും കൈയ്യിലെടുത്ത് കുടിക്കുകയും തലനനയ്ക്കുകയും ചെയ്യുന്ന സ്ത്രീകളെയും കണ്ടു. മലഞ്ചെരുവിൽ നാലഞ്ചുകൊഴുത്തുതടിച്ച പശുക്കളും മലകയറ്റക്കാർക്കായുള്ള വാടകക്കുതിരകളും മേഞ്ഞുനടക്കുന്നു.

ഏകീകൃതഭൂട്ടാന്റെ സ്ഥാപകനായ സബ്രാങ് ങാവങ് നാങ്യേൽ നിർമ്മിച്ച നാല് പ്രതിരോധ ദുർഗ്ഗങ്ങളിലൊന്നാണ് ഡ്രുക്യേൽ കോട്ട. ടിബറ്റൻ അതിർത്തിക്കുതാഴെ തന്ത്രപ്രധാനമായ ദിക്കിലാണ് ഭൂട്ടാന്റെ പ്രാരംഭചരിത്രവുമായി ബന്ധപ്പെട്ട ഈ കോട്ടയുടെ സ്ഥാനം. പാരോ പെൻലപ്പ് ആയിരുന്ന ടെൻസിൻ ഡ്രുദ്ഗയുടെ നേതൃത്വത്തിൽ, 1644–ൽ, ഭൂട്ടാൻ സൈന്യം ടിബറ്റിനുമേൽ നേടിയ വിജയത്തിന്റെ സ്മാരകമാണിത്. ഡ്രുക് എന്നാൽ വ്യാളി. യേൽ എന്നാൽ വിജയം. പൗരോഹിത്യത്തിന്റെയും പ്രാദേശികഭരണത്തിന്റെയും അധികാരകാര്യാലയങ്ങളായി പ്രവർത്തിച്ചിരുന്ന മറ്റ് ദ്സോങ്ങുകളിൽ നിന്ന് വ്യത്യസ്തമായി, ഇതൊരു സൈനികത്താവളം മാത്രമായിരുന്നു. 1951–ൽ സന്ദർശകരാരോ കൊളുത്തിവച്ച നെയ്വിളക്കിൽനിന്ന് തീപടർന്ന് കോട്ട കത്തിനശിച്ചു. മരത്തിൽ പണിത വാതിലുകളും മേൽക്കൂരയും പൂർണ്ണമായും ഇല്ലാതായി. ആറടിവീതിയുള്ള മൺചുവരുകളിന്മേൽ മൂന്നുനിലകളായി പണിതുയർത്തിയിരിക്കുന്ന സമചതുരാകൃതിയിലുള്ള കൂറ്റൻ കാവൽ ഗോപുരത്തിന് മാത്രമേ പിന്നീട് പുതിയമേൽക്കൂര പണിഞ്ഞതുള്ളൂ.

ഒരുകാലത്ത് വടക്കുഭാഗത്തുനിന്നുള്ള ആക്രമണങ്ങളെ ചെറുക്കാൻ ഭൂട്ടാനെ സഹായിച്ചിരുന്ന ഭീമാകാരമായ ഈ പ്രതിരോധദുർഗ്ഗത്തിന്റെ മണ്ണുകൊണ്ടുള്ള ഉടൽഭാഗങ്ങൾ മാത്രമേ ഇപ്പോൾ അവശേഷിക്കുന്നുള്ളൂ. രാജ്യത്തിന്റെ പരമാധികാരം കാത്തുസൂക്ഷിക്കാൻ താൻ വഹിച്ചപങ്ക് എത്രവലുതായിരുന്നുവെന്ന് ഭൂട്ടാനികളെ ഓർമ്മിപ്പിച്ചുകൊണ്ട്, കരിപിടിച്ച ദുർഗ്ഗസുന്ദരി തലയില്ലാത്ത ഉടലുമായി മലമുകളിൽ നിശ്ശബ്ദയായി നിലകൊള്ളുന്നു. ഈ കോട്ടയുടേതുപോലെ പച്ചമണ്ണും മരവും ഉപയോഗിച്ചുള്ള നിർമ്മാണവിദ്യയാണ് ഇന്നും ഭൂട്ടാനിൽ നിലനിൽക്കുന്നത്. മൺചുവരുകൾക്ക് കുമ്മായവും ജാലകങ്ങൾക്കും വാതിലുകൾക്കും ചായവും പൂശുന്നു എന്നതുമാത്രമാണ് നാലുനൂറ്റാണ്ടുകൾക്കിപ്പുറവും നിർമ്മാണവിദ്യയിൽ കാണാനാവുന്ന മാറ്റം.

ദ്സോങ്ങിന്റെ അകത്തളങ്ങളിൽനിന്നും താഴ്വാരങ്ങളിലേക്കും മലമുകളിലേക്കുമുള്ള രഹസ്യവഴികളിൽ ചിലത് പുറമേ കാണാവുന്ന അവസ്ഥയിലാണിപ്പോൾ. വിശാലമായ നടുമുറ്റത്തുനിന്ന് ജാലകങ്ങളിലൂടെ പുറത്തേക്കുനോക്കിയാൽ താഴ്വരയിൽ നോക്കെത്താദൂരത്തോളം പരന്നുകിടക്കുന്ന നെൽപാടങ്ങൾ കാണാം. 21000 അടി ഉയരമുള്ള ജമോൽഹരിയുടെ മഞ്ഞുറഞ്ഞ ശൃംഗങ്ങൾ വളരെ അടുത്താണെന്നുതോന്നും. വെയിലിൽ തിളങ്ങുന്ന ഹിമശൃംഗങ്ങൾ നോക്കി എത്രനേരം നിന്നാലും കണ്ണുകൾ തളരില്ല; നിഗൂഢമായ ഏതോ ദിവ്യസൗന്ദര്യത്തിന്റെ മാസ്മരികത! പക്ഷേ, കാട്ടുചെടികൾ വളർന്ന കോട്ടയ്ക്കുള്ളിൽ, പഴകിജീർണ്ണിച്ച പ്രാർത്ഥനക്കൊടികൾക്കിടയിൽ അധികനേരം നിൽക്കാൻ കാലുകൾക്കായില്ല. മായാമോഹിനിയായ ജമോൽഹരിയുടെ അപരിമേയഭംഗികൾ ക്യാമറക്കണ്ണുകൾക്കാവുംവിധം ഒപ്പിയെടുത്തുകൊണ്ട് മലയിറങ്ങി.

ഡ്രുക് യേൽ മലയുടെ അടിവാരത്തുനിന്നാണ് ജമോൽഹരിയിലേക്കുള്ള കയറ്റം ആരംഭിക്കുന്നത്. 1930-കൾ വരെയും ഭൂട്ടാനും ടിബറ്റും തമ്മിൽ വാണിജ്യബന്ധം പുലർത്തിയിരുന്നത് ഇതുവഴിയായിരുന്നു. ഭൂട്ടാനെയും ടിബറ്റിനെയും ബന്ധിപ്പിച്ചിരുന്ന വാണിജ്യപാതകളെല്ലാം ഡ്രുക് യേൽ ദ്സോങ്ങിന്റെ പാർശ്വങ്ങളിലൂടെയാണ് പാരോ താഴ്വരയിലെത്തുന്നത്. ആകയാൽ പാരോ താഴ്വരയെ ഭൂട്ടാന്റെ പ്രവേശനകവാടം എന്ന് വിളിച്ചിരുന്നു. പഴയ വാണിജ്യപാതകൾ കാലഹരണപ്പെട്ടുവെങ്കിലും ഭൂട്ടാനിലെ ഒരേയൊരു അന്താരാഷ്ട്ര വിമാനത്താവളം പാരോ താഴ്വരയിലായതിനാൽ ഭൂട്ടാന്റെ പ്രവേശനകവാടം എന്ന വിളിപ്പേര് ഇപ്പോഴും പാരോ താഴ്വരയ്ക്ക് അന്യമല്ല. ജമോൽഹരിയുടെ ഒമ്പതിനായിരമടി ഉയരത്തിൽനിന്നും ഉത്ഭവിച്ച് തെക്കുഭാഗത്തുകൂടി ഒഴുകുന്ന പാരോ ചു വടക്കുഭാഗത്തുകൂടി ഒഴുകുന്ന അമോ ചു എന്ന രണ്ടു നദിക

ഡ്രുക് യേൽ ദ്സോങ്ങ്

ളാണ് പാരോതാഴ്‌വരയുടെ സമ്പൽസമൃദ്ധിക്ക് നിദാനം.

നൂറ്റാണ്ടുകൾ പഴക്കമുള്ള വാണിജ്യപാതകൾ ഇപ്പോൾ ടിബറ്റൻ അതിർത്തിയിലേക്കു പോകുന്ന പർവ്വതാരോഹകരുടെയും ജമോൽഹരിയിലേക്ക് ട്രെക്കിംഗിനെത്തുന്ന സാഹസസഞ്ചാരികളുടെയും മാർഗ്ഗമായി മാറിയിരിക്കുന്നു. ട്രെക്കിംഗിനായി ഈ മലമ്പാത തുറന്നുകൊടുത്തത് സമീപകാലത്താണ്. വഴിമദ്ധ്യേ, ഭൂട്ടാൻ റോയൽ മിലിട്ടറിയുടെ ഒരു താവളം കടന്നുവേണം അതിർത്തിയിലെത്താൻ. ഭൂട്ടാനിലെത്തുന്ന യൂറോപ്യൻ സഞ്ചാരികളുടെയും ചരിത്രാന്വേഷികളുടെയും പ്രകൃതിനിരീക്ഷകരുടെയും മുഖ്യ ആകർഷണങ്ങളിലൊന്നാണ് ജമോൽഹരിയിലേക്കുള്ള ഒമ്പതുദിവസം നീണ്ടുനിൽക്കുന്ന സാഹസികമായ ട്രെക്കിംഗ്.

ടിബറ്റൻ ബുദ്ധിസവുമായി ബന്ധപ്പെട്ട ഒരു പുണ്യമലയാണ് ഭൂട്ടാന്റെയും ടിബറ്റിന്റെയും ചൈനയുടെയും അതിർത്തി പങ്കിടുന്ന ജമോൽഹരി. എട്ടാംനൂറ്റാണ്ടിൽ ടിബറ്റിൽനിന്നും ഭൂട്ടാനിലെത്തിയ ഗുരുപത്മസംഭവ ഭൂട്ടാന്റെ കാവൽദേവതകളിലൊന്നിനെ പ്രതിഷ്ഠിച്ചത് ജമോൽഹരിയുടെ ശൃംഗങ്ങളിലാണെന്നാണ് ഭൂട്ടാനികളുടെ വിശ്വാസം. എന്നാൽ ജോമൊ എന്ന ദേവത ടിബറ്റിന്റെയും ഭൂട്ടാന്റെയും ഭൂപ്രദേശങ്ങളെയും ജനങ്ങളെയും ബുദ്ധമതത്തെയും

കാത്തുകൊള്ളാമെന്ന് ഗുരുവിനോട് പ്രതിജ്ഞചെയ്തിട്ടുണ്ടെന്നും ആകയാൽ ജമോൽ ഹരിയിലാണ് ദേവതയുടെ സ്ഥിരവാസമെന്നും ഇരുരാജ്യക്കാരും വിശ്വസിക്കുന്നു. 'കഞ്ചൻജംഗയുടെ വധു' എന്ന ഓമനപ്പേരിൽ അറിയപ്പെടുന്ന ജമോൽഹരിയുടെ ഇരുപാർശ്വങ്ങളിലായി തോഴികളായ ടിബറ്റും ചൈനയും.

ടിബറ്റൻ ബുദ്ധിസത്തിലെ മഹാഭിക്ഷുക്കളുടെ തപോസ്ഥാനമാണ് ജമോൽഹരി. പതിനൊന്നാംനൂറ്റാണ്ടിൽ ജീവിച്ചിരുന്ന ടിബറ്റൻ ധ്യാനഗുരു മിലാരപ്പ തപസ്സനുഷ്ടിച്ചതെന്നു പറയപ്പെടുന്ന ശിലാഗുഹയും അതിനരികെ പിൽക്കാലത്ത് പണിത ബുദ്ധവിഹാരവും ബുദ്ധന്മാരുടെ തീർത്ഥാടനകേന്ദ്രമാണ്. ഭൂട്ടാൻ അതിർത്തി പ്രദേശത്ത് ജമോൽഹരിയുടെ തെക്കേചരുവിൽ 4150 മീറ്റർ ഉയരെയായി സ്ഥിതിചെയ്യുന്ന ബുദ്ധവിഹാരത്തിലേക്ക് താങ്താങ്ഖയ്ക്കും ജാങ്കോ താങ്ങിനും മദ്ധ്യേയുള്ള ഭൂട്ടാൻ സൈനികത്താവളത്തിൽനിന്നും അരദിവസത്തെ കയറ്റമുണ്ട്. പുണ്യമല കാണാനെത്തുന്ന മതപുരോഹിതന്മാരും തീർത്ഥാടകരും ഈ ബുദ്ധവിഹാരത്തിലാണ് തങ്ങുന്നത്. ഏകദേശം ഒരുമണിക്കൂറോളം മുകളിലേക്ക് നടന്നാൽ 4450 മീറ്റർ ഉയരത്തിലായി ത്ഷെറിംങ്മലാത്സൊ എന്നുപേരായ ഒരു വിശുദ്ധ തടാകമുണ്ട്. 5100 മീറ്റർ ഉയരത്തിലുള്ള മറ്റൊരു വിശുദ്ധതടാകമാണ് ജോമൊ ലാറംങ്. ടിബറ്റിൽനിന്ന് ധാരാളം തീർത്ഥാടകർ ആണ്ടുതോറും ദർശനപുണ്യം തേടി ഇവിടെയെത്താറുണ്ട്.

പാരോ വിമാനത്താവളത്തിലേക്കുള്ള യാത്രയിൽ മായാമോഹിനിയായ ജമോൽഹരിയായിരുന്നു കണ്ണുനിറയെ. രാത്രിയുറക്കത്തിലെ സ്വപ്നത്തിൽ അവളുടെ മഞ്ഞുറഞ്ഞ നിറുകയിലേക്ക് വിചിത്രമായൊരു ട്രക്കിംഗും.

****

പന്ത്രണ്ട്

പാരോയിലെ വിമാനത്താവളവും പുരാസ്മാരകങ്ങളും

1980 മീറ്റർ നീളമുള്ള ഒരേയൊരു റൺവേ മാത്രമുള്ളൊരു വിമാനത്താവളമെന്നു കേട്ടാൽ ഇക്കാലത്ത് വിശ്വസിക്കാൻ പ്രയാസമല്ലേ? എന്നാൽ അങ്ങനെയൊരെണ്ണം നേരിൽക്കണ്ടു; ഭൂട്ടാനിലെ ഒരേയൊരു അന്താരാഷ്ട്ര വിമാനത്താവളമായ പാരോ എയർ പോർട്ട്. ലോകത്തിലെ ഏറ്റവും അപകടംപിടിച്ച വിമാനത്താവളങ്ങളിലൊന്നാണിത്. രണ്ടുമലകളുടെ ഇടയ്ക്കുള്ള ഇത്തിരിസമതലത്തിലാണ് ഭൂട്ടാൻസർക്കാർ ഉടമസ്ഥതയിലുള്ള ഡ്രുക്ക് എയറിന്റെ ചെറുവിമാനങ്ങൾക്കു മാത്രമായുള്ള കുഞ്ഞുവിമാനത്താവളം. ഓരോവർഷവും മുപ്പതിനായിരത്തോളം സഞ്ചാരികളാണ് ഇവിടെ പറന്നിറങ്ങുന്നത്. പ്രധാനസർവ്വീസുകൾ ഇന്ത്യയിലേക്കും തിരിച്ചുമാണ്. കൽക്കട്ടയിലേക്കും ന്യൂഡൽഹിയിലേക്കും പ്രതിദിനസർവ്വീസുകളുണ്ട്, 5500 മീറ്റർ ഉയരത്തിലുള്ള മലകൾക്കിടയിലൂടെ, എത്ര ചെറുതാണെങ്കിലും വിമാനം പറത്തുക അത്യന്തം ശ്രമകരമായ കാര്യംതന്നെ. അതിനായി പ്രത്യേക പരിശീലനംനേടിയ ഏതാനും പൈലറ്റുമാരുണ്ടിവിടെ. പകൽസമയയത്തുമാത്രമാണ് ലാൻഡിംഗും ടേക്കോഫും;

ഡ്രുക്ക്എയറിന്റെ കുഞ്ഞുവിമാനങ്ങൾ മലയിടുക്കുകളിലൂടെ പറന്നുവരുന്നതും പോകുന്നതും കണ്ട് സന്ദർശകർ ശ്വാസമടക്കി നോക്കിനിൽക്കുന്നു. താവളവും റൺവേയുമൊന്നുമില്ലാത്ത വിപിനത്തിലല്ലേ പണ്ട് രാവണന്റെ പുഷ്പകവിമാനം പറന്നിറങ്ങിയത്! അക്കഥ കേട്ടുശീലിച്ചതുകൊണ്ടാവാം എനിക്ക് വലിയ അത്ഭുതമൊന്നും തോന്നിയില്ല. എങ്കിലും അതിശയകരമായ മറ്റൊരു കാര്യം കേട്ടു; ഭൂട്ടാനിലെ വളവുംതിരിവുമില്ലാത്ത ഒരേയൊരു നേർപാത പാരോവിമാനത്താവളത്തിലെ റൺവേ മാത്രമാണത്രെ!

1986-ലാണ് ഭൂട്ടാനിൽ ആദ്യമായി വിമാനസർവ്വീസ് ആരംഭിച്ചത്. കാഠ്മണ്ടുവിലേക്കു പോകുന്ന സന്യാസിമാർ, ബുദ്ധഗയയിലേക്കുപോകുന്ന വൃദ്ധതാപസന്മാർ, ബാങ്കോക്കിലേക്കുപോകുന്ന കച്ചവടക്കാർ, മഷ്റൂംസ്, സ്ട്രാബറി തുടങ്ങിയ കാർഷികവിഭവങ്ങൾക്ക് മാർക്കറ്റുതേടി ഡാക്കയിലേക്കും കൽക്കട്ടയിലേക്കും പോകുന്ന സമ്പന്നകർഷകർ, ഉപരിപഠനത്തിനായി ഡൽഹിയിലേക്കുപോകുന്ന വിദ്യാർത്ഥികൾ, ഉദ്യോഗസ്ഥർ തുടങ്ങി സമൂഹത്തിന്റെ നാനാതുറകളിലുള്ളവർ ഡ്രുക്ക് എയറിന്റെ ഗുണഭോക്താക്കളായി മാറി. എന്നാൽ, ഭൂട്ടാൻ സംസ്കാരത്തിന്റെ സവിശേഷമായ രുചികളും ശീലങ്ങളും വിശ്വാസങ്ങളുമെല്ലാം ജെറ്റ് ഏജിലും അവർ പഴയപടിതന്നെ പാലിച്ചുപോരുന്നുവെന്നതാണ് വിചിത്രമായൊരു വസ്തുത, പഞ്ചാംഗം നോക്കിയോ മതാചാര്യന്റെ ഉപദേശപ്രകാരമോ യാത്രയ്ക്കു ശുഭമല്ലാത്ത ദിവസങ്ങൾ ഒഴിവാക്കുകയാണ് പതിവ്. എന്തെങ്കിലും കാരണവശാൽ ശുഭമല്ലാത്ത ദിവസങ്ങളിൽ വിമാനയാത്ര അത്യാവശ്യമായിവന്നാൽ ആ യാത്രയ്ക്കുള്ള എല്ലാവിധ ഒരുക്കത്തോടുംകൂടി തലേദിവസം വീട്ടിൽനിന്നിറങ്ങുകയും ഒരു പ്രതീകാത്മകയാത്ര നടത്തി പ്രശ്നം പരിഹരിക്കുകയും ചെയ്യുമത്രേ!

വിമാനത്താവളത്തിനും ഹൈവേയ്ക്കും സമാന്തരമായൊഴുകുന്ന പാരോനദിക്കുകുറുകേയുള്ള കവചിതപാലം കടന്നുചെല്ലുന്നത് പഴയൊരു മലമ്പാതയിലേക്കാണ്. 1969-ലുണ്ടായ മഞ്ഞുരുക്കത്തിൽ ഒലിച്ചുപോയ പഴയമരപ്പാലത്തിന്റെ അതേ മാതൃകയിൽ പുതുക്കപ്പണിതതാണിത്. ഇരുവശത്തുനിന്നും വന്ന് മദ്ധ്യത്തിൽ ഒന്നുചേരുന്നതാണ് കരയിൽ മാത്രം താങ്ങുള്ള കാന്റിലിവർ പാലങ്ങൾ. മലമ്പാത ചെന്നെത്തുന്നത് വിശാലമായൊരു മൊണാസ്ട്രിക്ക് സമീപത്താണ്. മാനംമുട്ടെ വളർന്നുനിൽക്കുന്ന പലജാതി വൃക്ഷങ്ങളുള്ള തൊടിയിലൂടെ മുകളിലേക്കു നീളുന്ന നടപ്പാത. പാരോനദിയിൽ ഒരു പോഷകനദി വന്നുചേർന്ന് ഒന്നായൊഴുകിപ്പോകുന്ന ഹൃദയഹാരിയായ കാഴ്ചയാണ് മുകളിലെത്തിയപ്പോൾ കണ്ടത്. ചുറ്റുപാടും ഹരിതാഭമായ കൃഷിയിടങ്ങൾ. താഴ്വരയുടെ വശ്യസൗന്ദര്യത്തിൽനിന്ന് കണ്ണുകളെ പറിച്ചെടുത്ത്, പുല്ലുവളർത്തിയിരിക്കുന്ന അങ്കണംചുറ്റി മൊണാസ്ട്രിയുടെ മുന്നിലെത്തിയപ്പോൾ മുറ്റംനിറയെ പലപ്രായക്കാരായ സ്കൂൾകുട്ടികൾ. പരമ്പരാഗതരീതിയിലുള്ള വസ്ത്രംതന്നെയാണ് ഭൂട്ടാനിലെവിടെയും വിദ്യാർത്ഥികളുടെ യൂണിഫോം. തുണിയുടെ നിറത്തിൽ മാത്രമാണ് ആകെയുള്ള വ്യത്യാസം.

പത്താംനൂറ്റാണ്ടിന്റെ ആരംഭത്തിൽ ഗുരുപത്മസംഭവ സ്ഥാപിച്ച ചെറിയൊരു ആരാധനാലയമാണ് പിൽക്കാലത്ത് അഞ്ചുനിലകളുള്ള റിൻപുങ് സോങ്ങായി രൂപാന്തരപ്പെട്ടത്. പാരോ ദ്സോങ്

എന്നപേരിലും ഇതറിയപ്പെടുന്നു. ചെങ്കുത്തായ മലയുടെ ചരുവിൽ രാജകീയപ്രൗഢിയോടെ നിലകൊള്ളുന്ന റിൻപുങ് ദ്സോങ്ങ് ഭൂട്ടാൻ രാജ്യത്തിന്റെ സ്ഥാപകനായ സബ്രങ്ങ് നവാങ് നാംഗ്യേൽ 1646-ൽ പണിയിച്ചതാണ്. താഴ്‌വരയിൽ എവിടെനിന്നു നോക്കിയാലും കാണത്തക്കവിധത്തിലാണ് കോട്ടയുടെ നിർമ്മിതി. ഒരുകാലത്ത് ടിബറ്റൻ ആക്രമണങ്ങളെ ചെറുത്തുനിൽക്കാൻ ഭൂട്ടാനെ സഹായിച്ചത് ഈ മഹാദുർഗ്ഗമായിരുന്നുവത്രേ. ഇതിനുള്ളിൽ പതിനാല് ക്ഷേത്രങ്ങളുണ്ട്; പുറത്ത് ഒരു ദയങ്കാക്ഷേത്രവും.

റിൻപുങ് എന്ന വാക്കിന് രത്നക്കൂമ്പാരം എന്നർത്ഥം. നൂറ്റാണ്ടുകളായി ഭക്തജനങ്ങൾ കാണിക്കയർപ്പിച്ച രത്നശേഖരങ്ങളും വിലപിടിപ്പുള്ള മറ്റുവസ്തുക്കളും ദേശീയസമ്പത്തായി സൂക്ഷിച്ചിരിക്കുന്നു. ശിൽപചാരുതയാർന്ന ഈ പുരാതനക്ഷേത്രം ബുദ്ധമതാധിഷ്ഠിത കലകളുടെയും ആചാരാനുഷ്ഠാനങ്ങളുടെയും കേന്ദ്രസ്ഥാനമാണ്. പവിത്രസ്ഥാനത്തുള്ള ബുദ്ധന്റെയും ബോധിസത്വന്മാരുടെയും പ്രതിമകളും കോസ്മിക് മണ്ഡലങ്ങളും സന്യാസിമാരുടെ അസ്സംബ്ലിഹാളിൽ പ്രതിഷ്ഠിച്ചിരിക്കുന്ന ഉത്തുംഗമായ ബുദ്ധപ്രതിമയുമാണ് സന്ദർശകരെ ആകർഷിക്കുന്ന പ്രധാനകാഴ്ചകൾ. 1897-ലെ ഭൂമികുലുക്കവും 1907-ലെ തീപിടിത്തവും ദ്സോങ്ങിനെ ബാധിച്ചില്ല. രക്ഷാമൂർത്തിയായ ഗുരുപത്മസംഭവയുടെ സാന്നിദ്ധ്യമുള്ളതുകൊണ്ടാണ് ഈ കോട്ട അപകടങ്ങളിൽനിന്ന് രക്ഷപ്പെട്ടതെന്നാണ് വിശ്വാസികൾ കരുതുന്നത്.

പ്രാദേശികസിവിൽഭരണത്തിന്റെയും ഔദ്യോഗിക പുരോഹിത സംഘത്തിന്റെയും ആസ്ഥാനം കൂടിയാണ് പാരോദ്സോങ്ങ്. ഭരണനിർവ്വഹണ കാര്യാലയങ്ങൾക്കുമുന്നിലെ നടുത്തളത്തിൽ നിന്ന് താഴോട്ടുള്ള മരപ്പടികളിറങ്ങിച്ചെല്ലുന്നത് ഒരു സന്യാസമഠത്തിലേക്കാണ്. ഇരുന്നൂറോളം സന്യാസിമാരുടെ സങ്കേതമാണിത്. റിൻപുങ് ദ്സോങ്ങിലെ റോയൽ കോർട്ടിനുമുന്നിൽ നീതിപാലക

ഭൂട്ടാനീസ് കുട്ടികൾ

പാരോ ദ്സോങ്ങ്

രായ രണ്ട് സന്യാസിമാർ ജാഗരൂകരായി നിൽക്കുന്നതുകണ്ടു. അവർ മിത്രരാജ്യമായ ഇന്ത്യയിൽ നിന്നെത്തിയ സന്ദർശകരെ നോക്കി ഹൃദ്യമായി പുഞ്ചിരിതൂകി. 1958-ൽ ഭൂട്ടാൻ സന്ദർശിച്ച ഇന്ത്യൻ പ്രധാനമന്ത്രി ജവഹർലാൽ നെഹ്റുവിനെയും സംഘത്തെയും രാജാവ് സ്വീകരിച്ചാനയിച്ചത് പാരോ ദ്സോങ്ങിന്റെ വിശാലമായ അങ്കണത്തിലായിരുന്നു.

ആയിരക്കണക്കിനാളുകൾക്ക് കൂടിനിൽക്കാവുന്ന അങ്കണത്തിൽ ആണ്ടുതോറും കൊണ്ടാടുന്ന മതപരമായ ഒരാഘോഷമാണ് പാരോത്സെച്ചു. വർണ്ണശബളമായ വേഷങ്ങളും പലരൂപത്തിലുള്ള മാസ്കുകളും ധരിച്ചുള്ള സവിശേഷമായ ഘോഷയാത്രയും നൃത്തവും കാണാൻ വിദേശികളടക്കം രാജ്യത്തിന്റെ നാനാഭാഗത്തുനിന്നും നൂറുകണക്കിനാളുക്കളെത്താറുണ്ട്. സന്യാസിമാരുൾപ്പെടെ സമൂഹത്തിലെ വിവിധതലങ്ങളിലുള്ളവർ മാസ്ക് ധരിച്ചുള്ള നൃത്തത്തിലും ഘോഷയാത്രയിലും അണിചേരുന്നു. മരംകൊണ്ടുണ്ടാക്കിയ നീളമുള്ള ലിംഗംകൊണ്ട് കാഴ്ചക്കാരായ യുവതികളെ താഡനംചെയ്യുന്ന തോലന്മാരും ആഘോഷത്തിനു മാറ്റുകൂട്ടുന്നു. ഇതിനെല്ലാമുപരി ആഘോഷത്തിന്റെ ഏറ്റവും ധന്യമായ അനുഭൂതിയായി ഭക്തജനങ്ങൾ കരുതിപ്പോരുന്ന ഒരു ദിവ്യമുഹൂർത്തമുണ്ട്; ഉത്സവശേഷം ഉദയസൂര്യന്റെ ആദ്യകിരണം ഗുരുപത്മസംഭവയുടെ കണ്ണുകളെ പ്രകാശിപ്പിക്കുന്ന നാടകീയനിമിഷം! ആ ശുഭമുഹൂർത്തത്തിൽ ഗുരുദർശനം സാദ്ധ്യമാകുന്നവർക്ക് ഗുരുവിന്റെ ഉദാരവും ഉദാത്തവുമായ അനുഗ്രഹങ്ങൾ ലഭിക്കുമെന്നാണ് വിശ്വാസം.

ഗുരുപത്മസംഭവയോടുള്ള ആദരസൂചകമായി രാജ്യത്തിലെ പ്രധാനപ്പെട്ട കിച്ചുലഖാങ്ങുകളിലെല്ലാം മാർച്ച്, ഏപ്രിൽ മാസങ്ങളിലായി ത്സെച്ചു എന്നപേരിൽ ആഘോഷം നടത്തിവരുന്നുണ്ടെങ്കിലും പാരോയിലെയും തിംഫുവിലെയും ത്സെച്ചുവാണ് പ്രധാനം. വിവാഹപ്രായമെത്തിയ ആണിനും പെണ്ണിനും തങ്ങൾ

ക്കുചേർന്ന ഇണകളെ കണ്ടെത്താനുള്ള സന്ദർഭംകൂടിയാവുന്നു ത്സെച്ചുപോലുള്ള ആഘോഷവേളകൾ. ആകയാൽ അവരവരെ ഏറ്റവും ആകർഷകമായി പ്രദർശിപ്പിക്കാനുള്ള അവസരം ആരും പാഴാക്കാറില്ല.

പാരോവിമാനത്താവളത്തിൽനിന്ന് അധികം അകലെയല്ലാതെ നെൽപാടങ്ങൾക്കു നടുവിലൂടെ നീളുന്നപാത അവസാനിക്കുന്നത് ഒരു മലഞ്ചരിവിലാണ്. ഭൂട്ടാനിലെ ഏറ്റവും പഴക്കമുള്ള ഒരു ബുദ്ധക്ഷേത്രമുണ്ടിവിടെ. ഏഴാംനൂറ്റാണ്ടിൽ നിർമ്മിതമായ ഈ കിച്ചുലഖാങ്ങിനെപ്പറ്റി രസകരമായൊരു കഥയും പ്രചാരത്തിലുണ്ട്. ബുദ്ധമതത്തിന്റെ വ്യാപനം തടഞ്ഞുകൊണ്ട് ഹിമാലയത്തിനു കുറകേ നീണ്ടുപരന്നുകിടന്ന ദുർഭൂതത്തെ തളയ്ക്കാൻവേണ്ടി ടിബറ്റിലെ ബുദ്ധിസ്റ്റുരാജാവായിരുന്ന സോങ്സ്റ്റൻ ഗാംപൊ പണിതുയർത്തിയ നൂറ്റിയെട്ടുക്ഷേത്രങ്ങളിൽ ഒന്നാണത്രേയിത്. ഭൂതശരീരത്തിന്റെ വിവിധഭാഗങ്ങളിലായി അദ്ദേഹം ഒരേസമയം നൂറ്റിയെട്ട് ക്ഷേത്രങ്ങൾ നിർമ്മിച്ചുവെന്നും പാരോയിലുള്ള കിച്ചുലഖങ് ഭൂതത്തിന്റെ ഇടത്തേ പാദത്തിന്മേലാണ് നിർമ്മിച്ചിരിക്കുന്നതെന്നുമാണ് കഥ. ഭൂട്ടാനിൽ ബുദ്ധമതത്തിന്റെ പ്രചരണാർത്ഥം ഉണ്ടായ ആദ്യനിർമ്മിതിയാണിതെന്ന് കരുതപ്പെടുന്നു. നൂറുവർഷങ്ങൾക്കുശേഷം ടിബറ്റിൽ നിന്നെത്തിയ ഗുരുപത്മസംഭവയുടെ രഹസ്യനിധികൾ ഇതിനുള്ളിലുണ്ടെന്നാണ് വിശ്വാസം. ഏറെക്കാലം അനാഥമായിക്കിടന്ന കിച്ചുലഖാങ് പുനരുദ്ധരിച്ചത് പതിനഞ്ചാംനൂറ്റാണ്ടിൽ ജീവിച്ചിരുന്ന പെമ ലിംഗ്പ എന്ന ദിവ്യനായിരുന്നു. പുരാതനമായൊരു ഗ്രാമക്ഷേത്രത്തിന്റെ എളിമയും വിശുദ്ധിയുമുള്ള കിച്ചുലഖങ് 1644-ൽ സബ്രങ്ങ് നവാങ്ങ് നംഗ്യേലിന്റെ അധീനതയിലായി. പുറംചുവരുകളിൽ നീളേ ഘടിപ്പിച്ചിട്ടുള്ള പ്രാർത്ഥനാചക്രങ്ങൾ കറക്കിയും പ്രാർത്ഥനാമന്ത്രങ്ങൾ ഉരുവിട്ടുംകൊണ്ട് നാലഞ്ചാളുകൾ ക്ഷേത്രത്തെ വലംവയ്ക്കുന്നത് കണ്ടു. പഴക്കമുള്ളൊരു ടിബറ്റൻ

പാരോ ദ്സോങ്ങ് റോയൽ കോർട്ട്

ചോർട്ടനാണ് കിച്ചുലഖാങ്ങിലെ മറ്റൊരുനിർമ്മിതി. ഇവിടെനിന്നു നോക്കിയാൽ എതിർദിശയിൽ, ജമോൽഹരിയുടെ പശ്ചാത്തലത്തിൽ ഡ്രുക്ക് യേൽ കോട്ട കാണാം.

പഴയക്ഷേത്രത്തിനു സമീപത്തായി കാണുന്ന സ്വർണ്ണമുഖപ്പോടുകൂടിയ പുതിയ ക്ഷേത്രം മുൻരാജാവിന്റെ മാതാവായ ആഷി കേസാങ് ചോഡൻ വാങ്ചുക്ക് 1968-ൽ പണികഴിപ്പിച്ചതാണ്. ആണ്ടിലൊരിക്കൽ രാജകുടുംബത്തിലെ അംഗങ്ങൾ ഈ പുതിയ ക്ഷേത്രത്തിൽ ഒന്നിച്ചുകൂടി രാജ്യത്തിന്റെയും രാജാവിന്റെയും ക്ഷേമത്തിനായി പ്രത്യേകപ്രാർത്ഥനകളും ആഘോഷങ്ങളും നടത്തിവരുന്നു. ഇവിടെനിന്ന് അധികം അകലെയല്ലാതെ മുൻരാജാവിന്റെ പത്നിയായ അഷി ദോർജി വാങ്മോയുടെ പിതൃഗൃഹവും കാണാം.

മലമുകളിലെ സൈപ്രസ് കാടിനുള്ളിൽ, കിച്ചുലഖങ്ങിന് അഭിമുഖമായി, വാങ്മോയുടെ പിതൃസഹോദരൻ പണിയിച്ച സാങ് ചോകൊർ മൊണാസ്ട്രിയുണ്ട്. ഇദ്ദേഹം ഏകീകൃതഭൂട്ടാന്റെ സ്ഥാപകനായ സബ്രങ്ങ് നവാംങ് നംഗ്യേലിന്റെ പുനരവതാരമാണെന്നാണ് പറയപ്പെടുന്നത്. മനസ്സ്, ശരീരം, വാക്ക് എന്നിങ്ങനെ മൂന്ന് രൂപങ്ങളിൽ സബ്രങ്ങിന്റെ അവതാരങ്ങൾ പ്രത്യക്ഷപ്പെടുമെന്നാണ് സങ്കൽപം. ഈ പുനരവതാരങ്ങളാണ് ധർമ്മരാജാവ് എന്ന പേരിൽ ഭൂട്ടാന്റെ ആത്മീയനേതൃത്വം വഹിച്ചിരുന്നത്. 1907-ൽ പരമ്പരാഗത രാജവാഴ്ച ആരംഭിച്ചതിനുശേഷം സബ്രങ്ങിന് പുനരവതാരങ്ങൾ ഉണ്ടായതായി ഔദ്യോഗിക സ്ഥിരീകരണം ഉണ്ടായി

സെച്ചു

ട്ടില്ല. എന്നാൽ പുനരവതാരങ്ങൾ അതീവരഹസ്യമായി കൊല്ല പ്പെട്ടതാണെന്നുള്ള പല അപവാദകഥകളും ജനങ്ങൾക്കിടയിൽ പ്രചാരത്തിലുണ്ട്.

ഭൂട്ടാനിലെ മറ്റുപ്രദേശങ്ങളെ അപേക്ഷിച്ച് പാരോ താഴ്‌വര യെ ഏറ്റവും സമ്പൽസമൃദ്ധമാക്കുന്നത് ഫലഭൂയിഷ്ടവും ജലസ മൃദ്ധവുമായ കൃഷിഭൂമികളാണ്. എന്നാൽ ഈ സമ്പത്തിന്റെ അധി കപങ്കും ബുദ്ധക്ഷേത്രങ്ങളും മൊണാസ്ട്രികളും നിർമ്മിക്കുന്നതി നാണ് വിനിയോഗിക്കപ്പെടുന്നതെന്ന് എഴുത്തുകാരിയും സാമൂഹ്യ പ്രവർത്തകയുമായ അ.ഷി ദോർജി വാങ്മോ തന്റെ പ്രശസ്തമായ കൃതിയിൽ രേഖപ്പെടുത്തിയിരിക്കുന്നു. പാരോ ജില്ലയിൽമാത്രം ഇത്തരം 155 നിർമ്മിതികളുണ്ടത്രേ! ആണ്ടിലൊരിക്കൽ താഴ്‌വര യിൽനിന്നു തുടങ്ങി മലയുടെ ഉച്ചിയിലുള്ള പുണ്യക്ഷേത്രങ്ങളിൽ വരെ ഒരാഴ്ചയോളം കാൽനടയായി സഞ്ചരിച്ച് ഓരോന്നിലും ദർശ നം നടത്തി പ്രാർത്ഥനകളർപ്പിക്കുന്നത് പാരോനിവാസികളുടെ ഒര നുഷ്ഠാനമാണ്.

പാരോ ദ്സോങ്ങിന്റെ പിന്നിൽ മുകളിലായി, ഏകദേശം ഒരുകിലോമീറ്റർ അകലെയായി കാണുന്ന കാവൽഗോപുരത്തി ലാണ് ഭൂട്ടാൻ നാഷണൽമ്യൂസിയം. അതിലേക്ക് ദ്സോങ്ങിന്റെ

നാഷണൽ മ്യൂസിയം

മൂന്നാംനിലയിൽ നിന്നുമുള്ള പുരാതനമാർഗ്ഗം സന്ദർശകർക്ക് അനുവദനീയമല്ല. അതിനാൽ മലയുടെ മറ്റൊരു ദിശയിലൂടെയുള്ള റോഡുവഴിയാണ് അവിടേക്കു പോകേണ്ടത്. മ്യൂസിയത്തിലേക്കുള്ള പടിക്കെട്ടുകൾ കയറുമ്പോൾ ആദ്യം കണ്ണിൽപെട്ടത് ചുവന്നുതുടുത്ത രണ്ടുപെൺകുട്ടികളാണ്. കളിച്ചും ചിരിച്ചുമിരിക്കുന്ന ആ നിഷ്കളങ്കബാല്യങ്ങളുടെ നേർക്ക് ഞാൻ ക്യാമറ തിരിച്ചു. തുങ്കോ എന്നും പുങ്ചോ എന്നും പേരായ ചുണക്കുട്ടികൾ കുസൃതികാട്ടിക്കൊണ്ട് ക്യാമറയിലേക്കു നോക്കിയിരുന്നു. മ്യൂസിയപരിസരം വൃത്തിയാക്കുന്ന ജോലിയിലാണ് അവരുടെ അമ്മ. ബാഗിലുണ്ടായിരുന്ന ചോക്ലേറ്റ്ബാർ രണ്ടായിമുറിച്ച് അവർക്ക് നീട്ടി. കിലുകിലെച്ചിരിച്ചുകൊണ്ട് അവരത് വാങ്ങി വായിലിട്ടു നുണയാൻ തുടങ്ങി. കുന്നിൻമുകളിലെ കാഴ്ചകൾകണ്ട് തിരിച്ചിറങ്ങുമ്പോഴും ആ കുട്ടികൾ അവിടെയൊക്കെ ഓടിക്കളിച്ചുനടക്കുന്നുണ്ടായിരുന്നു. അവരെന്നെ സന്തോഷത്തോടെ കൈവീശി യാത്രയാക്കി.

ഘടികാരക്രമത്തിൽ ചുറ്റിക്കയറാവുന്നതും ഏഴുനിലകളോടുകൂടിയതുമാണ് ഭൂട്ടാൻ നാഷണൽ മ്യൂസിയം. നവീനശിലായുഗത്തോളം പഴക്കമുള്ള ആയുധങ്ങൾ, മദ്ധ്യകാലയുദ്ധോപകരണങ്ങൾ തുടങ്ങി ഭൂട്ടാന്റെ പുരാതന ചരിത്രവും സാംസ്കാരിക പാരമ്പര്യവും വിളിച്ചോതുന്ന മൂവായിരത്തോളം കലാസൃഷ്ടികൾ

തുങ്കോ & പുങ്ചോ

ഇവിടെയുണ്ട്. നൂറ്റാണ്ടുകളുടെ പഴക്കമുള്ള മാസ്ക്കുകളും പവിത്രമായ കോസ്റ്റ്യൂമുകളും പിൽക്കാല ചരിത്രരേഖകളും ഇവയിൽപെടും. ദേശീയ പുഷ്പമായ ബ്ലൂപോപ്പി തുടങ്ങി അത്യപൂർവ്വങ്ങളായ പൂക്കളുടെയും നൂറ്റാണ്ടുകൾ പഴക്കമുള്ള വൃക്ഷങ്ങളുടെയും ചിത്രങ്ങൾ വരെ നമുക്കിവിടെ കാണാം. ദേശീയപക്ഷിയായ റേവൻ, ദേശീയമൃഗമായ ടക്കിൻ, അപൂർവ്വജീവികളായ റെഡ് പാണ്ട, ഗോൾഡൻ ലാങ്ഗോർ തുടങ്ങിയ പക്ഷിമൃഗാദികളെ എംബാം ചെയ്ത് സൂക്ഷിച്ചിരിക്കുന്നു. ഇവിടത്തെ സൂക്ഷിപ്പുകളോരോന്നും സശ്രദ്ധം കണ്ടും വായിച്ചും മനസ്സിലാക്കിയാൽമതി സഞ്ചാരികൾക്ക് ഭൂട്ടാനെക്കുറിച്ചുള്ള ഏകദേശമായ അറിവുകൾ ലഭിക്കാൻ. പക്ഷേ അതിന് ദിവസങ്ങൾ വേണ്ടിവരും.

1968-ലാണ് ഭൂട്ടാൻ നാഷണൽ മ്യൂസിയം സ്ഥാപിതമായത്. ജിഗ്മെ ദോർജി വാങ്ചുക്ക് രാജാവാണ് പുരാതനമായ ദ്സോങ്ങിന്റെ കാവൽഗോപുരത്തെ പുനരുദ്ധാരണം ചെയ്ത് മ്യൂസിയമാക്കി മാറ്റിയത്. ഭൂട്ടാന്റെ ജില്ലാഭരണകാര്യാലയങ്ങൾ കൂടിയായ എല്ലാ ദ്സോങ്ങുകൾക്കും ഇതേപോലെ വൃത്താകൃതിയിലുള്ള ബഹുനില കാവൽഗോപുരങ്ങളുണ്ട്. ഗോപുരത്തിന്റെ കാവിച്ചുവപ്പുതേച്ച മൺചുവരുകൾക്ക് രണ്ടരമീറ്ററിലേറെ വീതിയുണ്ട്. ഇവിടെനിന്നു നോക്കിയാൽ പാരോ ദ്സോങ്ങും ശാന്തമായൊഴുകുന്ന പാരോനദിയും കാണാം. നദിയുടെ ഇരുകരകളിലായി വ്യാപിച്ചുകിടക്കുന്ന, വിനീതസുന്ദരമായ നഗരവും അതിനോടുചേർന്ന ഗ്രാമങ്ങളും മലകളിലും താഴ്വരകളിലുമുള്ള അനേകം ബുദ്ധമന്ദിരങ്ങളും ചോർട്ടനുകളും കാറ്റിൽപ്പാറുന്ന ദർശിങ്ങുകളും കൂടിച്ചേർന്ന പാരോയുടെ പ്രശാന്തസൗന്ദര്യം വാക്കുകളിൽ പകർത്താനാവുന്നതല്ല. ഇരുമലകൾക്കിടയിൽ പ്രകൃതീദേവി വരച്ചിട്ട മായികചിത്രമെന്നതുപോലെ ഏറെനേരം ഞാനതുനോക്കിനിന്നു.

ദേശീയപക്ഷി റേവൻ

മൂന്നുദിവസത്തെ പാരോ സന്ദർശനം കഴിഞ്ഞ് വൈകുന്നേരത്തോടെ വീണ്ടും ഞങ്ങൾ തിംഫുവിലെ പീസ്ഫുൾ റിസോർട്ടിലേക്ക് യാത്രയായി. വഴിക്കുവച്ച് ഒരുചെറിയ മ്യൂസിയം സന്ദർശിച്ചു. ടൂറിസം വികസനത്തിന്റെ ഭാഗമായി ഇപ്പോൾ ചില സ്വകാര്യവ്യക്തികളും ചെറുസംരംഭങ്ങളുമായി രംഗത്തുണ്ട്. അത്തരമൊരു സംരംഭമാണ് പരമ്പരാഗത വീട്ടുപകരണങ്ങളുടെയും വസ്ത്രങ്ങളുടെയും പ്രദർശനമൊരുക്കിയിട്ടുള്ള ഈ സ്വകാര്യമ്യൂസിയം. പഴയൊരു വീടാണ് മ്യൂസിയമാക്കി മാറ്റിയിരിക്കുന്നത്. പ്രദർശനവസ്തുക്കൾക്കൊന്നിനും പേരോ വിശദീകരണക്കുറിപ്പുകളോ ഇല്ല. ചുക്കി എന്നൊരു ചെറുപ്പക്കാരിയാണ് സന്ദർശകരെ സ്വീകരിക്കുന്നതും എന്തെങ്കിലും ചോദിച്ചാൽ പറഞ്ഞുകൊടുക്കുന്നതും. അവൾ ഞങ്ങൾക്ക് അവിടെയുള്ള പൂജാമുറി കാണിച്ചുതന്നു. ഭൂട്ടാനിഭവനങ്ങളിൽ, എത്ര ചെറിയവീടായാലും പ്രത്യേകം പൂജാമുറി ഉണ്ടായിരിക്കണമെന്ന് നിർബന്ധമാണ്. ബുദ്ധന്റെയും ഗുരുപത്മസംഭവയുടെയും മറ്റുദിവ്യന്മാരുടെയും രൂപങ്ങൾ, കണ്ണും മൂക്കും വായുമുള്ള ലിംഗപ്പാവകൾ, പ്രാർത്ഥനാപതാകകൾ തുടങ്ങിയ പൂജാസാമഗ്രികൾ ഭംഗിയായി ക്രമീകരിച്ചിരിക്കുന്നു. മുകളിലത്തെ നില

പാരോ വാലി

യിലേക്കു കയറിപ്പോകാൻ കുത്തനെയുള്ളൊരു കോണിയുണ്ട്. രണ്ടോമൂന്നോ വിരലുകൾ ചേർത്തുവച്ചാലുള്ളത്ര വീതിയേ ചവിട്ടുപടികൾക്കുള്ളൂ. അതിലൂടെ മുകളിലേക്ക് കയറാനൊരു വിദ്യയുണ്ട്; പാദത്തിന്റെ മുന്നറ്റം മാത്രം അമർത്തി കയറിപ്പോവുക. ചുക്കി പല വട്ടം കയറിയും ഇറങ്ങിയും പഠിപ്പിച്ചുതന്നിട്ടും ഞങ്ങൾക്ക് ആവിദ്യ അഭ്യസിക്കാനായില്ല. ഒടുവിൽ കോണികയറാനുള്ള ശ്രമം ഉപേക്ഷിച്ചു. മുകളിലെ കാഴ്ചകൾ കാണാനുമായില്ല.

ഡ്രൈവറുടെ പരിചയക്കാരനാണ് മ്യൂസിയത്തിന്റെ ഉടമസ്ഥൻ. അതുകൊണ്ടാവണം ഞങ്ങൾക്ക് വളരെ ഹൃദ്യമായ സ്വീകരണവും അതിഥിസൽക്കാരവുമാണ് അവിടെ ലഭിച്ചത്. ചുക്കി ചായയുണ്ടാക്കി ചിത്രാലംകൃതമായ പോഴ്സലൈൻ കപ്പുകളിൽ പകർന്നുതന്നു. നമ്മുടെ അവലോസുപൊടിയും അവലും പൊരിയും പോലുള്ള ചിലഅരിവിഭവങ്ങൾ മുളംതട്ടങ്ങളിൽ കൊണ്ടുവച്ചു. അരിയാണല്ലൊ ഭൂട്ടാനികളുടെ മുഖ്യഭക്ഷ്യധാന്യം. എല്ലാം രുചിച്ചുനോക്കി. അപ്പോഴേക്കും ഉടമസ്ഥനെത്തി. അതിഥിസത്കാരത്തിലെ ഒരുപ്രധാന ഇനമാണ് അര (നെല്ലിട്ടു വാറ്റിയ ചാരായം). മുളങ്കുറ്റിപോലെ ഡിസൈൻചെയ്ത ഉയരമുള്ളൊരു പാത്രത്തിൽ നിന്ന് ചുക്കി അതും അരക്കപ്പുവീതം പകർന്നുതന്നു. വേണ്ടെന്നു പറയാൻ തോന്നിയില്ല. ചിലുചിലുത്ത തണുപ്പത്ത് അര പകർന്നേകിയ ഉൾച്ചൂടിന് പ്രത്യേകമായൊരു സുഖം! അടുത്തബന്ധുക്കളോടെന്നപോലെ അവരോട് യാത്രപറഞ്ഞിറങ്ങുമ്പോൾ സൂര്യൻ പടിഞ്ഞാറേ ചക്രവാളത്തിൽ മറഞ്ഞിരുന്നു.

അമ്പത്തിയാറ് കിലോമീറ്റർ താണ്ടി റിസോർട്ടിൽ എത്തിയപ്പോഴേക്കും നന്നേ ഇരുട്ടി. ഊഷ്മാവ് മൈനസ് ആറുഡിഗ്രി ആയിരുന്നു അപ്പോൾ. ഹോട്ടലിനുപുറത്ത് വലിയൊരു തീകുണ്ഠമൊരുക്കി അതിനുചുറ്റും നിന്ന് കുറേയാളുകൾ തീകായുന്നതു കണ്ടു. വിറയലകറ്റാൻ അവരോടൊപ്പം കൂടി. വൃക്ഷനിബിഡമായ ആ പ്രദേശമാകെ രാത്രിക്കറുപ്പിൽ മുങ്ങിയ കാടുപോലെ തോന്നി. കാടിനുള്ളിൽ ആളിക്കത്തുന്ന വിറകടുപ്പിനുചുറ്റും കമ്പിളിക്കുപ്പായമിട്ട കുറേ മനുഷ്യജീവികൾ!

****

പതിമൂന്ന്

ഡോച്ചുലയിലെ വിസ്മയക്കാഴ്ചകൾ

തിംഫുവിൽനിന്ന് പുനാഖയിലേക്കുള്ള തൊണ്ണൂറ് കിലോമീറ്റർദൂരം പിന്നിടാൻ ഏകദേശം നാലുമണിക്കൂർ വേണ്ടിവരുമെന്നും അതിരാവിലെ പുറപ്പെട്ടാലേ രാത്രിവൈകിയെങ്കിലും തിരിച്ചെത്താൻ പറ്റൂ എന്നും തീരുമാനിച്ചുറച്ച് അലാറംവച്ച് ഉറങ്ങാൻ കിടന്നു. പക്ഷേ ഉറക്കം പാതിയിൽ മുറിഞ്ഞു. എങ്കിലും മൂടിപ്പുതച്ചുകിടന്നു. കിനാവിലെന്നപോലെ കണ്ടുമറഞ്ഞ സുന്ദരദൃശ്യങ്ങളും നിഷ്കളങ്കമായ മുഖങ്ങളുമൊക്കെ കണ്മുന്നിലൂടെ ചിരിതൂകി കടന്നുപൊയ്ക്കൊണ്ടിരുന്നു. അഞ്ചുമണിക്ക് എണീറ്റ് പുറത്തേക്ക് നോക്കി. ഇരുട്ടും മഞ്ഞും പരസ്പരം മത്സരിച്ചെന്നപോലെ കെട്ടിപ്പിടിച്ചുകിടക്കുന്നു. പ്രഭാതനടത്തം പറ്റില്ല. ഉള്ളിലെ കിടുങ്ങലകറ്റാൻ നല്ലൊരു ചായയുണ്ടാക്കി കഴിച്ചു. ഫേസ്ബുക്ക് വായിച്ചും സന്ദേശങ്ങളയച്ചും കഴിഞ്ഞപ്പോഴേക്കും നേരം പുലർന്നു. ചൂടുവെള്ളത്തിൽ കുളി നിർവ്വഹിച്ച്, ഏഴരയോടെ ബ്രേക്ഫാസ്റ്റും കഴിഞ്ഞ് പുറപ്പെടുകയായി.

പൈനും സൈപ്രസ്സും അതിരിട്ട സുഗമമായ നഗരപാത പിന്നിട്ട് കുണ്ടും കുഴിയും നിറഞ്ഞ ഗ്രാമപാതയിലൂടെയായി സഞ്ചാരം. തടികൊണ്ടുപണിത കുടിലുപോലുള്ള വീടുകൾ, ആപ്പിൾതോട്ടങ്ങൾ, കൃഷിഭൂമികൾ, മുതുകിലെ തുണിത്തൊട്ടിലിൽ കുഞ്ഞുങ്ങളെയും പേറിക്കൊണ്ട് പണിയെടുക്കുന്ന പെണ്ണുങ്ങൾ, പുരയിടങ്ങളിൽനിന്ന് പച്ചക്കറികളും പഴങ്ങളും കൂടകളിൽ ശേഖരിച്ച് വഴിയരികിൽവച്ച് വിൽപന നടത്തുന്ന സ്ത്രീകൾ, ഭിത്തിയിൽ പുരുഷലിംഗം പതിച്ചതും വാസ്തുഭംഗിയുള്ളതുമായ പരമ്പരാഗതവീടുകൾ തുടങ്ങി വൈവിദ്ധ്യമാർന്ന കാഴ്ചകൾ. ചില വീടുകളുടെ മുറ്റത്ത് മരത്തൂണുകളിന്മേൽ കെട്ടിയ അയക്കോലുകളിൽ വളഞ്ഞ റബ്ബർകഷ്ണങ്ങൾ മാതിരി എന്തോ അടുക്കിയിട്ടിരിക്കുന്നതു കണ്ടു. പന്നിയുടെ കുടലിൽ ചീസും ചിലിയും നിറച്ച് ഉണങ്ങാനിട്ടിരിക്കുന്നതാണെന്നും ഭൂട്ടാനികളുടെ പ്രിയപ്പെട്ട വിഭവമാണതെന്നും ഡ്രൈവർ പറഞ്ഞപ്പോൾ ആശ്ചര്യം തോന്നി; ബുദ്ധനെ നെഞ്ചേറ്റുന്ന നാട്ടിലും മാംസാഹാരത്തിനോടാണല്ലോ പ്രിയം! രാജ്യത്ത് ഹിംസ നിരോധിച്ചിരിക്കുന്നതിനാൽ ഇന്ത്യയിൽ നിന്നാണ് മാംസം വാങ്ങുന്നത്. മദ്യം സുലഭമാണെന്നു മാത്രമല്ല

ഭൂട്ടാനിലെവിടെയും താരതമ്യേന വിലകുറവുള്ള ഒരേയൊരു സാധനവും മദ്യം മാത്രമാണ്. പുകയില ഉത്പന്നങ്ങൾക്ക് നിരോധനമുണ്ടെങ്കിലും രാജ്യത്തിന്റെ മുക്കിലും മൂലയിലുമുള്ള കുഗ്രാമങ്ങളിൽ പോലും ഒളിച്ചും പാത്തും കടത്തി ഉപയോഗിക്കുന്നുണ്ടെന്നതും നേരായ കാര്യം.

സമുദ്രനിരപ്പിൽനിന്നും 10200 മീറ്റർ ഉയരത്തിൽ സ്ഥിതി ചെയ്യുന്ന ദോച്ചുല ചുരം വഴിയാണ് പുനാഖയിലേക്ക് പോകുന്നത്. ഭൂട്ടാന്റെ കിഴക്കൻപ്രദേശങ്ങൾ സന്ദർശിക്കുന്നതിന് തിംഫുവിൽ നിന്നും പ്രത്യേകം പെർമിറ്റ് വാങ്ങേണ്ടതുണ്ട്. ചുരം കയറി, ആദ്യത്തെ ചെക്പോസ്റ്റിൽ (ഹോങ്ട്ഷോ ചെക്പോസ്റ്റ്) യാത്രാരേഖകൾ പരിശോധിച്ച് മുദ്രവയ്പ്പിക്കണം. ഇത്യാദികാര്യങ്ങളെല്ലാം സേവനോത്സുകനായ ഡ്രൈവർ സുമൻ പിംഗ്ചോ യഥാവിധി ചെയ്യുന്നുണ്ടായിരുന്നു. സുഗന്ധം പരത്തുന്ന ചെറിയ വെള്ളപ്പൂക്കൾ ചൂടിനിൽക്കുന്ന ഡാഫ്നെ മരങ്ങളും ദേവദാരുവും സൈപ്രസ്സും പൈൻമരങ്ങളും സമൃദ്ധമായി വളരുന്ന തിംഫുതാഴ്വര പിന്നിട്ട് ചുരം കയറുമ്പോൾ വനപ്രകൃതി വൃക്ഷവൈവിദ്ധ്യമാർന്നതും ഹരിതസമൃദ്ധവുമായ അടിക്കാടുകൾക്ക് വഴിമാറുകയായി. കൗതുകകരമായ മിത്തുകളും സമീപകാല ചരിത്രവും കൂടിക്കലർന്നുനിൽക്കുന്ന നിഗൂഢസുന്ദരഭൂമികയിലൂടെയുള്ള വിസ്മയജന്യമായ യാത്ര! കുണ്ടും കുഴിയും നിറഞ്ഞ പൊതുനിരത്ത്. ഈ ദുർഘടയാത്രയിൽ സഞ്ചാരികളുടെ ഒരിടത്താവളംകൂടിയാണ് ദോച്ചുല. ഭൂട്ടാനിലെ ഏറ്റവും ഉയർന്ന പ്രദേശവും ഇതുതന്നെയാണ്. വളഞ്ഞും പുളഞ്ഞും ചുരം കയറുമ്പോൾ തരിശ്ശായ കരിമലകളും മഞ്ഞുമൂടിയ ഗിരിശൃംഗങ്ങളും വിസ്തൃതമായ പുൽമേടുകളും പൈൻമരക്കാടുകളും ഒരേസമയം അരികത്തും അകലത്തും മുന്നിലും പിന്നിലുമൊക്കെ വ്യത്യസ്തങ്ങളായ സ്വപ്നദൃശ്യങ്ങൾ പോലെ കടന്നുവരികയായി. ഉയരത്തിൽ നാട്ടിയിരിക്കുന്ന പലനിറത്തിലുള്ള പ്രാർത്ഥനക്കൊടികൾ കാറ്റിലുരസിപ്പാറുന്ന ശബ്ദഘോഷം കേൾക്കാം.

നേർത്ത മഞ്ഞാവരണമണിഞ്ഞ മലയുടെ നെറുകയിൽ നൂറ്റിയെട്ട് ചോർട്ടനുകളുടെ സമുച്ചയം കാണാം. നടുവിലായി ഒരു വലിയ ചോർട്ടനും. വലിയ ചോർട്ടനുമുന്നിൽ ജപമാലമണികളെണ്ണി പ്രാർത്ഥനാമന്ത്രങ്ങളുരുവിടുന്ന നാലഞ്ചു സന്യാസിമാർ.

പ്രാർത്ഥനകളും വഴിപാടുകളും അർപ്പിക്കുന്നതിനുള്ള പുണ്യസങ്കേതങ്ങളാണ് ഭൂട്ടാനിലെമ്പാടും കാണുന്ന ചോർട്ടനുകൾ. രാജാക്കന്മാരോടും ലാമമാരോടും ദിവ്യന്മാരോടുമുള്ള ആദരസൂചകമായും പരേതാത്മാക്കളെ കുടിയിരുത്തുന്നതിനും പ്രധാനപ്പെട്ട സംഭവങ്ങളെ അടയാളപ്പെടുത്തുന്നതിനും ചോർട്ടനുകൾ നിർമ്മിക്കുന്നത് ഒരു പതിവാചാരമാണിവിടെ. രാജ്യത്തെമ്പാടുമായി ഇത്ത

രത്തിലുള്ള പതിനായിരത്തിലധികം നിർമ്മിതികളുണ്ടെന്നാണ് കണക്ക്. എന്നാൽ ദോച്ചുലയിലെ ചോർട്ടനുകൾക്ക് മറ്റൊരു സവിശേഷതകൂടിയുണ്ട്; ഒരു യുദ്ധസ്മാരകമാണിത്. ബോഡോ തീവ്രവാദികളുമായുള്ള ഏറ്റുമുട്ടലിൽ വിജയശ്രീലാളിതരായി തിരിച്ചെത്തിയ രാജാവിനും മകനും രാജകുടുംബം വരവേൽപുനൽകിയ ദിക്കിൽ രാജപത്നിമാരിലൊരാളായ അഷി ദോർജി വാങ്ചുക് പണികഴിപ്പിച്ചതാണ് ഈ ചരിത്രസ്മാരകം. യുദ്ധത്തിൽ മരിച്ചവരുടെ ആത്മശാന്തിക്കുവേണ്ടിയുള്ള പ്രാർത്ഥനകളും ഇവിടെ നടത്തപ്പെടുന്നു. തങ്ങളുടെ വനാന്തരങ്ങളിൽ താവളമുറപ്പിച്ചുകൊണ്ട് മിത്രരാജ്യമായ ഇന്ത്യയ്ക്കെതിരെ ഒളിപ്പോര് നടത്തിയിരുന്ന അസ്സാം ഗറില്ലകളുമായി നടത്തിയ അനുരഞ്ജന ശ്രമങ്ങളെല്ലാം പരാജയപ്പെട്ട സാഹചര്യത്തിലാണ് 2003-ൽ, ഇന്ത്യാഗവൺമെന്റിന്റെ നിർദ്ദേശപ്രകാരം രാജാവ് പടനയിച്ചത്. പതിനാലിലേറെ വർഷങ്ങൾകൊണ്ട് തീവ്രവാദികൾ തെക്കൻ ഭൂട്ടാനിലെ വനാന്തരങ്ങളിൽ പണിതുയർത്തിയ മുപ്പതോളം ക്യാമ്പുകൾ ഭൂട്ടാൻ സൈന്യം ഒന്നരദിവസംകൊണ്ട് തകർത്തു. കുറേ തീവ്രവാദികളെ ബന്ധികളാക്കുകയും മറ്റുള്ളവർ ഇന്ത്യയിലേക്ക് പലായനംചെയ്യുകയും ചെയ്തു.

ഭൂട്ടാനിലെ പ്രാചീനവാണിജ്യപാതകളിലൊന്നാണ് ദോച്ചുല. 1969-ൽ ഇന്ത്യാഗവൺമെന്റിന്റെ സഹായത്തോടെയാണ് പഴയ കുതിരപ്പാത മോട്ടോർനിരത്താക്കി മാറ്റിയത്. തിംഫുവിൽനിന്നും ഒരുമണിക്കൂർ വേണം ദോച്ചുലയിലെത്താൻ. പൊതുനിരത്തിനു നടുവിൽ ദീർഘവൃത്താകൃതിയിലുള്ള ഒരു ദ്വീപുപോലെ നിലകൊള്ളുന്ന സ്തൂപസമുച്ചയത്തെ മൂന്നുപ്രാവശ്യം വലംവച്ചതിനു ശേഷമേ വാഹനങ്ങൾ ഇതുവഴി കടന്നുപോകാറുള്ളൂ. സുമൻ മൂന്നു പ്രാവശ്യം സ്തൂപസമുച്ചയത്തെ വലംവച്ചശേഷം സമീപത്തുള്ള ബുദ്ധവിഹാരത്തിനുമുന്നിൽ കാർ നിർത്തി. കോടമഞ്ഞിൽ മുങ്ങിയ

ബുദ്ധവിഹാരം സൈപ്രസ് മരങ്ങൾക്കിടയിൽ മനോഹരമായൊരു നിഴൽചിത്രം പോലെ കാണപ്പെട്ടു. ശക്തമായ കാറ്റിൽ ഇളകിപ്പാറുന്ന പ്രാർത്ഥനക്കൊടികളുടെ ശബ്ദഘോഷങ്ങൾക്ക് കാതുകൊടുത്ത് അൽപ നേരം നിന്നു. പിന്നെ ലഖാങ്ങിലേക്ക് നടന്നു.

നാലാം ഡ്രുക് ഗ്യാൽപോ വാങ്ഗ്യേൽ വാങ്ചുക്കിന് സമർപ്പിച്ചിരിക്കുന്ന ഡ്രുക് വാങ്ഗ്യേൽ ലഖാങ് ഒരു സമീപകാല നിർമ്മിതിയാണ്. നൂറ്റാണ്ടുകൾ പഴക്കമുള്ള മറ്റ് ബുദ്ധവിഹാരങ്ങളുടേതിൽ നിന്നും വ്യത്യസ്തമാണ് ഇതിനുള്ളിലെ ചുവർചിത്രങ്ങൾ; പരമ്പരാഗത ബുദ്ധകഥാസന്ദർഭങ്ങൾ കൂടാതെ ആസ്സാം തീവ്രവാദികൾക്കെതിരെയുള്ള രാജാവിന്റെ യുദ്ധരംഗങ്ങൾ, ലാപ്ടോപ്പും മൊബൈൽഫോണുമായിരിക്കുന്ന ബുദ്ധസന്യാസിമാരുടെ കാരിക്കേച്ചറുകൾ എന്നിവയും ഇടംപിടിച്ചിട്ടുണ്ട്. ആത്മീയതയിൽമാത്രം അടിയുറച്ച ഭൂട്ടാനിലെ ചുവർചിത്രകല അല്പമായെങ്കിലും വ്യതിചലിക്കാൻ തുടങ്ങിയിരിക്കുന്നു എന്നതിന്റെ പ്രത്യക്ഷലക്ഷണമായി ഇതിനെ വ്യാഖ്യാനിക്കാം. പാരോയിലും തിംഫുവിലുമൊക്കെ നടത്തപ്പെടുന്ന ത്സെച്ചുപോലുള്ള മതപരമായ ഒരാഘോഷത്തിന് 2011 മുതൽ ഇവിടെയും തുടക്കമിട്ടു. ദോച്ചുല ഫെസ്റ്റിവൽ എന്നറിയപ്പെടുന്ന ഈ ആഘോഷം ആണ്ടുതോറും ഡിസംബർ പതിമൂന്നിനാണ് കൊണ്ടാടുക. യുദ്ധസ്മാരകമായതിനാൽ പട്ടാളക്കാരുടെ സാന്നിദ്ധ്യത്തിലാണ് ആഘോഷങ്ങൾ അരങ്ങേറുന്നത്. രാജകുടുംബാംഗങ്ങൾക്കുപുറമേ രാജ്യത്തിന്റെ നാനാഭാഗങ്ങളിൽനിന്നായി ധാരാളം ആളുകൾ ഉത്സവത്തിൽ പങ്കുചേരും.

ദോച്ചുലയിൽനിന്നുള്ള ഹിമാലയക്കാഴ്ചയാണ് സഞ്ചാരികളെ സംബന്ധിച്ച് ഏറ്റവും വിസ്മയകരമായ അനുഭവം. കുന്നിന്റെ മുകളിലുള്ള വനംവകുപ്പിന്റെ ആഫീസിൽ ഒരു ദൂരദർശിനിയുണ്ട്. അതിലൂടെ നോക്കിയാൽ ഹിമാലയശൃംഗങ്ങളും ഭൂട്ടാന്റെ വടക്കേ അതിർത്തിയിലുള്ള ചില പുരാതന ബുദ്ധവിഹാരങ്ങളും അടുത്തുകാണാം. പല വിതാനത്തിലുള്ള കരിമലകൾക്കപ്പുറം ഉയർന്നു നിൽക്കുന്ന ഹിമാലയത്തലപ്പുകളിൽ, ഉറഞ്ഞമഞ്ഞിന്റെ വെൺമയിന്മേൽ വെയിൽ വരയ്ക്കുന്ന വർണ്ണചിത്രങ്ങളുടെ വിസ്മയഭംഗികൾ! തെളിഞ്ഞ പകലിൽ നീലാകാശച്ചുവട്ടിൽ വെണ്മേഘങ്ങളിൽ മുട്ടിനിൽക്കുന്ന ഹിമാലയശൃംഗങ്ങൾ ദൂരദർശിനിയില്ലാതെയും വ്യക്തമായി കാണാം. അനന്യഭംഗിയാർന്ന ഹിമാലയഭാവങ്ങൾ ദൂരെനിന്നു കാണുന്ന ആരും മോഹിച്ചുപോവും ഇതൊക്കെ ഒന്നടുത്തുകാണാൻ ഒരു ഹിമാലയ യാത്ര.

മിതമായ നിരക്കിൽ ലഘുഭക്ഷണമൊരുക്കി സഞ്ചാരികളെ കാത്തിരിക്കുന്ന ഒരു റസ്റ്റോറന്റുണ്ട് ദോച്ചുലയിൽ. അരിയിലുണ്ടാക്കിയ മോമോ ടൊമാറ്റോ സോസും ചേർത്തുകഴിച്ച്, ചായയും കുടിച്ചശേഷം വീണ്ടും യാത്ര തുടർന്നു. കുണ്ടും കുഴിയും നിറഞ്ഞ

മലമ്പാതയിലൂടെയുള്ള ദുർഘടസഞ്ചാരത്തിനിടയിൽ ലൊബേസ എന്നുപേരായ ചെറിയൊരു ടൗൺഷിപ്പിലെത്തി. കുന്നിൻമുകളിൽ പരമ്പരാഗതശൈലിയിൽ നിർമ്മിതമായ മനോഹരമായൊരു റിസോർട്ട്. അതൊരു പഞ്ചനക്ഷത്രഹോട്ടലാണെന്നും അവിടെയുള്ള നക്ഷത്രസൗകര്യങ്ങൾ എന്തൊക്കെയാണെന്നും സുമൻ ചെറിയൊരു വിശദീകരണം നൽകി. വെറുമൊരു കൗതുകത്താൽ കുന്നുകയറി ഹോട്ടലിന്റെ റിസപ്ഷനിലേക്ക് ചെന്നു. അവിടെയും കണ്ടു തിംഫുവിലെ പീസ്ഫുൾ റിസോർട്ടിലുള്ളതുമാതിരി ഒരു നെരിപ്പോട്. റിസപ്ഷൻകൗണ്ടറിനോടുചേർന്ന് ഭൂട്ടാന്റെ തനതായ കരകൗശലവസ്തുക്കൾ വിൽപനയ്ക്കായി പ്രദർശിപ്പിച്ചിരിക്കുന്നു. തൊട്ടാൽ പൊള്ളുന്ന വില! അതിനപ്പുറം മനോഹരമായൊരു റസ്റ്റോറന്റ്. അവിടത്തെ ചായയുടെയും മറ്റും വില കേട്ടാൽ ഞെട്ടിപ്പോകും.

മലകളെ ഇടിച്ചുനിരത്തിയുള്ള പാതനവീകരണത്തിന്റെ ബുദ്ധിമുട്ടുകളും കുറച്ചുദൂരം അനുഭവിക്കേണ്ടിവന്നു. ജപ്പാൻ, തായ്‌ലന്റ്, ചൈന എന്നീ രാജ്യങ്ങളുടെ സഹായത്താലാണത്രെ ഈ പാതനവീകരണം നടത്തുന്നത്. തുടർന്നങ്ങോട്ട് ഒരു കർഷകഗ്രാമത്തിന്റെ നടുവിലൂടെയായി യാത്ര. തട്ടുതട്ടായി ക്രമീകരിച്ചിരിക്കുന്ന കൃഷിയിടങ്ങളിൽ നെല്ലും പച്ചക്കറികളും സമൃദ്ധമായി വളർന്നുനിൽക്കുന്നു. അവിടവിടെയായി കൊച്ചുകൊച്ചു കർഷകവസതികൾ. മുളവട്ടികളിലും കൂടകളിലും പച്ചക്കറികൾ ശേഖരിച്ച് വഴിയരികിൽവച്ച് വിൽപനനടത്തുന്ന സ്ത്രീകൾ. ചോറും മുളകുകറിയും മാത്രമായി പരിമിതപ്പെട്ടിരുന്ന സാധാരണക്കാരുടെ ഭക്ഷണരീതിക്ക് മാറ്റം സംഭവിച്ചുകൊണ്ടിരിക്കുകയാണ് ഭൂട്ടാനിൽ. അടുത്തകാലത്തായി ഇലക്കറികളും പച്ചക്കറികളുമൊക്കെ അവരുടെ ഭക്ഷണത്തിലും ഇടംനേടിയിരിക്കുന്നു.

****

പതിനാല്

വിശുദ്ധകിറുക്കന്റെയരികിൽ

നേർത്ത ചൂളംവിളിയോടെ മലമുകളിൽനിന്നൊഴുകിയെത്തുന്ന തണുത്തകാറ്റിൽ ഇളകിയാടുന്ന പ്രർത്ഥനക്കൊടികളുടെ ഘർഷാരവവും ക്ഷേത്രമണികളുടെ ഭക്തനാദവും കാട്ടുപക്ഷികളുടെ കെഴിപ്പാട്ടും ശ്രവിച്ച് സുന്ദരമായൊരു സ്വപ്നത്തിലെന്നപോലെ ചീമി ലഖാങ്ങിന്റെ പരിസരത്തുള്ള മരച്ചുവട്ടിലിരിക്കുമ്പോൾ സുമൻ ഡ്രുക്പ കുൻലെയുടെ ഒരു കവിതയുടെ ഇംഗ്ലീഷ് പരിഭാഷ ചൊല്ലിക്കേൾപ്പിച്ചു. അതിന്റെ അർത്ഥം ഇങ്ങനെയാണ്: ബന്ധനങ്ങളില്ലാത്ത ഒരു യോഗിയായതിൽ ഞാൻ സന്തോഷിക്കുന്നു. എന്നിലെ സന്തോഷം ഞാൻ കൂടുതൽകൂടുതൽ വളർത്തിക്കൊണ്ടേയിരിക്കുന്നു. അനേകം സ്ത്രീകളുമായി രതിയിലേർപ്പെടാൻ എനിക്ക് കഴിയും; എന്തെന്നാൽ ഞാനവരെ ബോധോദയത്തിന്റെ മാർഗ്ഗത്തിലേക്ക് നയിക്കുന്നു. പുറമേ ഞാനൊരു വിഡ്ഢിയായിരിക്കാം; അകമേ ഞാൻ സംശുദ്ധമായ ആത്മീയതയിൽ ജീവിക്കുന്നു. പുറമേ ഞാൻ മദ്യവും പെണ്ണും പാട്ടും ആസ്വദിക്കുന്നു; അകമേ ഞാൻ എല്ലാ ജീവജാലങ്ങളുടെയും നന്മയ്ക്കായി പ്രവർത്തിക്കുന്നു. പുറമേ ഞാൻ എന്റെ സന്തോഷത്തിനായി ജീവിക്കുന്നു; അകമേ ഞാൻ എല്ലാം യഥാസമയത്ത് ചെയ്യുന്നു. പുറമേ ഞാനൊരു തെണ്ടിയായിരിക്കാം; അകമേ ഞാൻ അത്യാനന്ദമയനായ ബുദ്ധനാണ്.

തിബത്തിലെ റാലുംഗ് മൊണാസ്ട്രിയിൽനിന്ന് മതപഠനം പൂർത്തിയാക്കിയശേഷം പതിനഞ്ചാം നൂറ്റാണ്ടിന്റെ അവസാനകാലത്ത് ഭൂട്ടാനിലെത്തിയ ദിവ്യനായൊരു ലാമയായിരുന്നു ഡ്രുക്പ കുൻലെ. ഡോച്ചുല മുതൽ തുടങ്ങുന്നു അദ്ദേഹത്തിന്റെ അത്ഭുത കഥകൾ. ആളുകളെ ശല്യംചെയ്തുകൊണ്ടിരുന്ന ദുഷ്ടശക്തികളെ അദ്ദേഹം ലിംഗതാഡനംകൊണ്ട് ഉച്ചാടനംചെയ്തുവത്രെ! ദോച്ചു

ലയിലാകെ ഭീതി വിതച്ചിരുന്ന ഒരു രാക്ഷസിയെ ലിംഗതാഡനത്താൽ നിഗ്രഹിച്ച് അടക്കംചെയ്ത സ്ഥലത്ത് അദ്ദേഹംതന്നെ സ്ഥാപിച്ച ചോർട്ടനുചുറ്റുമായാണത്രെ സമചതുരാകൃതിയിലുള്ള ചീമിലഖാങ്ങ് നിർമ്മിച്ചിരിക്കുന്നത്. ലൊബേസയിൽനിന്ന് സൊപ്സോഖ വഴി, നെല്ലും ഗോതമ്പും കടുകും വിളയുന്ന വയലുകൾക്കിടയിലൂടെ നടന്നാണ് ഗൈഡിനോടൊപ്പം ഞങ്ങളെത്തിയത്. അവിടെച്ചെന്ന് അനുഗ്രഹം വാങ്ങിയാൽ മക്കളില്ലാത്തവർക്ക് വിശിഷ്ടസന്താനങ്ങൾ ലഭിക്കുമെന്നാണ് പറയപ്പെടുന്നത്. മനുഷ്യന്റെ നിസ്സഹായതകളും പരിമിതികളുമാണല്ലോ ഇത്തരം വിശ്വാസങ്ങളുടെ അടിത്തറ. വിദേശങ്ങളിൽനിന്നുപോലും ധാരാളം സ്ത്രീകൾ ഇവിടെ അനുഗ്രഹം തേടിയെത്താറുണ്ട്. തന്റെ ആയുധവും അടയാളവുമായ ലിംഗം കൈയിലേന്തിനിൽക്കുന്ന ഡ്രുപ്ക കുൻലെയുടെ വിഗ്രഹമാണ് ബുദ്ധരൂപത്തോടൊപ്പം ഗർഭഗൃഹത്തിലെ മുഖ്യപ്രതിഷ്ഠ. അതിനരികിലായി കുൻലെയുടെ വിശ്വസ്ത സഹചാരിയായിരുന്ന സച്ചി എന്ന നായുടെ കളിമൺ പ്രതിമയുമുണ്ട്. ഫെർട്ടിലിറ്റി സെയിന്റ് എന്നപേരിൽ അറിയപ്പെടുന്ന ഡ്രുക്പ കുൻലെയുടെ അത്ഭുതകൃത്യങ്ങൾ ക്ഷേത്രച്ചുവരിന്മേൽ ജലച്ചായത്തിൽ ചിത്രീകരണം ചെയ്തിരിക്കുന്നു. അദ്ദേഹം ടിബറ്റിൽനിന്നു കൊണ്ടുവന്നതെന്ന് കരുതപ്പെടുന്നതും മനുഷ്യാസ്ഥിയിൽ നിർമ്മിച്ചതുമായ പത്തിഞ്ചോളം വലിപ്പമുള്ള പുരുഷലിംഗം തലയിൽ തൊട്ടാണ് ലാമ സ്ത്രീകളെ അനുഗ്രഹിക്കുന്നത്. സന്താനവരം കാംക്ഷിക്കുന്ന തരുണികൾ മാത്രമേ കുൻലെയുടെ പ്രതിഷ്ഠയ്ക്കുമുന്നിൽ പോകാൻ ധൈര്യപ്പെടാറുള്ളു. രണ്ടുയുവതികൾ ക്ഷേത്രത്തിനുള്ളിൽ നിന്നും പുറത്തേക്കിറങ്ങിവരുന്നതുകണ്ടു. ലഖാങ്ങിന് പുറത്ത് രണ്ടു സ്ത്രീകൾ പ്രാർത്ഥനാചക്രം തിരിക്കുന്നു. തണൽവിരിച്ചുനിൽക്കുന്ന വലിയൊരു സാലവൃക്ഷച്ചുവട്ടിൽ മദ്ധ്യവയസ്കനായ ഒരു ലാമയുടെ മുന്നിലിരുന്ന് കുറേ സന്യാസവിദ്യാർത്ഥികൾ ബുദ്ധമന്ത്രങ്ങൾ ഉരുക്കഴിക്കുന്നു.

1455-1529 കാലഘട്ടത്തിൽ ജീവിച്ചിരുന്ന ഡ്രുക്പ കുൻലെ ടിബറ്റിലും ഭൂട്ടാനിലും ഒരുപോലെ പ്രിയപ്പെട്ട വിശുദ്ധനാണ്. ഈ വിചിത്രമനുഷ്യനെക്കുറിച്ച് ധാരാളം രതിക്കഥകളും പ്രചാരത്തിലുണ്ട്. സ്ത്രീജിതനും മദ്യപാനിയും സംഗീതപ്രിയനുമായിരുന്ന കുൻലെ അയ്യായിരം തരുണിമാരുടെ ഇഷ്ടകാമുകനായിരുന്നുവത്രെ! അദ്ദേഹത്തിന്റെ കവിതകളെല്ലാംതന്നെ നമ്മുടെ നാട്ടിൽ അശ്ലീലമെന്നു മുദ്രകുത്തപ്പെടുന്ന വിഭാഗത്തിൽപ്പെടുത്താവുന്നവയാണ്. മനുഷ്യന്റെ പലവിധ ഉൾവിലക്കുകൾക്കെതിരെയുള്ള രൂക്ഷപരിഹാസമാണ് ആ രചനകളിൽ തെളിഞ്ഞുകാണുന്നത്. ബുദ്ധമതത്തിലെ സ്ഥാപനവത്കരണത്തെയും നിരർത്ഥകമായ ആചാരാനുഷ്ഠാനങ്ങളെയും ലാമമാരുടെ സുഖലോലുപതയെയും കപടയോഗിനികളെയുമെല്ലാം നിശിതമായി വിമർശിച്ചുകൊണ്ടുള്ളവ

യാണ് അദ്ദേഹത്തിന്റേതായി പറയപ്പെടുന്ന കവിതകളേറെയും. സ്വയം പരിഹാസ്യനായി ചമഞ്ഞുകൊണ്ട്, ലോകത്തിന്റെ യാഥാസ്ഥിതികതയെയും കപടസദാചാരത്തെയും വെല്ലുവിളിച്ചുകൊണ്ട്, അധികസമയവും സുന്ദരികളായ പെൺകുട്ടികളോടൊപ്പം മദ്യപിച്ചും പാട്ടുപാടിയും ഭോഗിച്ചും കഴിഞ്ഞിരുന്ന ഡ്രുക്പ കുൻലെയുടെ വിശ്വപ്രസിദ്ധമായ വരികളാണിവ:

'Kunley never tiers of girls
Monks never tire of wealth
Girls never tire of sex.'

അദ്ദേഹത്തിന് സുന്ദരികളായ പെൺകുട്ടികളോടും കന്യകമാരോടും ഉണ്ടായിരുന്ന താത്പര്യത്തെക്കുറിച്ച് കേട്ടറിവുള്ളതുകൊണ്ടാവാം മുത്തശ്ശിയോടൊപ്പം ക്ഷേത്രദർശനത്തിനെത്തിയ രണ്ടുഭൂട്ടാനി പെൺകുട്ടികൾ അൽത്താരയുടെ മുന്നിലേക്ക് വരാൻ ഭയന്ന് ദൂരെ മാറിനിന്നു; അദ്ദേഹത്തിന്റെ മുന്നിൽ പെട്ടാൽ ഒരുപക്ഷേ ഇഷ്ടക്കൂടുതൽകൊണ്ട് ധാരാളമായി അനുഗ്രഹിച്ചാൽ എന്താവും കഥ!

മരണാനന്തരം ദിവ്യന്മാർ മനസ്സ്, ശരീരം, വാക്ക് എന്നിങ്ങനെ മൂന്നായി വെവ്വേറെ പുനർജനിക്കുമെന്നാണ് ബുദ്ധന്മാരുടെ വിശ്വാസം. എന്നാൽ ഭൂമിയിലെ ജീവിതം വിരസവും പ്രയാസകരവും അസംബന്ധവുമായതിനാൽ മരണാനന്തരം താൻ പുനർജനിക്കുകയില്ല എന്ന പ്രവചനത്തോടെയാണത്രെ ഈ അവധൂതദാർശനികൻ ജീവൻ വെടിഞ്ഞത്. ചിലകാര്യങ്ങളിൽ നമ്മുടെ നാറാണത്തുഭ്രാന്തനോട് ചേർത്തുനിർത്താം ഈ വിശുദ്ധ കിറുക്കനെ. അനുയായിയായിരുന്ന ഒരു ബന്ധുവാണ് കുൻലെയുടെ ഓർമ്മയ്ക്കായി ചീമി ലഖാങ്ങ് നിർമ്മിച്ചതെന്ന് കരുതപ്പെടുന്നു. കുൻലെയുടെ തിരുശേഷിപ്പുകളും അദ്ദേഹം എപ്പോഴും കൊണ്ടുനടന്നിരുന്ന അമ്പും വില്ലും അസ്ഥിയിൽ പണിത ലിംഗവും ഇവിടെയാണ് സൂക്ഷിച്ചിരിക്കുന്നത്.

ഭൂട്ടാനിലെ ജനങ്ങളുടെ വിശ്വാസങ്ങളെയും ആചാരാനുഷ്ഠാനങ്ങളെയും മാത്രമല്ല, ജീവിതത്തെയാകെയും ഇത്രയേറെ സ്വാധീനിച്ച ആത്മീയഗുരു വേറെയില്ല. മോക്ഷപ്രാപ്തിക്ക് ബ്രഹ്മചര്യം അനുഷ്ഠിക്കേണ്ട ആവശ്യമില്ലെന്നും രതിയും യോഗയും ഒരുമയിലേക്കും അത്യാനന്ദത്തിലേക്കും നയിക്കുന്ന മാർഗ്ഗങ്ങളാണെന്നും ആകയാൽ രതി എന്ന കലയും യോഗയും വേറിട്ടുകാണാനാവില്ലെന്നും അദ്ദേഹം സ്വജീവിതത്തിലൂടെ ഉദാഹരിക്കുകയായിരുന്നു. രതിയുടെ പ്രതീകമായ ലിംഗം വീടുകളിൽ പ്രതിഷ്ഠിക്കുവാനും ആവോളം രതി ആസ്വദിച്ച് ആനന്ദത്തോടെ ജീവിക്കാനും അദ്ദേഹം ആളുകളെ ഉത്ബോധിപ്പിച്ചിരുന്നു. ധാരാളം സ്ത്രീകൾ അദ്ദേഹത്തിൽനിന്ന് അത്യാനന്ദകരമായ രതി അനുഗ്രഹമായി സ്വീകരിച്ചിരുന്നുവത്രെ!

'മാജിക് തണ്ടർബോൾട്ട് ഓഫ് വിസ്ഡം' എന്ന് വിശേഷിപ്പിക്കപ്പെടുന്ന ഡ്രുക്പ കുൻലെയുടെ ഉദ്ധൃതലിംഗം ഭൂട്ടാനിലെ ഒട്ടുമിക്ക വീടുകളുടെയും ചുവരിന്മേൽ കാണാം. വ്യാളിയുടെ പുറത്തേറി പറക്കുന്ന ലിംഗങ്ങൾ, കണ്ണും മൂക്കും വായും ഉള്ള ലിംഗപ്പാവകൾ തുടങ്ങി ചിത്രകാരന്മാരുടെ ഭാവനയ്ക്കനുസൃതമായി പല ശൈലികളിൽ ലിംഗ ചിത്രീകരണം ചെയ്യുന്നു. എന്നാൽ, ലിംഗ ചിത്രീകരണകലയിൽ പ്രാവീണ്യമുള്ള ചിത്രകാരന്മാരില്ലാത്തതിനാലും തിംഫുപോലുള്ള നഗരങ്ങളിൽനിന്ന് ചിത്രകാരന്മാരെ വരുത്തി വരപ്പിക്കുന്നതിനുള്ള സാമ്പത്തികമില്ലാത്തതിനാലും ചില വിദൂരഗ്രാമങ്ങളിലെ ചായംതേച്ചു പുതുക്കിയ വീട്ടുചുവരുകൾ ലിംഗ ചിത്രങ്ങളില്ലാത്ത അവസ്ഥയിലാണിപ്പോൾ. വീടിന്റെ നാലുമൂലകളിലും തൂങ്ങിയാടുന്ന മരംകൊണ്ടുള്ള ലിംഗങ്ങളും ഗൃഹാങ്കണങ്ങളിൽ മരത്തിലും കല്ലിലും കോൺക്രീറ്റിലും ഉണ്ടാക്കിയ കൂറ്റൻ ലിംഗപ്രതിഷ്ഠകളും സന്താനസൗഭാഗ്യത്തെ മാത്രം ഉദ്ദേശിച്ചുള്ളവയല്ല, അദൃശ്യരൂപികളായ ദുഷ്ടശക്തികളുടെ ഉപദ്രവങ്ങളിൽനിന്നും അന്യരുടെ അപവാദപ്രചരണങ്ങളിൽനിന്നും രക്ഷനേടുന്നതിനുള്ള ഉപായങ്ങൾ കൂടിയാണവ. വീടിന്റെ മുൻവാതിലിനിരുവശവും എഴുന്നുനിൽക്കുന്ന ആറടിവലിപ്പമുള്ള സ്ഖലിക്കുന്ന ലിംഗങ്ങൾ മുതൽ പടിപ്പുരയിലും സമൃദ്ധമായ കൃഷിയിടത്തിനു നടുവിലും നോക്കുകുത്തികൾപോലെ പ്രതിഷ്ഠിച്ചിരിക്കുന്ന രണ്ടടിയോളം നീളമുള്ള ലിംഗങ്ങളും കാണാം. കരകൗശലവസ്തുക്കളുടെ വിൽപനശാലകളിൽ ഭൂട്ടാന്റെ തനത് ഇനമായ ലിംഗങ്ങൾ സുലഭമാണ്. പൈൻ മരത്തിന്റെ തടിയിൽ നിർമ്മിച്ച ലിംഗങ്ങൾക്ക് ആയിരം മുതൽ നാലായിരം രൂപ വരെ വിലയുണ്ട്.

ശിവലിംഗത്തെ പൂജിക്കുന്നവർക്കുപോലും ഉൾക്കൊള്ളാനാവാത്തവിധം തീർത്തും അശ്ലീലമെന്ന് വിശേഷിപ്പിക്കാവുന്നവയാണ് ഭൂട്ടാനിലെ ആബാലവൃദ്ധം ജനങ്ങളും ഉൾവിലക്കുകളില്ലാതെ പറഞ്ഞുനടക്കുന്ന ഡ്രുക്പ കുൻലെയുടെ ലിംഗകഥകളും കവിതകളും. അതുകൊണ്ടുതന്നെ അവയൊന്നും ഇവിടെ ഉദ്ധരിക്കാൻ പറ്റിയവയല്ല. ഇന്ത്യപോലുള്ള രാജ്യങ്ങളിൽനിന്നും ആധുനിക വിദ്യാഭ്യാസം നേടിയ പരിഷ്കൃതരായ പുതുതലമുറ ഇത്തരം ലിംഗ കഥകളോടും ആചാരങ്ങളോടും വിമുഖത പുലർത്തുന്നവരാണെന്നതാണ് ശ്രദ്ധേയമായ വസ്തുത. പുനാഖയും പാരോയും തിംഫുവും ഉൾപ്പെടെയുള്ള പ്രദേശങ്ങളിൽ പുതുതായി ചായംപൂശിയ വീട്ടുചുവരുകളിൽനിന്നും ലിംഗങ്ങൾ അപ്രത്യക്ഷമായിരിക്കുന്നു. പലരും വെള്ളച്ചായം തേച്ച് മനപ്പൂർവ്വം മായ്ച്ചുകളയുകയാണത്രെ. ത്സെച്ചുപോലുള്ള ഉത്സവവേളകളിൽ മുഖംമൂടിവച്ച വിദൂഷകന്മാർ വലിയൊരു ലിംഗവുമായി കാണികൾക്കിടയിലൂടെ നടന്ന് പെൺകുട്ടികളെ തൊട്ടനുഗ്രഹിക്കുന്നത് മുതിർന്ന തലമുറ ഇപ്പോഴും ഭക്ത്യാദരങ്ങളോടെ നോക്കിനിൽക്കുന്നു. എന്നാൽ അപരിഷ്കൃ

തമായ ഒരാചാരമാണിതെന്ന് അഭ്യസ്തവിദ്യകളായ പെൺകുട്ടികൾ വിയോജിപ്പ് പ്രകടിപ്പിച്ചു തുടങ്ങിയിരിക്കുന്നു. ഭൂട്ടാന്റെ തനതുസംസ്കാരത്തിന്റെ പ്രതീകമായ ലിംഗാചാരത്തോട് പരിഷ്കൃതരായ യുവജനങ്ങൾ കാണിക്കുന്ന എതിർപ്പ് തികഞ്ഞ സാംസ്കാരിക മൂല്യശോഷണമായിട്ടാണ് മുതിർന്നവർ കാണുന്നത്.

ഭൂട്ടാനിലെ ആബാലവൃദ്ധം ജനങ്ങളുടെയും ആരാധനാമൂർത്തിയായിരുന്ന ദ്രുക്പ കുൻലെയുടെ വീരകഥകൾ നാടെങ്ങും പ്രചരിച്ചത് ഫോക്ക്ലോറിന്റെ രൂപത്തിലായിരുന്നു. തലമുറകളായി നാവിൽനിന്ന് നാവിലേക്ക് പകർന്നുകൊണ്ടിരുന്ന കഥകളും കവിതകളും പിൽക്കാലത്ത് ടിബറ്റൻ ഭാഷയിൽ പുസ്തകരൂപത്തിൽ എഴുതപ്പെടുകയാണുണ്ടായത്. 1980-കളിൽ കീത്ത് ഡോമാൻ 'ദ ഡിവൈൻ മാഡ് മാൻ' എന്നപേരിൽ അത് ഇംഗ്ലീഷിലേക്ക് പരിഭാഷപ്പെടുത്തുകയുണ്ടായി. അതുവരെ ടിബറ്റിലും ഭൂട്ടാനിലും മാത്രം അറിയപ്പെട്ടിരുന്ന ഡ്രുപ്ക കുൻലെയുടെ മൗലികമായ ജീവിതദർശനങ്ങളെപ്പറ്റി പുറംലോകം അറിഞ്ഞത് ആ കൃതിയിലൂടെയാണ്. അദ്ദേഹത്തിന്റെ സിദ്ധികളെപ്പറ്റി വായിച്ചറിഞ്ഞ സ്വദേശികളും വിദേശികളുമായ ധാരാളം ആളുകൾ ചീമി ലഖാങ്ങ് സന്ദർശിക്കാനെത്തുന്നു.

ബുദ്ധമതാനുയായികളുടെ സദാചാരകാപട്യങ്ങളെ പരിഹാസവും നിഷേധവുംകൊണ്ട് പൊളിച്ചടുക്കിയ അസാമാന്യ പ്രതിഭാശാലിയായിരുന്ന ഒരവധൂതകവിയുടെ സ്മാരകം എന്നതിലുപരി സന്താനലബ്ധിക്ക് പേരുകേട്ട പുണ്യക്ഷേത്രമായി നാലുനൂറ്റാണ്ടുകൾക്കിപ്പുറവും ചീമി ലഖാങ്ങ് രാജ്യാന്തരപ്രശസ്തിയാർജ്ജിച്ചു നിൽക്കുന്നു. എല്ലാദിവസവും രാവിലെ ഒമ്പതുമണിക്ക് തുറക്കുന്ന ലഖാങ്ങ് വൈകുന്നേരം അഞ്ചുമണിക്ക് അടയ്ക്കും.

ലഖാങ്ങിൽനിന്നിറങ്ങുമ്പോൾ സമയം ഉച്ചയോടടുത്തിരുന്നു. താരതമ്യേന കുറഞ്ഞനിരക്കിൽ നല്ല ഭക്ഷണം സൊപ്സോഖയിലെ ഗ്രാമീണ ഭക്ഷണശാലയിൽ ലഭിക്കുമെന്നതിനാൽ കഴിച്ചിട്ടുപോകുന്നതാവും നല്ലതെന്ന് സുമൻ അഭിപ്രായപ്പെട്ടു. പാടങ്ങൾക്കഭിമുഖമായി ചെറിയൊരു റെസ്റ്റോറന്റ്. തിരക്കില്ല. ചുവന്നരിച്ചോറും പരിപ്പുകറിയും എമാദട്ഷിയും ചേർന്ന ഭൂട്ടാനീസ് ഭക്ഷണത്തിന് വിശപ്പിന്റെ രുചിയായിരുന്നു അപ്പോൾ. സീലിംഗ് മുതൽ നിലംവരെ തൊട്ടുനിൽക്കുന്ന ജനാലയിലൂടെ നോക്കിയാൽ ലഖാങ്ങിന്റെയും ചുറ്റുമുള്ള നെൽപാടങ്ങളുടെയും ആകർഷകമായ ദൃശ്യവിരുന്നുകൂടി ആസ്വദിക്കാൻ പറ്റിയ വിധത്തിലാണ് തീൻമേശകളുടെ ക്രമീകരണം. കണ്ണുകളെ അകലേക്ക് പായിച്ചാൽ നേർത്ത ഹരിതകമ്പളം വിരിച്ചമാതിരി അയൽഗ്രാമങ്ങളായ യൊവാക്കയിലെയും പാനെയിലെയും വിശാലമായ നെൽവയലുകൾ കാണാം.

****

പതിനഞ്ച്

വിലക്കുകളില്ലാത്ത സ്ത്രീപുരുഷ ബന്ധങ്ങൾ

ഡ്രുക്പ കുൻലെയുമായി ബന്ധപ്പെട്ട് നൂറ്റാണ്ടുകളായി പ്രചാരത്തിലുള്ള ഐതിഹ്യങ്ങളും വിശ്വാസങ്ങളുമാവാം ഭൂട്ടാൻ ജനതയുടെ ലൈംഗികതയെയും വിവാഹജീവിതത്തെയും കുറിച്ചുള്ള ഒഴുക്കൻ ധാരണകൾക്കു പിന്നിലെ നിയാമകബോധമായി വർത്തിക്കുന്നത്. ഉഭയസമ്മതതപ്രകാരമുള്ള ലൈംഗികതയ്ക്ക് ഭൂട്ടാനിൽ യാതൊരു വിലക്കുമില്ല. വിവാഹപൂർവ്വ ലൈംഗികതയും വിവാഹേതര ലൈംഗികതയും നിർബാധം തുടരുന്ന ഒരു സമൂഹമാണിത്. പൊതുവേ പറഞ്ഞാൽ, സ്ത്രീപുരുഷബന്ധങ്ങൾ നിഷ്കപടവും സുതാര്യവുമാണ്.

നമ്മുടെ നാട്ടിലെപ്പോലെ സ്ത്രീപുരുഷബന്ധങ്ങളെ കപടസദാചാരത്തിന്റെ ജീർണ്ണവസ്ത്രംകൊണ്ട് മൂടുന്ന ഏർപ്പാട് ഭൂട്ടാനികൾക്ക് പരിചിതമല്ല. അന്യരുടെ സ്വകാര്യതകളിലേക്ക് ഒളിഞ്ഞുനോക്കുന്ന ദുശ്ശീലവും അവർക്കില്ല.

ലയ പോലുള്ള ഗ്രാമങ്ങളിൽ യുവാക്കളായ കമിതാക്കൾ കാമുകിമാരുടെ വീടുകളിൽ രാത്രിയിൽ ഒരുമിച്ചുറങ്ങുന്നത് സാധാരണയാണ് വീട്ടുകാർക്കും അറിവുള്ള കാര്യമാണിത്. ആൺപെൺ സൗഹൃദങ്ങൾ വിവാഹത്തിൽ കലാശിക്കണമെന്ന നിർബന്ധമില്ലാത്തതിനാൽ ഇത്തരം നിശാവേഴ്ചകൾ ഭൂട്ടാനിലെ ഗ്രാമീണർക്കിയിൽ പതിവാണ്. എന്നാൽ രാവിലെ വാതിൽ തുറക്കുമ്പോൾ പെണ്ണിന്റെ വീട്ടുകാരുടെ കണ്ണിൽപ്പെട്ടുപോയാൽ കമിതാക്കൾ വിവാഹിതരായതായി പരിഗണിക്കുന്നതാണ് പതിവ്. (വിവാഹംകഴിക്കാൻ താത്പര്യമുണ്ടെങ്കിൽ വീട്ടുകാരോടൊപ്പം പ്രഭാതഭക്ഷണം കഴിക്കുകയും അല്ലെങ്കിൽ ആരുടെയും കണ്ണിൽപെടാതെ പുലരും മുമ്പ് തിരിച്ചുപോവുകയുമാണ് പുരുഷന്മാരുടെ രീതി.) യുക്തിക്ക് നിരക്കാത്ത ഈ വിവാഹസമ്പ്രദായം ദരിദ്രരായ സ്ത്രീകളെ സംബന്ധിച്ചിടത്തോളം മിക്കവാറും അത്ര ശുഭകരമായി പരിണമിക്കാറില്ല. ആചാരാനുഷ്ഠാനങ്ങളൊന്നുമില്ലാതെ പെട്ടെന്ന് സംഭവിക്കുന്ന ഇത്തരം വിവാഹബന്ധങ്ങൾ എളുപ്പത്തിൽ വേർപിരിയുക സ്വാഭാവികം. കുട്ടികൾക്ക് ജീവനാംശം കൊടുക്കാൻ പുരുഷൻ ബാദ്ധ്യ

സ്തനാണെങ്കിലും മിക്കവാറും കേസുകളിൽ അവർ അങ്ങനെ ചെയ്യാറില്ല. ജീവനാംശത്തിനായി സ്ത്രീകൾ നിയമസഹായം തേടാറുമില്ല. പുരുഷൻ ഉപേക്ഷിച്ചുപോയാൽപ്പിന്നെ അവൾ വേറെ വിവാഹം കഴിച്ചാലും ഇല്ലെങ്കിലും കുട്ടികളെ സംരക്ഷിക്കേണ്ട ഭാരിച്ച ഉത്തരവാദിത്തം സ്വമേധയാ സ്ത്രീയുടെ ചുമലിലാവുന്നു.

നാണയത്തിന് രണ്ടുവശങ്ങളുള്ളതുപോലെ ഏതുകാര്യത്തിനുമുണ്ടല്ലോ അതിന്റേതായ ഗുണവും ദോഷവും. അടുത്തകാലത്തായി, കബളിപ്പിക്കപ്പെടുന്ന പെൺകുട്ടികളുടെയും ഉപേക്ഷിക്കപ്പെടുന്ന സ്ത്രീകളുടെയും എണ്ണം കൂടിക്കൂടിവരുന്നതായി ഭൂട്ടാനിലെ സാമൂഹ്യപ്രവർത്തകർ ചൂണ്ടിക്കാട്ടുന്നു. കൂടെക്കൂടെ ഭാര്യമാരെ മാറ്റിക്കൊണ്ടിരിക്കുന്ന പുരുഷന്മാർ ദരിദ്രരായ അവിവാഹിത അമ്മമാരെ രണ്ടാംഭാര്യയായിപ്പോലും സ്വീകരിക്കാറില്ലത്രെ. ഭൂട്ടാനിൽ അങ്ങോളമിങ്ങോളം സഞ്ചരിച്ച് ജനങ്ങളുടെ പ്രശ്നങ്ങൾ കണ്ടറിഞ്ഞ അഷി ഡോർജി വോങ്മൊ രൂപം നൽകിയ തരായന ഫൗണ്ടേഷൻ എന്ന സന്നദ്ധസംഘടന ഗ്രാമങ്ങളിലെ അവിവാഹിതരും ഉപേക്ഷിക്കപ്പെട്ടവരുമായ നിർദ്ധന അമ്മമാർക്കും കുട്ടികൾക്കും ചെറിയ സഹായങ്ങൾ ചെയ്യുന്നതായി പറയുന്നുണ്ട്.

ഗ്രാമങ്ങളിലെ ദരിദ്രകുടുംബങ്ങളിൽ മാത്രമല്ല, നഗരങ്ങളിലെ മദ്ധ്യവർത്തി കുടുംബങ്ങളിലും വിവാഹപൂർവ്വഗർഭവും ശിശുഹത്യകളും നടക്കുന്നതായി റിപ്പോർട്ടുകളുണ്ട്. ഗർഭനിരോധന മാർഗ്ഗങ്ങൾ നിലവിലുണ്ടെങ്കിലും ഗർഭച്ഛിദ്രം അനുവദനീയമല്ല. ആകയാൽ അച്ഛനാരെന്നറിയാതെ വളരുന്ന ധാരാളം കുട്ടികൾ ഇവിടെയുണ്ട്. ബന്ധംപിരിയുന്നവരുടെ കുട്ടികൾ അച്ഛനമ്മമാരുടെ പുതിയ ഇണകളുമായി ചേർന്നുപോകാൻ ശ്രമിക്കാറുണ്ടെങ്കിലും എല്ലാവർക്കും അത് സാദ്ധ്യമാവാറില്ല. അനാഥക്കുട്ടികൾ ഒരു സാമൂഹ്യപ്രശ്നമായി മാറിക്കൊണ്ടിരിക്കുന്നു. അടുത്തകാലത്തായി ഭൂട്ടാനിലെ നഗരപ്രദേശങ്ങളിൽ വർദ്ധിച്ചുവരുന്ന കുറ്റകൃത്യങ്ങളിൽ പിടിക്കപ്പെടുന്നവരിലേറെയും ഇത്തരം ചെറുപ്പക്കാരാണെന്നത് ആശങ്കയോടെയാണ് സാമൂഹ്യപ്രവർത്തകർ കാണുന്നത്. ആധുനികവിദ്യാഭ്യാസവും ജീവിതസൗകര്യങ്ങളും വ്യാപകമായതോടെ, മദ്ധ്യവർത്തി/സമ്പന്നകുടുംബങ്ങളിൽനിന്ന് സന്യാസത്തിന് കുട്ടികളെ കിട്ടാനില്ലാത്ത സമകാലാവസ്ഥയിൽ ആ കുറവ് നികത്തുന്നത് അനാഥക്കുട്ടികളാണെന്ന കാര്യം പുറത്തുപറയാത്ത സത്യമാണ്.

കുട്ടികളെ പോറ്റാൻ സാഹചര്യമില്ലാത്ത അവിവാഹിത അമ്മമാരും ഉപേക്ഷിക്കപ്പെട്ട സ്ത്രീകളുമാണ് നിയമവിരുദ്ധമായ ഗർഭച്ഛിദ്രത്തിന് വഴിപ്പെടുന്നത്. അതിർത്തിനഗരമായ ഫുൺഷോലിംഗിൽ ലൈംഗികത്തൊഴിലിൽ ഏർപ്പെട്ടിരിക്കുന്ന നേപ്പാളിവംശജരായ സ്ത്രീകൾ പലപ്പോഴും ഇന്ത്യൻ അതിർത്തിനഗരമായ ജയ്ഗോണിലെ സ്വകാര്യ ക്ലിനിക്കുകളിലെത്തി രഹസ്യമായി ഗർഭച്ഛിദ്രം

ചെയ്യാറുണ്ടത്രെ. ഇത്തരം ചെറുപ്പക്കാരികൾ വിനോദസഞ്ചാരികൾ ധാരാളമെത്തുന്ന തിംഫുപോലുള്ള നഗരങ്ങളിലേക്കോ കൽക്കട്ട, ഡൽഹി തുടങ്ങിയ ഇന്ത്യൻ നഗരങ്ങളിലേക്കോ മെച്ചപ്പെട്ട അവസരങ്ങൾ തേടിപ്പോകുന്നതും പതിവായിരിക്കുന്നു. ഗർഭനിരോധന മാർഗ്ഗങ്ങൾ സ്വീകരിക്കണമെന്ന പരസ്യബോർഡുകളും സൗജന്യമായി ഗർഭനിരോധനഉറകൾ വിതരണംചെയ്യുന്ന കൗണ്ടറുകളും മിക്കസ്ഥലങ്ങളിലും കാണാം. ഫുൺഷോലിംഗിലെ ഒരു മെഡിക്കൽസ്റ്റോറിൽനിന്ന് വായുശല്യത്തിന് മരുന്നുചോദിച്ച സഹയാത്രികന് ഒരുപാക്കറ്റ് കോണ്ടം ഫ്രീയായി കിട്ടി! അദ്ദേഹം അത് നന്ദിപറഞ്ഞ് തിരികെ കൊടുത്തു.

സ്ത്രീപുരുഷതുല്യത നിലനിൽക്കുന്ന ഭൂട്ടാനിൽ, ബ്രഹ്മചര്യം അനുഷ്ടിക്കുന്ന സന്യാസമഠങ്ങളിൽ രാത്രികാലങ്ങളിൽ വിലക്കുണ്ടെന്നതൊഴിച്ചാൽ മറ്റെവിടെയും സ്ത്രീകൾക്ക് യാതൊരു വിലക്കുമില്ല. രാത്രിയെന്നോ പകലെന്നോ വ്യത്യാസമില്ലാതെ എവിടെയും ഭയമില്ലാതെ ഒറ്റയ്ക്ക് സഞ്ചരിക്കാം. ഒറ്റയ്ക്ക് താമസിക്കാം. ലൈംഗികാതിക്രമങ്ങൾ കേട്ടുകേൾവിപോലുമില്ല. ബാറുകളിലും നിശാശാലകളിലും പ്രായഭേദമെന്യേ സ്ത്രീകൾ മടികൂടാതെ കടന്നുചെല്ലുന്നു. നൂറുമുതൽ ആയിരംരൂപ വരെ നിരക്കിലുള്ള നിശാശാലകളിൽ പ്രായഭേദമെന്യേ മദ്യപിച്ച് നൃത്തംചെയ്യുന്ന ആൺപെൺ ജോഡികളെ കാണാം. ജോലികഴിഞ്ഞ് ഒറ്റയ്ക്കും കൈക്കുഞ്ഞുമായും മദ്യപിക്കാനെത്തുന്ന സാധാരണ സ്ത്രീകളും ഇവിടത്തെ ബാറുകളിൽ പതിവുകാഴ്ച തന്നെ. ബാറുകളിലും നിശാശാലകളിലും മദ്യം വിളമ്പുന്നതധികവും ചെറുപ്പക്കാരികളായ സ്ത്രീകളാണ്; പ്രത്യേകിച്ചും നേപ്പാളിവംശജരായ സുന്ദരികൾ. ഇന്ത്യ, ബംഗ്ലാദേശ് തുടങ്ങിയ രാജ്യങ്ങളിൽനിന്ന് കുറഞ്ഞ ചെലവിൽ ഉല്ലസിക്കാനെത്തുന്ന യുവാക്കളുടെ ഇഷ്ടകേന്ദ്രങ്ങളാണ് ഇത്തരം നിശാശാലകൾ.

ഇഷ്ടമുള്ളയാളെ വിവാഹംകഴിക്കാനും ഇഷ്ടമില്ലാതെ വന്നാൽ ഉപേക്ഷിക്കാനും പുനർവിവാഹം ചെയ്യാനുമൊക്കെയുള്ള സ്വാതന്ത്ര്യം പുരുഷനെപ്പോലെതന്നെ സ്ത്രീക്കുമുണ്ട്. സമൂഹമോ വീട്ടുകാരോ അവളുടെ സ്വാതന്ത്ര്യത്തിൽ കൈകടത്താറില്ല. ഒരേസമയം ഒന്നിലധികം ബന്ധങ്ങൾ നിലനിർത്തിപ്പോരുന്ന സ്ത്രീപുരുഷന്മാരും ധാരാളമുണ്ട്. എന്നാൽ വിദ്യാഭ്യാസത്തിലുള്ള മുന്നേറ്റവും ഇന്ത്യപോലുള്ള അയൽരാജ്യങ്ങളുമായുള്ള സമ്പർക്കവും യുവാക്കളുടെ ജീവിതചിന്തകളിൽ മാറ്റങ്ങൾ വരുത്തിത്തുടങ്ങിയിരിക്കുന്നു. സമീപകാലത്തായി ബഹുഭർതൃത്വം നിരോധിക്കുകയാണ്ടായി ബഹുഭാര്യാത്വവും വ്യവസ്ഥകൾക്ക് വിധേയമാക്കിയിട്ടുണ്ട്. ഭാര്യയുടെ സമ്മതമുണ്ടെങ്കിലേ പുരുഷൻ മറ്റൊരു സ്ത്രീയെ വിവാഹംകഴിക്കാൻ പാടുള്ളൂ. വിപരീതമായി പ്രവർത്തിച്ചാൽ ഭാര്യയ്ക്ക്

വിവാഹമോചനം നേടാനും ഭർത്താവിൽനിന്നും ജീവനാംശം നേടാനും അവകാശമുണ്ട്.

കാലങ്ങളായി നിലനിന്നുപോരുന്ന സാമൂഹ്യക്രമമനുസരിച്ച് സ്ത്രീകളാണ് പിതൃസ്വത്തിന്റെ അവകാശികൾ. ആകയാൽ അവളെ വിവാഹംചെയ്യുന്ന പുരുഷൻ അവളുടെ വീട്ടിൽ കൂടെ താമസിക്കുകയാണ് പതിവ്. കൃഷിയെ ആശ്രയിച്ചാണ് തൊണ്ണൂറ്റിമൂന്നു ശതമാനം ആളുകളും ജീവിച്ചുപോരുന്നത്. ആകയാൽ കൃഷിപ്പണിയിൽ കുടുംബത്തെ സഹായിക്കുക എന്നത് വിവാഹിതനായി വന്നുചേരുന്ന പുരുഷന്റെ കടമയാണ്. വീട്ടുകാർ തമ്മിൽ ആലോചിച്ച് നടത്തുന്ന വിവാഹങ്ങൾക്ക് ഇരുകുടുംബങ്ങളുടെയും ഭൂസ്വത്ത് ഒരു മാനദണ്ഡമാണ്. ഇത്തരം ബന്ധങ്ങൾക്കാണ് കൂടുതൽ കെട്ടുറപ്പ്. അതല്ലാതെ യുവതീയുവാക്കൾ സ്വന്തം ഇഷ്ടപ്രകാരം വിവാഹബന്ധത്തിലേർപ്പെടുന്നതും സാധാരണയാണ്. നിയമപ്രകാരമുള്ള സർട്ടിഫിക്കറ്റിന്റെ അടിസ്ഥാനത്തിലായിരിക്കണം വിവാഹം നടത്തേണ്ടത് എന്നവ്യവസ്ഥയുണ്ടെങ്കിലും മിക്ക വിവാഹബന്ധങ്ങളും മതപരമായചടങ്ങുകളിൽ മാത്രമൊതുക്കുന്നതാണ് പതിവ്.

****

പതിനാറ്

മഹാസന്തോഷത്തിന്റെ കൊട്ടാരം

ജീവിതയാത്രയിൽ ആണും പെണ്ണും സംഗമിക്കുമ്പോഴുള്ള സുഖവും സന്തോഷവും വാക്കുകൾക്കതീതമല്ലേ! അതുപോലൊരു മഹാസന്തോഷമാണ് ഫോ ചു എന്ന ആൺനദിയും മോ ചു എന്ന പെൺനദിയും സംഗമിക്കുമ്പോൾ സംഭവിക്കുന്നത്. ആ സംഗമ സ്ഥാനത്ത് സ്വർഗ്ഗതുല്യമായൊരു കൊട്ടാരം പണിതാലോ, അതിനെ 'മഹാസന്തോഷത്തിന്റെ കൊട്ടാരം' എന്നല്ലാതെ മറ്റെന്തുവിളിക്കും!

ഏകീകൃതഭൂട്ടാന്റെ സ്ഥാപകനായ സബ്രങ്ങ് ങാവങ്ങ് നാംഗ്യേൽ ലാമ പണികഴിപ്പിച്ച പതിനാറുകോട്ടകളിൽ രണ്ടാമത്തേതും ഏറ്റവും വലുതുമായ രാജകീയദുർഗ്ഗമാണ് 'മഹാസന്തോഷത്തിന്റെ കൊട്ടാരം' എന്നർത്ഥമുള്ള പുങ്താങ്ങ് ഡെച്ചൻ ഫൊഡ്രാങ്ങ് ദ്സോങ്ങ്. പുനാഖ ദ്സോങ്ങ് എന്ന ചുരുക്കപ്പേരിൽ അറിയപ്പെടുന്ന ഈ മഹാദുർഗ്ഗമായിരുന്നു 1955 വരെ ഭൂട്ടാന്റെ രാജകീയവസതിയും ഭരണസിരാകേന്ദ്രവും. ദൂരക്കാഴ്ചയിൽ വിശാലമായ നദീമുഖത്ത് നങ്കൂരമിട്ടു കിടക്കുന്ന പ്രാചീനമായൊരു കപ്പൽപോലെ തോന്നും ആറുനിലകളുള്ള ഈ രമ്യമഹാദുർഗ്ഗം.

നാംഗ്യേൽ എന്നൊരു ചെറുപ്പക്കാരൻ ഉറങ്ങുന്ന ആനയുടെ രൂപമുള്ള മലയിൽ വരുമെന്നും അതിന്റെ തുമ്പിക്കൈയുടെ അഗ്രം പോലുള്ള സ്ഥാനത്ത് മനോഹരമായൊരു കോട്ട പണിയുമെന്നും എട്ടാംനൂറ്റാണ്ടിൽ ഗുരുപത്മസംഭവ പ്രവചിച്ചിരുന്നുവത്രെ. ആ പ്രവചനത്തിന്റെ സാക്ഷാത്കാരമാണ് പുനാഖ താഴ്വരയിലെ പുങ്താങ് ഡെച്ചൻ ഫൊഡ്രാങ്ങ് ദ്സോങ്ങ് എന്നാണ് ഐതിഹ്യം. എന്നാൽ സബ്രാങ്ങ് നാവങ്ങ് നാംഗ്യേലിന്റെ വരവിനു മൂന്നുനൂറ്റാണ്ടുമുമ്പുതന്നെ ഈപ്രദേശം ബുദ്ധന്മാരുടെ തീർത്ഥാടനകേന്ദ്രമായിരുന്നു. നാഗി റിഞ്ചൻ എന്ന പേരിൽ ഭൂട്ടാനികൾ ആദരിക്കുന്ന വനരത്ന ദിവ്യനായ ഇന്ത്യൻ സന്യാസിയായിരുന്നു. അദ്ദേഹം പതിനാലാംനൂറ്റാണ്ടിൽ ഇവിടെ തപസ്സനുഷ്ഠിച്ചിരുന്നുവെന്നും ആരാധനയ്ക്കായി ഒരു ദ്സോങ്ങ് ചുങ്ങ് (ചെറിയ ക്ഷേത്രം)

പണിത് അതിൽ ദിവ്യശക്തിയുള്ളൊരു ബുദ്ധവിഗ്രഹം പ്രതിഷ്ഠിച്ചുവെന്നും അനേകതവണ വെള്ളപ്പൊക്കത്തിൽപെട്ട് ക്ഷേത്രത്തിന് നാശം സംഭവിച്ചപ്പോഴും ബുദ്ധവിഗ്രഹം പ്രതിഷ്ഠിച്ചിരുന്ന അൾത്താരയിലേക്ക് വെള്ളം കയറുകയോ വിഗ്രഹത്തിന് കേടുപാടുകൾ സംഭവിക്കുകയോ ഉണ്ടായിട്ടില്ലെന്നുമൊക്കെ പറഞ്ഞും കേട്ടും പ്രചരിച്ച അത്ഭുതകഥകളാണ് പ്രദേശത്തിന്റെ പുരാതനമായ പ്രശസ്തിക്ക് കാരണം.

മലയെച്ചുറ്റിനീളുന്ന പൊതുനിരത്തിൽ അപൂർവ്വമായിമാത്രം പ്രത്യക്ഷപ്പെടുന്ന വാഹനങ്ങളും മലഞ്ചെരുവിലെ അപൂർവ്വംചില മൺവീടുകളും മനുഷ്യരും ശാന്തമായൊഴുകുന്ന പുനാതാങ്ചുവും ഇടത്തേക്കരയിലെ നെൽപ്പാടങ്ങളിലെ നോക്കുകുത്തികളുമൊക്കെ സമ്മാനിച്ച കൗതുകങ്ങൾക്കൊപ്പം ഡ്രൈവറുടെ കഥപറച്ചിലും കൂടിയായപ്പോൾ പുനാഖയിലേക്കുള്ള യാത്ര വളരെ രസകരമായി അനുഭവപ്പെട്ടു. ദ്സോങ്ങിന്റെ ദൂരദൃശ്യങ്ങളിൽ ആകൃഷ്ടരായിരിക്കെ സുമൻ അതിന്റെ നിർമ്മാണകഥ പറയാൻതുടങ്ങി: സബ്രാങ്ങ് നവാങ്ങ് നാംഗ്യേലിന്റെ നിർദ്ദേശപ്രകാരം ദ്സോങ്ചുങ്ങിലെ ബുദ്ധവിഗ്രഹത്തിനരികിൽ ഉറങ്ങിയ സൊവെ ബാലെപ്പ് എന്ന ശിൽപിയുടെ സ്വപ്നത്തിൽ തെളിഞ്ഞതാണ് പുനാഖാ ദ്സോങ്ങിന്റെ രൂപമാതൃക. വനരത്ന പ്രതിഷ്ഠിച്ച ദിവ്യവിഗ്രഹവും ദ്സോങ് ചുങ്ങ് ക്ഷേത്രവും പരിരക്ഷിച്ചുകൊണ്ടാണ് പുതിയ ദ്സോങ്ങ് നിർമ്മിച്ചത്. താഴ്വരയിലെ നൊബ്ഗാങ്ങ് ഗ്രാമത്തിന്റെ കാവൽ ദൈവവും ശിലകളുടെ ദേവതയും ചേർന്ന് മലയിടിച്ചിലുണ്ടാക്കി നിർമ്മിതിക്കാവശ്യമായ കല്ലുകൾ സമ്മാനിച്ചു. ത്സചാഫു ഗ്രാമത്തിന്റെ കാവൽദൈവം മലമുകളിൽനിന്ന് നദിയിലൂടെ മരങ്ങൾ ഒഴുക്കിക്കൊണ്ടുവന്നു. ഇങ്ങനെ നീളുന്നു കഥകൾ. പ്രകൃതിക്ഷോഭങ്ങൾക്കുപോലും ദിവ്യത്വം കൽപിച്ച് മനുഷ്യസഹായികളായി ചിത്രീകരിക്കുന്ന ഇത്തരം നിരവധി കഥകൾ ഭൂട്ടാൻ ജനതയുടെ വിശ്വാസങ്ങളിൽ അലിഞ്ഞുചേർന്നിരിക്കുന്നു. പ്രകൃതിദത്തമായ മണ്ണും കല്ലും മരവുമാണ് ദ്സോങ്ങിന്റെ നിർമ്മാണവസ്തുക്കൾ. ഇരുവശങ്ങളിലൂടെയും ശാന്തമായൊഴുകുന്ന നദികൾ. നദീനടുവിൽ മനുഷ്യ നിർമ്മിതമായൊരു ദ്വീപുപോലെ പുനാഖയിലെ പുരാതനരാജധാനി.

ദ്സോങ്ങിന് ഒരുകിലോമീറ്റർ ഇപ്പുറം ഫോച്ചുവും മോച്ചുവും സംഗമിച്ച് പുനാതാങ്ചു ജനിക്കുന്ന ദിക്കിൽ മനോഹരമായൊരു മുനിസിപ്പൽ പാർക്കുണ്ട്. പുനാഖ ഹയർസെക്കന്ററി സ്കൂളിനാണ് പാർക്കിന്റെ സംരക്ഷണചുമതല. ദിവസവും രാവിലെ സ്കൂൾകുട്ടികൾ പാർക്കും സമീപത്തെ പൊതുനിരത്തും തൂത്ത് വൃത്തിയാക്കും. പാർക്കിലെ മുളങ്കുടിലിലിരുന്നു നോക്കിയാൽ നദിക്കരയിൽ നിരനിരയായി നാട്ടിയ പ്രർത്ഥനക്കൊടികൾക്കിടയിലൂടെ

പുനാഖ ദ്സോങ്ങ് എൻട്രൻസ്

കാണുന്ന ദ്സോങ്ങിലേക്ക് നദി മുറിച്ചുകടക്കാവുന്നതേയുള്ളൂ എന്ന് തോന്നും. പക്ഷേ ഏതുനേരത്താണ് വെള്ളപ്പൊക്കമുണ്ടാവുക യെന്ന് നിശ്ചയമില്ലാത്തതിനാൽ അപകടസാദ്ധ്യതാ മുന്നറിയിപ്പുണ്ട്. ആഗോളതാപനം കാരണം ലുനാനയിലെയും ഗാസയിലെയും ഗ്ലേസിയർ തടാകങ്ങളിൽ മഞ്ഞുരുക്കമുണ്ടായാൽ ഫോച്ചുവും മോച്ചുവും കരകവിഞ്ഞൊഴുകും.

മോച്ചുവിന് കുറുകേ പരമ്പരാഗതശൈലിയിൽ പണിത മേൽക്കൂരയോടുകൂടിയ മരപ്പാലം വഴിയാണ് മുമ്പ് നദിക്കക്കരെയുള്ള ഗ്രാമീണർ ദ്സോങ്ങിലേക്കു പൊയ്ക്കൊണ്ടിരുന്നത്. എന്നാൽ നദീസംഗമത്തിനപ്പുറം പുനതാങ്ങ്ചുവിൽനിന്ന് ദ്സോങ്ങിലേക്കുള്ള നടപ്പാലം 2009- ലെ വെള്ളപ്പൊക്കത്തിൽ തകർന്നതോടെ ഫോച്ചുവിനുകുറുകെയുള്ള തൂക്കുപാലം മാത്രമായി ദ്സോങ്ങിലേക്കുള്ള ഏകവഴി. 1996-ലെ ജലപ്രളയത്തിൽ തകർന്ന നടപ്പാലം ഡൽഹിയിലെ ജർമ്മൻ എംബസിയുടെ സഹായത്തോടെ പുതുക്കിപ്പണിത് 2008-ൽ യാത്രക്കാർക്കായി തുറന്നുകൊടുത്തു. തൂക്കുപാലത്തിലേക്കുള്ള പരമ്പരാഗതശൈലിയിൽ പണിത പടിപ്പുരവാതിലിനു സമീപത്തായി സുമൻ വണ്ടിനിർത്തി. വിദേശ സഞ്ചാരികളെയും കൊണ്ടുവന്ന രണ്ടുടാക്സികൾ വേറെയും കിടപ്പുണ്ട്. കുന്നിൻചെരുവിൽ അവിടവിടെയായി ചില വീടുകൾ കാണാം. നിരത്തുവക്കിൽ അൽപമകലെയായി ഡോമ വിൽക്കുന്ന ഒരു ചെറുപീടികയുണ്ട്. ഷീറ്റുമേഞ്ഞ മേൽക്കൂരയോടുകൂടിയ ഒറ്റ മുറിയിൽ ഒതുങ്ങുന്ന വീടും കടയും. ടാക്സിഡ്രൈവർമാർക്കു വേണ്ടി ഡോമപ്പൊതി തയാറാക്കുന്ന തിരക്കിലാണ് ഉടമസ്ഥ. വില കുറഞ്ഞ ചില ബേക്കറിസാധനങ്ങളും നിറമുള്ള മധുരപാനീയങ്ങളും

പുനാഖ ദ്സോങ്ങ് ഫോർട്രസ്സ്

നാലഞ്ചുകുപ്പി കുടിവെള്ളവുമാണ് കടയിൽ ആകെയുള്ള വിൽപ്പനവസ്തുക്കൾ. പുറത്തുകിടന്ന ബഞ്ചിന്മേൽ ഡോമയ്ക്കായി കാത്തിരിക്കുന്നവർക്കൊപ്പം സുമനും കൂടി. അയാൾക്കും ഡോമ വേണമായിരുന്നു.

മരപ്പാലം അവസാനിക്കുന്നത് തറനിരപ്പിൽ നിന്നും ഏഴു മീറ്റർ ഉയരത്തിൽ കുത്തനെയുള്ളൊരു മരഗോവണിയിലാണ്. ഗോവണിപ്പടികൾ കയറിച്ചെന്നാൽ ദ്സോങ്ങിലേക്കുള്ള മുഖ്യപ്രവേശനകവാടമായി. യുദ്ധംപോലുള്ള അത്യാഹിതാവസരങ്ങളിൽ എടുത്തുമാറ്റത്തക്കവിധത്തിലാണ് ഗോവണിയുടെ നിർമ്മിതി. ശത്രുക്കൾ ദ്സോങ്ങിലേക്ക് കടക്കാതിരിക്കാനുള്ള സുരക്ഷാ ഏർപ്പാടാണിത്. മുഖ്യകവാടത്തിന്റെ ചിത്രാലങ്കൃതമായ പൂമുഖത്തളം കടന്നെത്തിയത് ജില്ലാഭരണകാര്യലയം സ്ഥിതിചെയ്യുന്ന അതിവിശാലമായ നടുമുറ്റത്തേക്ക്. നൂറ്റാണ്ടുകൾ പഴക്കമുള്ളൊരു ബോധിവൃക്ഷവും സ്വർണ്ണമകുടം ചാർത്തിയ സ്മാരകസ്തൂപവും വലംവച്ച് മുന്നേറുന്ന സന്യാസിമാരുടെ പിന്നാലെ നടന്നു. രാജമന്ദിരവും ബുദ്ധപാഠശാലയും സന്യാസീമഠവും കലവറകളും ആയുധപ്പുരയും ദർബാർഹാളുമെല്ലാം ഉൾച്ചേർന്ന ഒരു ബൃഹത്സമുച്ചയമാണ് പുനാഖ ദ്സോങ്ങ്. ആദ്യനടുമുറ്റം അവസാനിക്കുന്നിടത്താണ് ദ്സോങ്ങിന്റെ കേന്ദ്രനിർമ്മിതിയായ ആറുനിലകളുള്ള ഗോപുരമാളിക. ഓരോനിലയിലും ബുദ്ധവിഹാരങ്ങൾ, ചിത്രാലങ്കൃതമായ ഉൾചുവരുകൾ, വിശുദ്ധന്മാരുടെ അവശിഷ്ടസൂക്ഷിപ്പുകൾ, പ്രാർത്ഥനാമണ്ഡപങ്ങൾ, സന്യസമഠങ്ങൾ, ഇടനാഴികൾ, നടുമുറ്റങ്ങൾ... ആദ്യനിലയിലെ ഏതോ ഇടനാഴിയിൽ മുമ്പേനടന്ന സന്യാസിമാരെ കാണാതായി. നിഗൂഢതകളും ദുരൂഹതകളും നിറഞ്ഞ കോട്ടയ്ക്കുള്ളിൽ വഴിതെറ്റുമോ എന്ന ഭയം കൂട്ടിനെത്തി.

രണ്ടാം നടുമുറ്റത്തിനപ്പുറം സന്യാസിമാരുടെ സങ്കേതമാണ്. സന്യാസമഠം, പ്രാർത്ഥനാമണ്ഡപങ്ങൾ, മന്ത്രോച്ചാരണങ്ങൾ, മണി

മുഴക്കങ്ങൾ, മതപാഠശാലയിലെ ചെറുപ്പക്കാരായ സന്യാസവിദ്യാർത്ഥികളുടെ ഇടവേളകളിലെ മൃദുഭാഷണങ്ങൾ എന്നിവയെല്ലാം ചേർന്ന മറ്റൊരു വിചിത്രലോകം. തെക്കേയറ്റത്തുള്ള മൂന്നാം നടുമുറ്റത്തിനപ്പുറത്താണ് ദ്സോങ്ങിന്റെ ഏറ്റവും ശിൽപഭംഗിയാർന്ന പ്രൗഢനിർമ്മിതികൾ. അറുന്നൂറോളം ലാമമാർക്ക് സമ്മേളിക്കാവുന്നതും ഭീമാകാരമായ അമ്പത്തിനാല് ചിത്രത്തൂണുകളോടുകൂടിയതുമായ അസ്സംബ്ലിഹാളിൽ സ്ഥാപിച്ചിട്ടുള്ള കൂറ്റൻ ബുദ്ധപ്രതിമയും ഗുരുറിംപോച്ചെയുടെയും സംബ്രാങ്ങ് നവാങ്ങ് നാംഗ്യേലിന്റെയും പ്രതിമകളുമാണ് പ്രധാന ആകർഷണങ്ങൾ. ഡ്രുക്പ കർഗ്യുസ്കൂളിന്റെ മേലദ്ധ്യക്ഷനായ ജെ ഖെൻപൊയുടെ ഔദ്യോഗികവസതിയും വനരത്നയുടെ ദ്സോങ്ങ്ചുങ്ങും 1651-ൽ മരണപ്പെട്ട സബ്രാങ്ങിന്റെ ശരീരം എംബാംചെയ്ത് സൂക്ഷിച്ചിരിക്കുന്ന മാചെൻ സിംചുവും ഇതിനുള്ളിലാണ്.

രാജ്യത്തിന്റെ ഭദ്രതയെക്കരുതി സബ്രാങ്ങിന്റെ മരണവിവരം നാല്പതുവർഷത്തിലേറെക്കാലം അദ്ദേഹത്തിന്റെ അനന്തരാവകാശികളും മതാദ്ധ്യക്ഷനായ ജെ ഖെൻപോയും ഭരണവൃത്തത്തിലെ ഉന്നതരും ചേർന്ന് രഹസ്യമായി വച്ചിരുന്നുവത്രെ! അദ്ദേഹം ക്ഷേത്രത്തിനുള്ളിൽ ധ്യാനത്തിലായതുകൊണ്ട് പൊതുജനങ്ങൾക്കുമുന്നിൽ പ്രത്യക്ഷപ്പെടുകയില്ലയെന്ന് ജനങ്ങളോട് കളവുപറയുകയും രാജാവ് ജീവിച്ചിരിക്കുന്നുവെന്ന് കൊട്ടാരവാസികളെ ബോദ്ധ്യപ്പെടുത്താനായി നിത്യേന അദ്ദേഹത്തിന്റെ ചേംബറിലേക്ക് ആഹാരം കൊണ്ടുപോവുകയും അദ്ദേഹത്തിന്റേതെന്ന വ്യാജേന കൂടെക്കൂടെ ഉത്തരവുകൾ സ്ലേറ്റിൽ എഴുതിനൽകുകയും ചെയ്തിരുന്നു. ക്ഷേത്രം സൂക്ഷിപ്പുകാരായ രണ്ട് സന്യാസപ്രമുഖരെക്കൂടാതെ അനന്തരാവകാശിയായ രാജാവിനും ദേവരാജയ്ക്കും മാത്രമേ ചേംബറിനുള്ളിൽ പ്രവേശനം ഉണ്ടായിരുന്നുള്ളൂ. ഇക്കാര്യങ്ങൾ മുൻരാജപത്നിയായ അഷി ദോർജി വാങ്മോ 'ട്രഷേഴ്സ് ഓഫ് ദി തണ്ടർ ഡ്രാഗൺ' എന്ന പുസ്തകത്തിൽ രേഖപ്പെടുത്തിയിട്ടുണ്ട്. ടെർട്ടൻ പെമ ലിങ്ങ്പ (1450-1521)യുടേതെന്ന് പറയപ്പെടുന്ന മറ്റൊരു ശരീരവും ഇതേ ക്ഷേത്രത്തിനുള്ളിൽ സൂക്ഷിച്ചിട്ടുണ്ട്: ഈ വിശുദ്ധന്റെ പരമ്പരയിൽപ്പെട്ടവരാണത്രെ ഭൂട്ടാനിലെ രാജാക്കന്മാർ. സബ്രാങ്ങിന്റെ മകനായ ജാംബെ ദോർജിയുടെ ശരീരം ദ്സോങ്ങിലെ മറ്റൊരുക്ഷേത്രത്തിൽ എംബാം ചെയ്തുവച്ചിരിക്കുന്നു.

ദ്സോങ്ങിൽ ആയിരത്തിലേറെ ജീവനക്കാരുണ്ടെങ്കിലും ആരെയെങ്കിലും പുറത്തുകാണുക അപൂർവ്വം. ഭീമാകാരമായ കോട്ടയ്ക്കുള്ളിലെ ഇടനാഴികളിൽ ഭയാനകമായൊരു മൂകത തളംകെട്ടിനിൽക്കുന്നതുപോലെ തോന്നി.

നാലുനൂറ്റാണ്ടിനിടയിൽ പലവട്ടം ജലത്തിന്റെയും അഗ്നിയുടെയും കഠിനപരീക്ഷണങ്ങളെ അതിജീവിക്കുകയും പുതുക്കിപ്പണിയലുകൾക്കും വിപുലീകരണങ്ങൾക്കും വിധേയമാവുകയും ചെയ്ത പുനാഖ ദ്സോങ്ങ് ഭൂട്ടാന്റെ ഭൂത/വർത്തമാനങ്ങളുടെ അമൂല്യമായൊരുചരിത്രപേടകമാണ്. രാജ്യസ്ഥാപകനായ സബ്രാങ്ങിന്റെ കാലംമുതലുള്ള ചരിത്രമേ കുറച്ചെങ്കിലും വ്യക്തതയോടെ പറയാനാവൂ. 1828-ലും 1832-ലുമുണ്ടായ അഗ്നിബാധയിൽ ദ്സോങ്ങിൽ സൂക്ഷിച്ചിരുന്ന പ്രാചീനരേഖകളെല്ലാം കത്തിനശിച്ചതിനാൽ ഭൂട്ടാന്റെ വസ്തുനിഷ്ഠമായൊരു ഭൂതകാലചരിത്രം എഴുതപ്പെടാനുള്ള സാദ്ധ്യതയും വിരളമാണ്.

1637-ൽ നിർമ്മിതമായ പുനാഖാ ദ്സോങ്ങ് സബ്രാങ്ങിന്റെ കാലംമുതലിങ്ങോട്ടുള്ള ഭൂട്ടാന്റെ പ്രധാന ചരിത്രസംഭവങ്ങൾക്കെല്ലാം സാക്ഷിയാണ്. 1907-ൽ ഉഗ്യേൻ വാങ്ചുക്കിനെ ആദ്യത്തെ ഡ്രുക് ഗ്യാൽപൊ ആയി കിരീടധാരണം ചെയ്തതും പരമ്പരാഗത രാജവാഴ്ച പ്രഖ്യാപിതമായതും ഇവിടെ വച്ചായിരുന്നു. പിന്നീട് വാങ്ചുക്‌രാജവംശത്തിലെ നാല് രാജാക്കന്മാരുടെയും കിരീടധാരണം നടന്നത് ഈ രാജദുർഗ്ഗത്തിൽവച്ചു തന്നെ. 1952-ൽ ഭൂട്ടാന്റെ ആദ്യ ജനറൽ അസംബ്ലി സമ്മേളിച്ചതും പുനാഖാ ദ്സോങ്ങിലെ അസംബ്ലിഹാളിലായിരുന്നു. നാലാമത്തെ രാജാവ് നാല് സഹോദരിമാരെ ഒരുമിച്ച് വിവാഹം കഴിച്ചതും ഇപ്പോഴത്തെ രാജാവ് ജറ്റ്സുൻ പെമയെ വിവാഹംചെയ്തതും ഇവിടെവച്ചുതന്നെ.

തറനിരപ്പിൽനിന്നും 1250 മീറ്റർ ഉയരത്തിലാണ് പുനാഖാ താഴ്‌വര. ഭൂട്ടാനിലെ മറ്റുപ്രദേശങ്ങളെ അപേക്ഷിച്ച് സുഖകരമായ കാലാവസ്ഥയാണിവിടെ. ആകയാൽ തിംഫുവിലെ പുരോഹിത പ്രമാണിമാരുടെ ശൈത്യകാല സുഖവാസകേന്ദ്രം കൂടിയാണ് പുനാഖാ ദ്സോങ്ങ്. മഞ്ഞുകാലത്തിന്റെ ആരംഭത്തിൽ തിംഫുവിലെ താഷിചോ ദ്സോങ്ങിൽനിന്ന് ആഡംബരകാറുകളുടെ അകമ്പടിയോടെ എഴുന്നള്ളുന്ന ലാമമാരെ കാണാനും അനുഗ്രഹം വാങ്ങാനും ഗ്രാമീണർ വഴിനീളേ കാത്തുനിൽക്കും. മോട്ടോർവാഹനങ്ങളുടെ വരവിനുമുമ്പ് നൂറുകണക്കിന് യാക്കുകളുടെ പുറത്തേറിയായിരുന്നു പുരോഹിതമുഖ്യന്മാരുടെ വരവും പോക്കും. രാജകുടുംബാംഗങ്ങളുടെ സന്ദർശനവും പതിവാണിവിടെ. രാഷ്ട്രീയമായും മതപരമായും തന്ത്രപ്രധാനമായ പങ്കുവഹിക്കുന്ന പുനാഖ ദ്സോങ്ങ് എപ്പോഴും ശക്തമായ സുരക്ഷാവലയത്തിലാണ്.

അതിശൈത്യകാലത്ത് രാജ്യത്തിലെ സമ്പന്നരും വിദേശ സഞ്ചാരികളും ധാരാളമായി സുഖവാസത്തിനെത്തുമെന്നതിനാൽ ഭൂട്ടാനിലെ ഏറ്റവും മികച്ച ടൂറിസ്റ്റ്റിസോർട്ടുകൾ പുനാഖാതാഴ്‌വരയിലാണുള്ളത്. നാലാംരാജാവിന്റെ നാലുഭാര്യമാരുടെയും പിതാവായ ഉഗ്യേൻ തന്നെയാണ് പുനാഖയിലെയും ഏറ്റവും വലിയ

റിസോർട്ടിന്റെ ഉടമ. ഭൂട്ടാനിലെ ഏതാനും സമ്പന്നന്മാരും രാജകുടുംബവുമായി ബന്ധമുള്ളവരുമൊക്കയാണ് അടുത്തിടെ ആരംഭിച്ച വിനോദസഞ്ചാര സംരംഭത്തിന്റെ ഗുണഭോക്താക്കൾ.

ദ്സോങ്ങിനു സമീപമുള്ള ചോർട്ടനുമുന്നിലൂടെ പോകുന്ന നടപ്പാത ഫോച്ചുവിനു കുറുകെയുള്ള തൂക്കുപാലത്തിലേക്ക് നീളുന്നു. നദീസംഗമത്തിലെ ദ്വീപിൽ ദ്സോങ്ങിനെക്കൂടാതെ മറ്റൊരു ബുദ്ധവിഹാരവും അതിനഭിമുഖമായി മരണാനന്തരകർമ്മങ്ങൾക്കുള്ള ഒരു മന്ദിരവുമുണ്ട്. പ്രാകൃതമായ സ്കൈബേണിംഗ്- മൃതദേഹങ്ങൾ കഴുകന്മാർക്ക് ഭക്ഷിക്കാനായി മലമുകളിൽ കൊണ്ടുവയ്ക്കുന്ന ഏർപ്പാട് - ഇപ്പോഴില്ല. മൃതശരീരം ആചാരപ്രകാരം ദഹിപ്പിക്കുകയും അനന്തരകർമ്മങ്ങൾക്കൊടുവിൽ ബുദ്ധമന്ത്രങ്ങൾ മുദ്രണംചെയ്ത പതിനാലുമന്ത്രക്കൊടികൾ നാട്ടുകയും ചെയ്യുന്നതോടെ ചടങ്ങുകൾ പൂർത്തിയാവും. വെളുത്തനിറത്തിലുള്ള മന്ത്രക്കൊടികളാണ് പരേതർക്കുവേണ്ടി ഉപയോഗിക്കുന്നത്. ഈ മന്ത്രക്കൊടികളിൽ എഴുതിയിരിക്കുന്ന പ്രാർത്ഥനകൾ പരേതാത്മാവിനെ കാറ്റിലൂടെ ആകാശത്തിലേക്കാവഹിക്കും എന്നാണ് വിശ്വാസം.

****

പതിനേഴ്

അനിവാര്യമായ സൗഹൃദം

ഒരിക്കലും കൊളോണിയൽ ആധിപത്യത്തിന് വിധേയപ്പെട്ടിട്ടില്ലാത്തതും അടുത്തകാലംവരെ ലോകരാജ്യങ്ങളിൽനിന്ന് ഒറ്റപ്പെട്ടുകിടന്നിരുന്നതുമായ ഭൂട്ടാന് രാജ്യാന്തരബന്ധങ്ങൾ വളരെ പരിമിതമാണ്. വിനോദസഞ്ചാരവും വിദേശബന്ധങ്ങളും ഭരണകൂടത്തിന്റെ കർശനമായ നിയന്ത്രണത്തിലാണ്. 1974 വരെ വിദേശസഞ്ചാരികൾക്ക് ഭൂട്ടാനിലേക്കു കടക്കാൻ അനുവാദമുണ്ടായിരുന്നില്ല. തനതുസംസ്കാരം കലർപ്പില്ലാതെ സംരക്ഷിക്കണമെന്ന് നിർബന്ധമുള്ളതുകൊണ്ടുതന്നെ ഇപ്പോഴും എല്ലാ രാജ്യക്കാർക്കും ഭൂട്ടാനിൽ പ്രവേശനാനുമതി നൽകാറില്ല. പ്രതിവർഷം മുപ്പതിനായിരത്തോളം സഞ്ചാരികളെ ഉൾക്കൊള്ളാനുള്ള സൗകര്യങ്ങളേ അടുത്തനാളുകൾവരെ അവർക്കുണ്ടായിരുന്നുള്ളൂ. എന്നാൽ 2018-ൽ ഭൂട്ടാൻ സന്ദർശിച്ച വിദേശസഞ്ചാരികളുടെ എണ്ണം എഴുപതിനായിരം കവിഞ്ഞതായാണ് കണക്ക്.

ഇന്ത്യക്കാർക്ക് ഭൂട്ടാൻ സന്ദർശിക്കാൻ വിസയുടെ ആവശ്യമില്ല: തിരിച്ചറിയൽ രേഖയുമായി (പാസ്പോർട്ടോ വോട്ടേഴ്സ് ഐ.ഡി.യോ) ഫുൺഷോലിങ്ങിലോ സാദ്രൂപ് ജോങ്കാറിലോ ഉള്ള എമിഗ്രേഷൻ ഓഫീസിൽ നേരിട്ടു ഹാജരായി യാത്രാപെർമിറ്റ് എടുത്താൽ മതി. അതിർത്തിയിൽനിന്നും ആറുകിലോമീറ്റർ ഉള്ളിലാണ് ആദ്യത്തെ ചെക്ക്പോസ്റ്റ്. അവിടെ പെർമിറ്റുകളുടെ പരിശോധനയുണ്ടാവും. തിരിച്ചുപോരുമ്പോൾ പെർമിറ്റുകൾ മടക്കിക്കൊടുക്കുകയും വേണം. എന്നാൽ, ഭൂട്ടാനികൾക്ക് ഇന്ത്യയിലേക്കു വരാൻ വിസയുടെയോ പെർമിറ്റിന്റെയോ ആവശ്യമില്ല. അത്രത്തോളം സുതാര്യമായ സൗഹൃദബന്ധമാണ് ഇന്ത്യ ഭൂട്ടാനുമായി നിലനിർത്തിപ്പോരുന്നത്.

നരേന്ദ്രമോദി ഇന്ത്യൻ പ്രധാനമന്ത്രിയെന്ന നിലയിൽ ആദ്യം സന്ദർശിച്ച വിദേശരാജ്യം ഭൂട്ടാനായിരുന്നു. തെക്കനേഷ്യൻ മേഖലയിൽ ഇന്ത്യയുടെ രാഷ്ട്രീയസ്വാധീനം വർദ്ധിപ്പിക്കുന്നതിനുള്ള നീക്കത്തിന്റെ ഭാഗമായിട്ടായിരുന്നു അദ്ദേഹത്തിന്റെ (2014-ൽ) സന്ദർശനം. ഇന്ത്യയുടെ സാമ്പത്തികസഹായത്തോടെ നിർമ്മിക്കപ്പെട്ട സുപ്രീംകോടതി മന്ദിരം അദ്ദേഹം ഉദ്ഘാടനം ചെയ്യുകയും

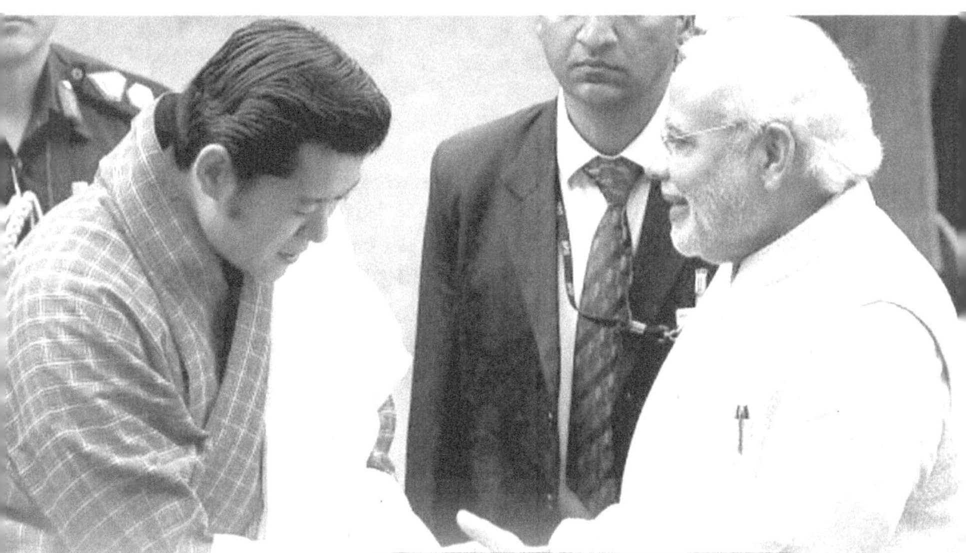

ഭൂട്ടാൻ രാജാവ് ജിഗ്മെ ഖേസർ നംഗ്യേൽ വാങ്ങ്ചുക്കും ഇന്ത്യൻ പ്രധാനമന്ത്രി നരേന്ദ്രമോദിയും

പാർലമെന്റു മന്ദിരത്തിൽ എം.പി.മാരുടെ സംയുക്തയോഗത്തെ അഭിസംബോധന ചെയ്ത് സംസാരിക്കുകയുമുണ്ടായി. തദവസരത്തിൽ ഭൂട്ടാന്റെ ഐ.റ്റി, ഡിജിറ്റൽ സെക്റ്ററുകളിൽ ആവശ്യമായ എല്ലാ സഹായസഹകരണങ്ങളും വാഗ്ദാനം ചെയ്യുകയുംചെയ്തു. ഇന്ത്യയുടെ സഹായത്തിലും നിയന്ത്രണത്തിലുമാണ് ഭൂട്ടാന്റെ ആധുനികതയിലേക്കുള്ള വളർച്ചയും സ്വതന്ത്രമായ നിലനില്പും നയതന്ത്ര ഇടപെടലുകളും.

ഇന്ത്യൻ പ്രധാനമന്ത്രി നരേന്ദ്രമോദി

2015 ജനുവരിയിൽ ഭൂട്ടാനീസ് പ്രധാനമന്ത്രി ഷെറിംഗ് തോഗ്ബെ ബുദ്ധഗയ, വാരണാസി തുടങ്ങിയ പുണ്യസ്ഥലങ്ങൾ സന്ദർശിക്കാനെത്തിയ വേളയിലും ഇരുരാജ്യങ്ങളും തമ്മിലുള്ള പരസ്പര ധാരണയും വിശ്വാസവും സഹകരണവും കൂടുതൽ ശക്തിപ്പെടുത്തുന്ന കാര്യം ചർച്ചാവിഷയമായിരുന്നു. മുൻരാജാവായ ജിഗ്മെ സിംഗ്യേ വാങ്ചുക്കിന്റെ അറുപതാം ജന്മവർഷം രാജ്യമെങ്ങും കൊണ്ടാടിയ സന്ദർഭത്തിൽ ഭൂട്ടാൻ ജനതയ്ക്ക് ഇന്ത്യൻ ജനതയുടെ സമ്മാനമായി ഒരു ബോധിവൃക്ഷത്തെ കൊടുത്തയയ്ക്കുകയുണ്ടായി. ഇന്ത്യ നൽകിയ ഇലക്ട്രോണിക് വോട്ടിംഗ് യന്ത്രങ്ങൾ ഉപയോഗിച്ചായിരുന്നു 2013-ൽ ഭൂട്ടാനിലെ രണ്ടാംദേശീയതെരഞ്ഞെടുപ്പു നടത്തിയത്. ഇന്ത്യയുടെ മുഖ്യ തെരഞ്ഞെടുപ്പു കമ്മിഷണർ വി.എസ് സമ്പത്തായിരുന്നു തെരഞ്ഞടുപ്പു നിരീക്ഷകൻ.

ചൈനീസ് കമ്മ്യൂണിസം ശക്തിപ്രാപിക്കുകയും അത് ടിബറ്റിലേക്കെത്തുകയും ചെയ്തതോടെയാണ് ഭൂട്ടാൻ ഇന്ത്യയുമായി സൗഹൃദഉടമ്പടിയിലേർപ്പെട്ടത്. 1958-ൽ രാജാവിന്റെ ക്ഷണമനുസരിച്ച് ഇന്ത്യൻ പ്രധാനമന്ത്രി ജവഹർലാൽനെഹ്റു മകൾ ഇന്ദിരയോടൊപ്പം നടത്തിയ സൗഹൃദസന്ദർശനം മുതൽ തുടങ്ങുന്നു ഇരുരാജ്യങ്ങളും തമ്മിലുള്ള ഗാഢസൗഹൃദം. മദ്ധ്യകാലജീവിത സൗകര്യങ്ങളിൽ തളഞ്ഞുകിടന്നിരുന്ന ഈ പർവ്വതരാജ്യത്തെ ആധുനികതയിലേക്ക് കൈപിടിച്ചുനടത്തിയത് ഇന്ത്യയാണെന്നു പറഞ്ഞാൽ അതിശയോക്തി തെല്ലുമില്ല. അന്ന് നെഹ്റുവും സംഘവും യാക്കുകളുടെ പുറത്തുകയറിയും നടന്നും മലകളും താഴ്വരകളും താണ്ടി ഒമ്പതുദിവസംകൊണ്ടാണ് പാരോയിലെത്തിയത്. അതിനുശേഷമാണ് ഭൂട്ടാനിൽ മോട്ടാർവാഹനങ്ങൾക്കു സഞ്ചരിക്കാവുന്ന ഒരു റോഡുപോലും ഉണ്ടായതെന്നു പറഞ്ഞാൽ ഈ രാജ്യത്തിന്റെ അന്നത്തെ ജീവിതാവസ്ഥയെക്കുറിച്ച് ഊഹിക്കാവുന്നതല്ലേയുള്ളൂ. ഇന്ത്യയിൽ നിർമ്മിച്ച ഒരു വില്ലീസ് ജീപ്പ് ഫുൺഷോലിംഗിലെത്തിച്ചശേഷം ഓരോ ഭാഗങ്ങളായി അഴിച്ചെടുത്ത് മൃഗങ്ങളെക്കൊണ്ട് ചുമപ്പിച്ച് തിംഫുവിലെത്തിച്ചതും ഇന്ത്യൻ മെക്കാനിക്കുകളെക്കൊണ്ട് കൂട്ടിയോജിപ്പിച്ച് നിരത്തിലോടിച്ചപ്പോൾ ജനങ്ങൾ ഭയപ്പാടോടെ നോക്കിനിന്നതുമായ കഥ മുൻരാജാവിന്റെ പത്നിയും എഴുത്തുകാരിയുമായ അഷി ദോർജി വാങ്മോയുടെ പുസ്തകത്തിൽ രേഖപ്പെടുത്തിയിട്ടുണ്ട്. ഹെഡ്ലൈറ്റിന്റെ പ്രകാശവും എൻജിന്റെ മുഴക്കവുമൊക്കെ കണ്ടപ്പോൾ അതൊരു തീ തുപ്പുന്ന വ്യാളിയാണെന്നും തങ്ങളെയെല്ലാം അത് ജീവനോടെ വിഴുങ്ങുമെന്നുമാണ് കണ്ടുനിന്ന ജനങ്ങൾ കരുതിയത്.

ഭൂട്ടാനിലെ ഒരോയൊരു ദേശീയപാതയും ആദ്യത്തെ രണ്ടു പഞ്ചവത്സരപദ്ധതികളും ആശുപത്രിയും സ്കൂളുകളും മറ്റ് പ്രാഥമികസൗകര്യങ്ങളും പൂർണ്ണമായും ഇന്ത്യൻ സാമ്പത്തിക സഹായ

നെഹ്റു വാങ്ചുക് കൾച്ചറൽ സെന്റർ

ത്തോടെ ഉണ്ടായവയാണ്. ഇന്ത്യൻ സഹായത്തോടെ ആരംഭിച്ച ജലവൈദ്യുതപദ്ധതികളിൽനിന്നുള്ള മിച്ചവൈദ്യുതി മുഴുവൻ വിലയ്ക്കുവാങ്ങുന്നതും ഇന്ത്യ തന്നെ. അതുവഴി ഇന്ത്യയും ഭൂട്ടാനും തമ്മിൽ ശക്തമായ വ്യാപാരബന്ധവും നിലനിൽക്കുന്നു. നെഹ്രുവിന്റെ കാലത്ത് തുടങ്ങിവച്ച ആത്യുദാരമായ സാമ്പത്തിക, സാങ്കേതിക സഹായങ്ങൾ ഇന്നും മുടക്കംകൂടാതെ തുടർന്നുകൊണ്ടേയിരിക്കുന്നു. ഒരുപക്ഷേ, ഇന്ത്യൻ യൂണിയനിൽപ്പെട്ട ഏതൊരു സ്റ്റേറ്റിനും നൽകുന്നതിനേക്കാൾ വലിയൊരുപങ്കാണ് ഭൂട്ടാന്റെ വികസനപ്രവർത്തനങ്ങൾക്കും സൈനികശേഷി മെച്ചപ്പെടുത്തുന്നതിനും വേണ്ടി ഇന്ത്യ ചെലവിട്ടുകൊണ്ടിരിക്കുന്നത്. ഇന്ത്യയുടെ ഈ ഔദാര്യത്തെ ഭൂട്ടാൻ വിലമതിക്കുന്നുമുണ്ട്. ഇരുരാജ്യങ്ങളും തമ്മിൽ നിലനിൽക്കുന്ന ശക്തമായ സൗഹൃദത്തിന്റെ സ്മാരകമാണ് തിംഫുവിലെ ഇന്ത്യൻ എംബസിയുടെ കീഴിലുള്ള നെഹ്രു - വാങ്ചുക്ക് കൾച്ചറൽ സെന്റർ. ഇന്ത്യക്കും ചൈനക്കും ഇടയിലുള്ള രാജ്യം എന്നനിലയ്ക്ക് ഭൂട്ടാന്റെ സൗഹൃദവും സ്വതന്ത്രമായ നിലനില്പും ഇന്ത്യക്ക് അനിവാര്യമാണെന്നതും ഇതിനോടുകൂട്ടിവായിക്കേണ്ട വസ്തുതയാണ്. ചൈന പ്രലോഭനങ്ങളുമായി ഈ അതിർത്തിരാജ്യത്തിന്റെ പിന്നാലേയുണ്ടെന്ന കാര്യവും നമുക്കറിയാമല്ലൊ. ദോക്‌ലാം പ്രശ്നവുമായി ബന്ധപ്പെട്ട് ചൈന മുന്നോട്ടുവച്ച വലിയ വാഗ്ദാനങ്ങളൊന്നും ഭൂട്ടാൻ സ്വീകരിക്കുകയുണ്ടായില്ല. ഇന്ത്യയുടെ നല്ല അയൽവാസിയായി നിലകൊള്ളുകയാണ് ഭൂട്ടാൻ.

ഇരുപതാംനൂറ്റാണ്ടിന്റെ പകുതിക്കുശേഷമാണ് തികച്ചും ഒറ്റപ്പെട്ട അവസ്ഥയിൽനിന്ന് ഈ രാജ്യം ക്രമേണ മാറിത്തുടങ്ങിയത്. 1971-ൽ ഐക്യരാഷ്ട്രസഭയിൽ അംഗമായിചേർന്നു. സാർ

ക്ക് പോലുള്ള അന്തർദ്ദേശീയ സംഘടനകളിലും അംഗമാണിപ്പോൾ. ആസ്ട്രിയ, ജർമ്മനി, സ്വിറ്റ്സർലന്റ് തുടങ്ങി പല യൂറോപ്യൻ രാജ്യങ്ങളുമായും ബംഗ്ലാദേശ്, പാകിസ്ഥാൻ, ചൈന, നേപ്പാൾ, ശ്രീലങ്ക, സിംഗപ്പൂർ തുടങ്ങിയ ഏഷ്യൻ രാജ്യങ്ങളുമായും ഔപചാരികമായ ബന്ധമുണ്ടെങ്കിലും ഇന്ത്യയോടുള്ളത്ര അടുപ്പം മറ്റാരോടുമില്ല.

നെഹ്രുവിന്റെ ഭൂട്ടാൻ സന്ദർശനത്തിന്റെ അമ്പതാംവാർഷികം ഭൂട്ടാനിൽ ദേശീയോത്സവമായാണ് ആഘോഷിച്ചത്. അത്രമേൽ സ്നേഹാദരങ്ങളോടെയാണ് ഭൂട്ടാനിലെ ഭരണകൂടവും ജനങ്ങളും തങ്ങളുടെ രാജ്യപുരോഗതിക്ക് തുടക്കമിട്ട ഇന്ത്യൻ ഭരണകർത്താവിനെ സ്മരിക്കുന്നത്. ഫുൺഷോലിംഗിലെ അതിർത്തികവാടത്തിനരികിലും മറ്റു പലയിടത്തും 'ഭൂട്ടാൻ- ഇന്ത്യാ ഫ്രണ്ട്ഷിപ്പ് അസോസിയേഷൻ' എന്നെഴുതിയ ബോർഡുകൾ കാണാം. ഇരുരാജ്യങ്ങളിലെയും ജനങ്ങൾ തമ്മിൽ നിലനിൽക്കുന്ന സൗഹൃത്തിന്റെ അടയാളമാണത്. മലയാളികളില്ലാത്ത ഒരിടവും ഈ ഭൂമുഖത്തുണ്ടാവില്ല എന്നാണല്ലൊ പറയപ്പെടുന്നത്. അത് ശരിയാണെന്ന് ഈ കൊച്ചു പർവ്വതരാജ്യവും സാക്ഷ്യപ്പെടുത്തുന്നു. അവിടത്തെ സ്കൂളുകളിൽ പഠിപ്പിക്കുന്ന ഇന്ത്യാക്കാരായ അദ്ധ്യാപകരിൽ നല്ലൊരു ശതമാനവും, മലയാളികളാണ്. അവരിൽ പലരും ഭൂട്ടാനിസ്ത്രീകളെ വിവാഹം കഴിച്ച് അവിടെ സ്ഥിരതാമസമാക്കിയിട്ടുമുണ്ട്. കേരളീയരോട് വലിയ സ്നേഹവും ബഹുമാനവുമുള്ളവരാണ് ഭൂട്ടാനികൾ; സ്കൂളിൽ അവരെ കണക്കും സയൻസും പഠിപ്പിച്ച അദ്ധ്യാപകർ മലയാളികളാണത്രെ! ഇപ്പോഴും നൂറ്റിയിരുപത്തിയൊന്ന് ഇന്ത്യൻ അദ്ധാപകർ അവിടെയുണ്ടെന്നാണ് കണക്ക്. അവിടത്തെ പരിമിതമായ ചുറ്റുപാടുകളിൽ ജീവിതം നയിക്കുന്ന ആ നല്ല അദ്ധ്യാപകരോടുള്ള ആദരവിന്റെ ഒരംശമാണ് കേരളത്തിൽനിന്നെത്തുന്ന സഞ്ചാരികളും പങ്കുപറ്റുന്നത്. വിദേശമന്ത്രാലയം ഉൾപ്പെടെയുള്ള സർക്കാരാപ്പീസുകളിലും ഇന്ത്യാക്കാരായ അനേകം ഉദ്യോഗസ്ഥരുണ്ട്.

അമ്പതുകളുടെ ഒടുവിൽ ഇന്ത്യയുടെ സഹായത്തോടെ തുടങ്ങിയ വികസനപ്രവർത്തനങ്ങളാണ് ഭൂട്ടാനിലാകെ ഇന്നു കാണുന്ന പുരോഗതിയുടെ അടിസ്ഥാനം. ഇന്ത്യൻ അതിർത്തിരക്ഷാസേനയുടെ കീഴിലുള്ള ദണ്ഡക് എഞ്ചിനിയറിംഗ് വിഭാഗമാണ് ഇവിടത്തെ 1800 കിലോമീറ്ററിലധികം വരുന്ന റോഡും പാലങ്ങളും പള്ളിക്കൂടങ്ങളും ആശുപത്രികളുമൊക്കെ നിർമ്മിച്ചത്. ഇപ്പോഴും അവർ അത്തരം നിർമ്മാണപ്രവർത്തനങ്ങളിൽ വ്യാപൃതരാണ്. ഇടയ്ക്കിടെയുണ്ടാകുന്ന വെള്ളപ്പൊക്കത്തിലും മലയിടിച്ചിലിലും അപ്രത്യക്ഷമാകുന്ന റോഡും പാലങ്ങളും പുനർനിർമ്മിക്കുന്നതും അവർതന്നെ. തികച്ചും അപകടകരമായ പണികൾക്കിടയിൽ പലർക്കും ജീവഹാനി സംഭവിക്കുക പതിവാണ്. ഇങ്ങനെ മരണപ്പെ

ടുന്നവർക്കായി തിംഫുവിൽനിന്ന് കുറേ അകലെയായി, തിയോതാങ്ങിൽ ഒരു സ്മാരകമുണ്ട്. റോഡുനിർമ്മാണത്തിനും വിവിധ പദ്ധതികളുമായി ബന്ധപ്പെട്ട നിർമ്മാണജോലികൾക്കും മറ്റുമായി ഇന്ത്യയിലെ ബംഗാൾ, ആസ്സാം തുടങ്ങിയ സംസ്ഥാനങ്ങളിൽ നിന്നുള്ള ആയിരക്കണക്കിന് തൊഴിലാളികൾ തുച്ഛമായ ശമ്പളത്തിന് ഇപ്പോഴും ഇവിടെ പണിയെടുക്കുന്നുണ്ട്. ഗൾഫ് നാടുകളിലെ ലേബർക്യാമ്പുകളെക്കാൾ മോശമായ ചുറ്റുപാടുകളിലാണ് ഈ തൊഴിലാളികൾ കഴിഞ്ഞുകൂടുന്നത്.

ധാരാളം നദികളുള്ള ഭൂട്ടാന്റെ പ്രധാന ഉത്പന്നവും സാമ്പത്തികസ്രോതസ്സും ജലവൈദ്യുതിയാണ്. ആകയാൽ നദീജലത്തെ ഇവർ 'വെളുത്ത സ്വർണ്ണം' എന്നുപറയുന്നു. 30,000 മെഗാവാട്ട് വൈദ്യുതി ഉൽപാദിപ്പിക്കാനുള്ള ശേഷിയുണ്ടെങ്കിലും അതിന്റെ ചെറിയൊരംശം മാത്രമേ രാജ്യത്ത് ചെലവാകുന്നുള്ളു. മിച്ചമുള്ള വൈദ്യുതി അവർ ഇന്ത്യയ്ക്കുവിൽക്കുന്നു. ഡൽഹി ഉൾപ്പെടെ മിക്ക ഉത്തരേന്ത്യൻ സംസ്ഥാനങ്ങളും പ്രകാശിക്കുന്നത് ഭൂട്ടാനിലെ വൈദ്യുതികൊണ്ടാണ്. 1980 വരെ ഇന്ത്യയെക്കാൾ വളരെ താഴെയായിരുന്ന ആളോഹരിവരുമാനം ഇപ്പോൾ ഇന്ത്യയെക്കാൾ വളരെ മുന്നിലാണ്. മൂന്നുപതിറ്റാണ്ടായി ഇന്ത്യയുടെ സാമ്പത്തിക, സാങ്കേതിക സഹായത്താൽ നിർമ്മിതമായ ജലവൈദ്യുതപദ്ധതികളിൽനിന്നു മാത്രം ലഭിക്കുന്നതാണ് ദേശീയവരുമാനത്തിന്റെ അറുപതുശതമാനവും.

ഇന്ത്യയും ഭൂട്ടാനും തമ്മിൽ സൗഹൃദം മാത്രമല്ല, ശക്തമായ വ്യാപാരബന്ധവും നിലനിൽക്കുന്നു. ഭൂട്ടാന്റെ ഏറ്റവും വലിയ വ്യാപാരപങ്കാളിയാണ് ഇന്ത്യ. 2016-ലെ കണക്കുപ്രകാരം 8723 കോടി രൂപയുടെ വ്യാപാരമാണ് ഇരുരാജ്യങ്ങളും തമ്മിൽ നടന്നത്. ഭൂട്ടാനിൽ ട്രെയിനില്ല. ചരക്കുനീക്കം സുഗമമാക്കുന്നതിനും മറ്റുമായി ജൽപായ്ഗുരിയിലെ ഹസിമാരയിൽനിന്ന് ഫുൺഷോലിംഗ് വരെ റയിൽപാത ദീർഘിപ്പിക്കുന്ന കാര്യം ഇന്ത്യാഗവണ്മെന്റിന്റെ പരിഗണനയിലാണ്. പക്ഷേ സമീപകാലത്തായി ഭൂട്ടാൻ ചൈനയോടു കാണിക്കുന്ന താല്പര്യം നടപടിക്രമങ്ങളെ മന്ദഗതിയിലാക്കിയിരിക്കുന്നതായി സ്ഥിരീകരിക്കാത്ത വാർത്തയും ഫുൺഷോലിംഗിലെ കച്ചവടക്കാരിൽനിന്ന് കേൾക്കാനിടയായി.

****

പതിനെട്ട്

അവസാനത്തെ ഷാങ്ഗ്രില

ലോകത്തിലെ ഒരേയൊരു ബുദ്ധിസ്റ്റുരാജ്യമായ ഭൂട്ടാൻ എൺപതുകളുടെ അവസാനംവരെയും ഇന്ത്യയിലെ ഒരാദിവാസി ഗ്രാമംപോലെ അവികസിതമായിരുന്നു. ബുദ്ധമതവും സംസ്ക്കാരവും കലർപ്പില്ലാതെ സംരക്ഷിക്കുക, അന്യസംസ്കാരങ്ങളുടെ അധിനിവേശം തടയുക എന്നീലക്ഷ്യങ്ങൾ മുൻനിർത്തി റേഡിയോ, ടെലിവിഷൻ, മൊബൈൽ ഫോൺ, ഇന്റർനെറ്റ് തുടങ്ങിയ ആധുനിക വിനിമയമാർഗ്ഗങ്ങൾ വേണ്ടെന്ന നിഷ്കർഷയായിരുന്നു ഭരണകൂടം പുലർത്തിയിരുന്നത്. വിലക്കുകളെ അവഗണിച്ച് പലരും ഒളിച്ചുകടത്തുന്ന ഡിഷ് ആന്റിന ഉപയോഗിച്ച് ഇന്ത്യയിലെ ടി.വി പരിപാടികൾ രഹസ്യമായി കാണാറുണ്ടായിരുന്നു എന്നതാണ് വാസ്തവം. പക്ഷേ പിടിക്കപ്പെട്ടാൽ ശിക്ഷ ഉറപ്പായിരുന്നു. 1999-ൽ നാലാം ഡ്രുക് ഗ്യാൽപോ ജിഗ്മെ സിംഗ്യേ വാങ്ചുക്കിന്റെ കിരീടധാരണ രജതജൂബിലിയോടനുബന്ധിച്ച് ജനങ്ങൾക്കു നൽകിയ സൗജന്യങ്ങളാണ് രണ്ടായിരത്തിനുശേഷം ലഭ്യമായ ഇത്തരം ആധുനിക സംവിധാനങ്ങൾ. ഇപ്പോൾ നമ്മുടെ ദൂരദർശൻ മാതൃകയിലുള്ള ഒരു പബ്ലിക് സർവ്വീസ് ടെലിവിഷൻ ചാനലും ഏതാനും സ്വകാര്യ എഫ്.എം. റേഡിയോ സ്റ്റേഷനുകളുമുണ്ട്. 1999 ജൂണിലാണ് രാജ്യത്ത് ടെലിവിഷൻ പ്രക്ഷേപണം ആരംഭിച്ചത്. ലോകത്ത് ടെലിവിഷൻ എത്തുന്ന അവസാന രാജ്യമായിരുന്നു ഭൂട്ടാൻ. ടെലിവിഷൻ ഭൂട്ടാൻ സംസ്കാരവുമായി യോജിച്ചുപോകുന്ന ഒന്നല്ല എന്നാണ് പരക്കെ കരുതപ്പെടുന്നത്. വിരസങ്ങളായ തദ്ദേശ ടെലിവിഷൻ പരിപാടികളെക്കാൾ ജനങ്ങൾ വിനോദത്തിനായി ആശ്രയിക്കുന്നത് ഇന്ത്യൻ ചാനലുകളെയും ബോളിവുഡ് സിനിമകളെയുമാണ്. കേബിൾ ടി.വി കാണുന്നതുനിമിത്തം അക്രമവാസനയും പാശ്ചാത്യസാധനങ്ങളോടുള്ള താൽപര്യവും വർദ്ധിച്ചുവരുന്നതായി പഠനങ്ങൾ സൂചിപ്പിക്കുന്നു. മോഷണം, മയക്കുമരുന്നുകടത്ത് തുടങ്ങിയ കുറ്റകൃത്യങ്ങളും അപൂർവമായെങ്കിലും റിപ്പോർട്ടുചെയ്യപ്പെടുന്നുണ്ട്.

വീടുകളിൽ തപാലെത്തിക്കുന്നതിനുള്ള സംവിധാനങ്ങൾ നിലവിൽവന്നിട്ട് ഏതാനുംവർഷങ്ങളേ ആയിട്ടുള്ളൂ. ഭൂട്ടാനിലെ സാധാരണക്കാരും സാമ്പത്തികമായി ബുദ്ധിമുട്ടുള്ള ഇന്ത്യൻ

സഞ്ചാരികളും മാത്രമേ 'ഭൂട്ടാൻ പോസ്റ്റ് എക്സ്പ്രസ്' എന്ന പേരിൽ പരിമിതമായ ആഭ്യന്തരസർവ്വീസുകൾ മാത്രം നടത്തുന്ന സർക്കാർ ബസ്സുകളെ ആശ്രയിക്കാറുള്ളു. കുണ്ടും കുഴിയും നിറഞ്ഞ മല മ്പാതകളിലൂടെയുള്ള ദുർഘടയാത്രയും ബസ്സിന്റെ കറകറശ ബ്ദവും തിരക്കും കാരണം പലർക്കും ഛർദ്ദിൽപോലുള്ള പ്രശ്ന ങ്ങളുണ്ടാകുന്നതും പതിവാണ്. ദീർഘദൂരയാത്രയ്ക്ക് ആളുകൾ ഷെയർ ടാക്സികളെ ആശ്രയിക്കുന്നു. ഭൂട്ടാനിൽ ട്രെയിനില്ല; ആട്ടോ റിക്ഷകളുമില്ല. ഇരുചക്രവാഹനങ്ങളും വളരെ കുറവാണ്. സാമ്പ ത്തികമായി ഉയർന്ന നിലവാരത്തിലുള്ള ചിലർക്ക് സ്വന്തമായി കാറു കളുണ്ട്. കാൽനടയാണ് മുഖ്യം. അതുകൊണ്ടുതന്നെ കാൽനട ക്കാർക്ക് മുൻഗണന നൽകുന്നതാണ് ഇവിടത്തെ റോഡ്മര്യാദകൾ. മടക്കയാത്രയിൽ അതിർത്തിയോടടുത്ത് ചെറിയൊരപകടം കണ്ട തൊഴിച്ചാൽ റോഡപകടങ്ങളും വിരളം.

1960 - ലാണ് ഭൂട്ടാനിൽ ആധുനികരീതിയിലുള്ള വിദ്യാ ഭ്യാസ സമ്പ്രദായം നിലവിൽവന്നത്. അതിനുമുമ്പ് മൊണാസ്ട്രി കളിലെ മതപഠനം മാത്രമായിരുന്നു കുട്ടികൾക്ക് ലഭിച്ചിരുന്നത്. ഇപ്പോഴും വിദ്യാഭ്യാസം നിർബന്ധമല്ലാത്തതിനാൽ അമ്പത്ശത മാനം കുട്ടികൾപോലും സ്കൂളുകളിൽ പോകാറില്ല. ആൺകുട്ടി കളെ അപേക്ഷിച്ച് സ്കൂളിൽ പോകുന്ന പെൺകുട്ടികളുടെ ശത മാനം വളരെ കുറവാണ്. ശൈശവ വിവാഹം ഇപ്പോൾ ഇല്ലെന്നു തന്നെ പറയാമെങ്കിലും ചെറുപ്രായത്തിലേയുള്ള വിവാഹവും പ്രസവവുമൊക്കെ അവർക്ക് സ്കൂളിൽ പോകാനും പഠിക്കാനും തടസങ്ങൾ സൃഷ്ടിക്കുന്നു. പ്രസവത്തോടനുബന്ധിച്ചുള്ള സ്ത്രീമ രണങ്ങളും ശിശുമരണനിരക്കും കൂടുതലാണ്. ജനസംഖ്യയിൽ പുരുഷന്മാർ സ്ത്രീകളെക്കാൾ കൂടുതലാണെന്നതും എടുത്തുപറ യേണ്ട വസ്തുതയാണ്. 2017-ൽ, പുതുക്കിയ നിയമപ്രകാരം ആണി നും പെണ്ണിനും വിവാഹപ്രായം പതിനെട്ടായി ഉയർത്തിയിട്ടുണ്ട്.

റോയൽ യൂണിവേഴ്സിറ്റി ഓഫ് ഭൂട്ടാൻ, ഖേസർ ഗ്യാൽപൊ യൂണിവേഴ്സിറ്റി ഓഫ് മെഡിക്കൽ സയൻസസ്, ടാങ്കൊ യൂണി വേഴ്സിറ്റി ഓഫ് ബുദ്ധിസ്റ്റ് സ്റ്റഡീസ്, ജിഗ്മെ സിന്ഗ്യെ വാങ്ചുക് സ്കൂൾ ഓഫ് ലാ എന്നിവയാണ് ഉപരിപഠനം ലഭ്യമാക്കുന്ന സ്ഥാപ നങ്ങൾ. റോയൽ യൂണിവേഴ്സിറ്റി ഓഫ് ഭൂട്ടാന്റെ കീഴിൽ ഒമ്പത് കോളേജുകളും രണ്ട് അഫിലിയേറ്റഡ് കോളേജുകളുമുണ്ട്. ഇവ കൂടാതെ ഡെൽഹി സർവകലാശാലയുടെ കീഴിൽ പ്രവർത്തിക്കുന്ന ഒരു കോളേജുമുണ്ട്. ഹിന്ദുവിഭാഗത്തിൽപെട്ട വിദ്യാർത്ഥികൾക്ക് ബനാറസ് ഹിന്ദു സർവകലാശാല ഉപരിപഠനത്തിന് സ്കോളർഷിപ്പ് നൽകുന്നുണ്ട്. പക്ഷേ, ഇത്തരം വിദ്യാഭ്യാസസൗകര്യങ്ങൾ ഉപ യോഗപ്പെടുത്തുന്നത് ചെറിയൊരു ശതമാനം മാത്രം.

ജനങ്ങളിൽ എഴുപത്തിയഞ്ചു ശതമാനവും ബുദ്ധമതക്കാ

രാണ്. ഇരുപത്തിമൂന്ന് ശതമാനം ഹിന്ദുക്കളും ബാക്കി രണ്ടുശത മാനം മറ്റ് മതവിഭാഗങ്ങളിൽ പെട്ടവരുമാണ്. നേപ്പാളിൽനിന്നും കുടിയേറിയ ഹിന്ദുക്കളോട് കടുത്ത വിവേചനമാണ് ഭരണകൂടം പുലർത്തിപ്പോരുന്നത്. പതിനായിരത്തോളം വരുന്ന ബുദ്ധസന്യാസിമാർ ജനങ്ങളുടെ മതപരവും സാമൂഹികവുമായ എല്ലാ കാര്യങ്ങളിലും ഇടപെടുന്നു. ജനനം, മരണം, വിവാഹം, രോഗം തുടങ്ങി ഏത് ജീവിതാവശ്യങ്ങളിലും സന്യാസിമാർ വിശ്വാസികളുടെ വീടുകൾ സന്ദർശിച്ച് മതകർമ്മങ്ങൾ ചെയ്യുന്നു. ആധുനികചികിത്സാ സൗകര്യങ്ങൾ അപര്യാപ്തമായ സാഹചര്യത്തിൽ പരമ്പരാഗത ചികിത്സാരീതികളിലും മതാനുഷ്ഠാനങ്ങളിലും വിശ്വാസമർപ്പിക്കാൻ ജനങ്ങൾ നിർബന്ധിതരാകുന്നു എന്നതാണ് വസ്തുത.

ബുദ്ധമത, രാജാധികാരങ്ങളുടെ കർശനനിയന്ത്രണങ്ങൾക്കിടയിലും ഇന്ത്യയിലും മറ്റ് വിദേശരാജ്യങ്ങളിലും പോയി ഉന്നത വിദ്യാഭ്യാസം നേടിയവരും പുരോഗമനചിന്താഗതി പുലർത്തുന്നവരുമായ ചെറിയൊരു വിഭാഗം യുവജനങ്ങൾ ആധുനിക ജീവിത രീതികളിലേക്ക് ചുവടുവയ്ക്കാൻ തുടങ്ങിയിരിക്കുന്നു. ഭൂട്ടാൻ സന്ദർശിക്കുന്ന വിദേശസഞ്ചാരികളുടെ എണ്ണത്തിലും വലിയ വർദ്ധനവുണ്ടായിട്ടുണ്ട്. തിംഫുപോലുള്ള നഗരപ്രദേശങ്ങളിൽ ഇപ്പോൾ കാണുന്ന പരിഷ്കാരഭ്രമങ്ങളും ആഡംബരനിർമ്മിതികളുമൊക്കെ പുറംലോകവുമായുള്ള സമ്പർക്കഫലമാണെന്ന കാര്യത്തിൽ തർക്കമില്ല. ചുറ്റുമുള്ള ലോകം അതിവേഗം മാറിക്കൊണ്ടിരിക്കുമ്പോൾ സ്വന്തം രാജ്യത്തെയും ജനതയെയും ഭരണാധികാരികൾക്കും മത മേലാളന്മാർക്കും എത്രകാലം പഴമയിലും പാരമ്പര്യത്തിലും തളച്ചിടാനാവും!

****

www.ingramcontent.com/pod-product-compliance
Lightning Source LLC
LaVergne TN
LVHW060121051026
849517LV00007B/2358
* 9 7 8 9 3 9 0 9 9 9 6 8 2 *